தெரிந்தவன்
அபிமானி

தமிழம்

தெரிந்தவன்

* ஆசிரியர் : அபிமானி
* முதற்பதிப்பு : நவம்பர் 2019 ◆ அட்டை ஓவியம் : ரோஹிணி மணி
* வடிவமைப்பு : வெ. பாலாஜி

Therinthavan

* Author : **Abimaani**
* © Author ◆ First Edition - November - 2019

Published by Thadagam, 112,Thiruvalluvar Salai,
Thiruvanmiyur, Chennai 600041
Phone : +91- 44 - 4310 0442 | +91 - 89399 67179
www.thadagam.com ◆ info@thadagam.com

ISBN: 978-93-88627-12-2
INR : 150

அபிமானி

இயற்பெயர் மணி. திருநெல்வேலி மாவட்டத்தின் தென்கோடியில் வசிப்பிடம். 1980லிருந்து எழுத்துப் பணித் துவக்கம். முதலில் கவிதை. அதைத் தொடர்ந்து சிறுகதை. தாமரை, கல்கி, கணையாழி, தாய், கலை மகள், குமுதம், மனஓசை, ஆனந்தவிகடன், உயிர் எழுத்து, காக்கைச் சிறகினிலே என்று ஜனரஞ்சக மற்றும் தீவிர இலக்கிய இதழ்களில் கவிதை கள் மற்றும் கதைகள் பிரசுரமாகியிருக்கின்றன. ஒரு நாவல், ஒரு குறு நாவல் தொகுதி, 6 சிறுகதைத் தொகுதிகள், 2 கவிதைத் தொகுதிகள் என்று படைப்புகள் புத்தகங்களாகியிருக்கின்றன. தமிழ்நாடு அரசின் பரிசு, திருப்பூர் தமிழ்சங்க விருது, சேலம் நாகம்மாள் அறக்கட்டளை விருது, முற்போக்கு எழுத்தாளர்கள் மற்றும் கலைஞர்கள் சங்க விருது, பாரதி முற்போக்கு வாலிபர்கள் சங்க விருது என்று பல விருதுகளைப் பெற்றிருக்கிறேன்.

என் படைப்புகளில் ஆகப்பெரும்பாலானவை தலித்துக்களைப் பற்றி யதே. அவர்கள் எதிர்கொள்ளும் அவல நிகழ்வுகளை மட்டும் அல்ல... அவர் கள் முரண்படும் அம்சங்களை, போராட்டங்களை கலாப்பூர்வமாய் வெளிப்படுத்தும் முயற்சிகளே என் எழுத்துக்கள். இலக்கியம் என்றால் அது மேல்தட்டு வர்க்கத்தினருக்கு மட்டுமே உரியதாயிருந்ததை உடைத்து நொறுக்கிவிட்டு கீழ்த்தட்டிலிருந்தவர்களுக்கும் உரியதாய் ஆக்கியது ‘தலித் இலக்கியம்’. என்னைத் ‘தலித் எழுத்தாளர்’ என்று பிரகடனப்படுத்திக் கொள்வதில் பெருமை உண்டு எனக்கு. இலக்கியத்திலும் சாதியா என்று மகத்தாளமாகக் கேட்கிற ஆதிக்கவாதிகள், ஏன் சமூகத்தில் இன்னும் சாதி இருக்கிறது என்று கிஞ்சித்தும் கவலைப்பட்டதில்லை... எதிர்த்துக் கேட்டதுமில்லை. தலித்துக்களும் தலித் சிந்தனையாளர்களும் (ஆதர வாளர்களும்)தான் அதைக் கேள்விக்கு உட்படுத்துகிறார்கள்...அவற்றுக்கு எதிராகவும் போராடுகிறார்கள்.

என்னை நான் ‘தலித் எழுத்தாளன்’ என்று பிரகடனப்படுத்திக்கொள்வது ஆதிக்கவாதிகளின் தூக்கத்தைக் கெடுக்குமானால் மீண்டும் மீண்டும் என்னைத் ‘தலித் எழுத்தாளன்’ என்றே சொல்லிக்கொள்வேன், மகிழ்ச்சியுடன்.

அபிமானி,
10, பாஸ்கரபுரம், பணகுடி,
ராதாபுரம் வட்டம்,
திருநெல்வேலி மாவட்டம் 627019.
அலைபேசி : 94429 13497.

❖❖❖ பொருளடக்கம் ❖❖❖

தெரிந்தவன்	07
பருவம் தொடரும் பயணம்	14
கறை	23
சபிக்கப்பட்டவர்களின் மச்சங்கள்	29
சொற்களின் காலம்	40
தானமூர்த்திகள்	48
தீக்கொண்டு வந்தவன்	55
பரிமாற்றத்தின் இடைவெளி	64
அவமதிக்கப்பட்ட சிநேகம்	69
ஆயுள் தண்டனை	75
உபதேசிகள்	85
ஐந்து கோழைகள்	93
கரிப்பு	102
வருகை	111
விசுவாசம்	122

தெரிந்தவன்

சென்னை எழும்பூரிலிருந்து இரவு 7.30 மணிக்குப் புறப்பட வேண்டிய நெல்லை எக்ஸ்பிரஸ் புறப்படுவதற்குத் தயாராய் தண்டவாளத்தில் இரைந்துகொண்டு நின்றிருந்தது. காலதாமதமாக ஓடி வந்த பயணிகள் சிலர் தங்கள் பெட்டிகளைப் பார்த்து அவசர அவசர மாக ஏறிக்கொண்டிருந்தனர். ஏற்கெனவே பெட்டிகளுக்குள் அமர்ந்திருந்தவர்களை வழியனுப்ப வந்திருந்த உறவுக்காரர்களும் நண்பர்களும் நடைபாதையை நிறைத்துக்கொண்டு நின்று அவசரமாய் ஓடிவந்து ஏற முயற்சித்துக்கொண்டிருந்த பயணிகளுக்கு இடைஞ்சலைத் தந்தனர். 'ப்ளீஸ்... கொஞ்சம் வழிவிடுங்க... வழி விடுங்க' கெஞ்சிக் கெரவி முன்னேறிய பயணிகளைப் பார்க்கப் பரிதாபமாக இருந்தது.

இந்த ரயிலை விட்டுவிட்டால் இன்றே திருநெல்வேலிக்குச் செல்ல வேறு ரயில் இல்லை. மறுநாள்தான் செல்ல முடியும். கோடை விடுமுறை என்பதால், கூட்டம் பிதுங்கி வழிந்ததற்கும் ஆச்சரியப்படுவதற்கில்லை. பதிவுசெய்துகொண்டு வந்தவர்களின் பாடு பரவாயில்லை. உடன் டிக்கெட் பெட்டியில் ஏறியவர்கள்தான் உட்காரவும் முடியாமல் நிற்கவும் முடியாமல் நெருக்கடியில் மூச்சுத் திணறிக்கொண்டிருந்தார்கள். காற்றும் இல்லை, ஒரு மண்ணும் இல்லை. பகல் நேர வெப்பத்தின் தாக்கம், இரவிலும் முக்காடுப் போட்டுக்கொண்டு மனித சுவாசங்களைப் பகிரங்க மாய் கபளீகரம் செய்துகொண்டிருந்தது. உடன் டிக்கெட் பெட்டிகளின் பயணிகள் புழுக்கத்தில் வெந்து செத்துக்கொண்டிருந்தார்கள். 'எப்போ தடா ரயிலை எடுப்பார்கள்? வாசல் வழியே உள்நுழையும் காற்றில் சுகப்பட்டுக்கொள்ளலாம்'. எதிர்பார்த்து ஏங்கிக்கொண்டு நின்றிருந் தார்கள்.

அவர்களில் உத்தமனும் ஒருவனாக நின்றிருந்தான். வாசலருகே நெருக்கிக்கொண்டு நின்றவர்களின் இடையில் தன் முகத்தை மட்டும் வெளிக்காட்டிக்கொண்டிருந்தான். சற்றுமுன்புதான் அவன் ரயிலில் வந்து ஏறியிருந்தான். சாம்பல்நிறப் பேண்ட்டும் வெள்ளைநிறச் சட்டையும் அணிந்திருந்தான். நெருக்கடியில் அவன் சட்டை கசங்கி வேர்வையில் நனைந்துபோயிருந்தது. எத்தனை முறைகள்தான் கர்ச்சீப்பால் முகத்

தையும் கழுத்தையும் துடைத்துவிட்டுக்கொண்டிருந்தாலும் சுனைப் பொங்கி நீர் கொட்டியதுபோல் தொடர்ச்சியாய் வேர்த்து வடிந்தது. இரவு நேரத்துக்குரிய சோற்றுப் பொட்டலத்தை கேரிபேக்கிற்குள் போட்டுக்கொண்டு இடதுகையில் எச்சரிக்கையாகப் பிடித்திருந்தான். கூட்டத்தில் அது பிதுங்கி கிழிந்துவிடக்கூடாது என்கிற கவலை இருந்தது அவனுக்கு. வீட்டிலிருந்து அவன் புறப்பட்ட நேரத்தில் அரக்கப்பரக்க ஓடியோடி அக்கறையாய் சமைத்துக்கொடுத்திருந்தாள் அவன் அம்மா.

ஒலிபெருக்கியில் அறிவிப்பு வெளியானதும் ரயில் ஊர்ந்துசெல்லத் தொடங்கியது. ஓட்டமும் நடையுமாய் விரைந்துவந்த வாலிபன் ஒருவன், உத்தமன் நின்றிருந்த பெட்டியைக் குறிவைத்தே ரயிலைத் தொடர்ந்து வந்துகொண்டிருந்தான். வாசலில் நின்றிருந்தவர்கள் அவனை விரட்டுவது போலத் தெரிந்தது. ரொம்பவும் களைத்துப்போன முக பாவனையில் அவன் மீண்டும் மீண்டும் அந்தப் பெட்டியில் கால்பதிக்கவே முயற்சித்துக் கொண்டிருந்தான். இன்னும் எவ்வளவு நேரத்துக்கு இப்படியே மல்லுக் கட்டிக்கொண்டிருக்கப் போகிறான்? கொஞ்சநேரத்தில் ரயில் 'தம்'கட்டி ஓடத் தொடங்கிவிடும். எவ்வளவு வேகத்துடன் ஓடிவந்தாலும் அவனால் அதைப் பிடித்துவிட முடியாது. அப்படியே அதன் வாசலில் அவன் கால் மிதித்துக்கொண்டாலும் சுதாரித்துக்கொள்வதற்கு ரொம்பவும் சிரமப் படவேண்டியிருக்கும் அவனுக்கு. ஒருவேளை பிடிமானம் கிடைக் காமல் நிலை தடுமாறி கீழே விழுந்துவிடவும் சாத்தியம் இருக்கிறது.

அநியாயமாய் ஓர் உயிர் போவதை விரும்பவில்லை உத்தமன். வாசலில் நின்றவர்களின் ஊடே வலுக்கட்டாயமாய் தன் தலையை நுழைத்து உடலை முன்னால் நகர்த்தி விளிம்புக்கு வந்து நின்றான். அதறப்பதற ஓடிவந்துகொண்டிருந்த வாலிபனுக்குத் தன் கையை நீட்டி- சட்டென்று அவன் பற்றிக்கொண்டதும்- சடக்கென்று அவனை உள்ளே இழுத்துக்கொண்டான். விளிம்பில் நின்றிருந்தவர்கள் அவன் மேலேறி வந்த வேகத்தில் சற்று விலகிப்போயிருந்தார்கள்.

உத்தமனுடன் ஒட்டி உரசி நின்றுகொண்டான் அவன். நன்றிப் பெருக்கோடு உத்தமனைப் பார்த்து நறுவிசாய் புன்னகைத்தும் கொண்டான். கரணம் தப்பினால் மரணம் தரும் காரியம் இது. 'காலாகாலத்தில் வந்திருந்தால் இப்படி கஷ்டப்பட்டு ஏறியிருக்க வேண்டுமா?' கரிசனையுடன் நினைத்துக்கொண்டான் உத்தமன்.

வாலிபனுக்கு மேல்மூச்சு கீழ்மூச்சு வாங்கியது. வெள்ளை வேஷ்டி யும் பச்சை நிறத்தில் கருப்புக் கட்டங்கள் போட்ட சட்டையும் அணிந்தி ருந்தான் அவன். முகத்தில் இப்போதுதான் அரும்பாக மீசை முளைக்கத் துவங்கியிருந்தது. சுருட்டைத் தலை. சொக்கப்பனை மாதிரி உடல் வளர்த்தி. உத்தமன் அவன் தோளுக்குத்தான் இருந்தான். ஆனால் வயதில் அவனைவிட மூத்திருந்தான்.

"கொஞ்சம் சீக்கிரமா வந்திருக்கக் கூடாது தம்பி? நமக்காக ரயில் காத்துக்கிட்டு நிக்குமா?"

"முதலாளி இப்பத்தான் சார் விட்டாரு. அதறப்பதற ஓடிவர்றேன்."

"எங்க வேலப் பாக்கற?"

"அசோக் நகர்ல ஒரு ஹோட்டல்ல சமையல்காரனாய் இருக்கேன் சார்."

"இப்ப எங்கப் போற?"

"திருநெல்வேலிக்கு. சார், நீங்க?"

"நானும் திருநெல்வேலிக்குத்தாம்பா."

"இங்க வேலப் பாக்குறீங்களா சார்?"

"ஆமாம்ப்பா. ஹார்பர்ல க்ளார்க்கா இருக்கேன். என் வொய்ஃப் பேறுகாலத்திற்குப் போயிருக்கா. அவளைப் பாத்துட்டு வரலாமின்னு போய்க்கிட்டிருக்கேன்."

"உங்க சொந்த ஊரு மெட்ராஸ்தானா சார்?"

"இல்லப்பா... கல்லிடக்குறிச்சி. திருநெல்வேலி மாவட்டம்தான்."

"அங்கிருந்தா சார் இங்க வந்து வேலப் பாக்குறீங்க?"

"வேல கிடைச்சா எங்கேயும் வந்து பாக்க வேண்டியதுதானப்பா."

"மெட்ராஸ்ல வீடு... சொந்த வீடா சார்?"

"குவாட்டர்ஸ் குடுத்திருக்காங்க... அம்மா இப்போ எங்கக்கூட இருக்காங்க."

"ஹார்பர்ல வேலப் பாக்குறேன்னு சொல்றீங்க... டிரெயின்ல ரிசர்வ் பண்ணிக்கிட்டு வரவேண்டியதுதானே சார். எங்கள மாரி நீங்களும் ஏன் இப்படி நெருக்கியடிச்சிக்கிட்டு நின்னு கஷ்டப்படணும்?"

"ஒரு மாசத்துக்கு முன்னே சீட் டெல்லாம் ரிசர்வ் ஆயிடுச்சி தம்பி. இது வெகேஷன் டைம் இல்லையா. ஸ்கூல்களுக்கு எல்லாம் லீவு விட்டுருப்பாங்க. அதான் அவங்க வந்து அட்வான்ஸா புக் பண்ணியிருப்பாங்க."

"ஆமா சார். நானும் ரெண்டு வாரத்துக்கு முன்ன வந்து ரிசர்வ் பண்ண வந்தேன். எல்லாம் ரிசர்வ் ஆயிடுச்சின்னு சொல்லிட்டாங்க."

"என்ன விசயமா ஊருக்குப் போய்க்கிட்டிருக்க?"

"எனக்கு கல்யாண ஏற்பாடு பண்ணிக்கிட்டு இருக்காங்க. பொண்ணுப் பாக்கப் போய்க்கிட்டிருக்கேன் சார்."

"நீயும் அவ்வளவு தூரத்திலிருந்து இங்க வந்து வேலப் பாக்குறியே... எப்படி?"

❖ தெரிந்தவன் ❖

‘‘என் சொந்தக்காரர்தான் சார் ஹோட்டல் வச்சிருக்காரு. எனக்குப் படிப்பெல்லாம் அதிகமா கிடையாது. அஞ்சாங் கிளாஸோடு நின்னுக்கிட்டேன். அதான் சமையல் கட்டுல வந்து வேலப் பாருன்னு எங்க் மாமா கூட்டிக்கிட்டு வந்துட்டாரு.’’

‘‘சரி தம்பி. நேரமாவுதில்ல? பசிக்க ஆரம்பிச்சிட்டுது. நீ ஏதாச்சும் சாப்பிடக் கொண்டுவந்திருக்கியா?’’

‘‘இல்ல சார். அவசரத்துல எதுவும் கொண்டுகிட்டு வர முடியல. திருநெல்வேலியில இறங்கித்தான் வீட்டுக்கு ஸ்வீட் எல்லாம் வாங்கணும்.’’

‘‘அப்ப எஞ் சாப்பாட்டையே ரெண்டு பேரும் சாப்பிடுவோம். நீ சாப்பிடுவல்ல?’’

‘‘சரி சார்.’’

வண்டி தாம்பரத்தைக் கடந்திருந்தது. வெளியிலிருந்து விர்ரென்று வீசிக்கொண்டிருந்த காற்றில் இருவரும் மெய்மறந்து சுகப்பட்டுக் கொண்டிருந்தனர். வாசலில் வலதுபுறம் உள்வாங்கி நின்றிருந்த கழிப் பறையிலிருந்து ‘கப் கப்’ என்று துர்நாற்றம் அடித்துக்கொண்டிருந்தது. கழிவறை தொடங்கி சனத்திரள் நிறைந்திருந்தனர். கீழே உறுதியாய் கால்களை ஊன்றிக்கொண்டு நிற்கவோ பக்கவாட்டில் தேகத்தை வளைத்து நெளித்து சோர்வு முறித்துக்கொள்ளவோ முடியாதிருந்தது. இந்த இம்சையில் எப்படிப் பொட்டலத்தைத் திறந்துவைத்து பருக்கை களை அள்ளி வாயில் போட்டுக்கொள்ள முடியும் என்று நினைக்கத் தோன்றியது உத்தமனுக்கு. ஆனாலும் வயிறு தீயாய் காந்தல் எடுத்தது. ஒரு கைப்பருக்கைகளாவது உள்ளே போனால்தான் தீயின் வேகம் குறைந்து நிம்மதியாய் நின்றுகொள்ள முடியும் என்பது புரிந்தது.

நின்ற மேனிக்கே பொட்டலத்தை எடுத்து அவிழ்த்தான். எலுமிச்சை சோறும், எள்ளுத் துவையலும். கூடுதலாகத் தின்றுகொள்ள இரண்டு அவித்த முட்டைகள். உத்தமனும் வாலிபனும் நேருக்கு நேர் பார்த்து நின்றுகொண்டார்கள். இருவரின் வயிறுகளுக்கு மத்தியில் உத்தமன் தன் இடதுகை விரல்களைப் பாலமாய் விரித்து அதன்மேல் பொட்டலத்தை வைத்துக்கொண்டான். அவசர அவசரமாய் தின்று முடித்தார்கள். வெற்றுப் பொட்டலத்தை வெளியே தூக்கி எறிந்தான் உத்தமன். இருவரின் தொண்டைகளும் நீருக்கு ஏங்கின. நாக்குகள் வறண்டு கொண்டு வந்தன. ‘‘செங்கல்பட்டுல வண்டி நிக்கும்லா தம்பி. அப்போ தண்ணிப் பாட்டில் வாங்கிக்கலாம்.’’ தைரியம் சொன்னான் உத்தமன்.

காலை பத்துமணிக்குத் திருநெல்வேலிக்கு வந்து நின்றது ரயில். இன்று ஒருமணி நேரம் தாமதம்தான். வழக்கமாய் ஒன்பது மணிக்கெல்லாம் கூவென ஊளையிட்டுக்கொண்டு திருநெல்வேலி நிலையத்தில் கால் பதிக்கும் ரயில்.

அவிழ்த்துப்போட்ட மூட்டையிலிருந்து பொலபொலவென சரிந்து ஓடும் நெல்லிக்காய்களைப் போல ஒவ்வொரு பெட்டியிலிருந்தும் சனங்கள் இறங்கி சரம்சரமாய் வெளியேறிக்கொண்டிருந்தனர். உத்த மனுக்கு முன்னால் பெட்டியிலிருந்து குதித்து இறங்கி வேகமாக முன் னேறிப் போய்க்கொண்டிருந்தான் அந்த வாலிபன். இளைஞன் என்ப தால் அவன் அவசரமும் சுறுசுறுப்பும் கொண்டிருக்கிறான் என்று இயல் பாக நினைக்கத் தோன்றியது உத்தமனுக்கு. பெண் பார்க்கப் போகிறான் மாப்பிள்ளை. அவனின் அவசரம் அவனுக்குத்தான் தெரியும் என்று எண்ணிச் சமாதானம் அடைந்துகொண்டான்.

கோடைவெயில் காலையிலேயே தன் குணத்தைக் காட்டத் துவங்கி யிருந்தது. செவியோரத்தில் விழுந்த வெயில் சாட்டை அடியாய்க் காந்தி யது. ரயில் நிலையத்தை விட்டு வெளியேறி, பழைய பேருந்து நிலையத் துக்கு நடந்து வந்து, அங்கிருந்து நகரப் பேருந்தில் ஏறிப் புதிய பேருந்து நிலையத்துக்கு வரவேண்டியதிருந்தது. புதிய பேருந்து நிலையத்திலிருந்து தான் பல ஊர்களுக்கும் பயணிக்க முடிந்திருந்தது.

உத்தமன் 'களக்காடு' என்று பெயர் மாட்டியிருந்த 'கணபதி டிரான்ஸ் போர்ட்'டைக் கண்டு அதன் உள்ளே அறிபறியாய் ஏறிக்கொண்டான். உட்கார்வதற்கு இடம் தேடினான். இடதுபக்கம் இருவர் உட்காரக்கூடிய இருக்கையில் அந்த வாலிபன் மட்டும் தனியே அமர்ந்திருந்து வெளியே பராக்குப் பார்த்துக்கொண்டிருந்ததைக் கண்டதும் சன்னமாய் அதிர்ந்து போனான். தற்போதைக்கு அந்த ஓர் இடம் மட்டுமே காலியாகக் கிடந்தது தெரிந்தது. மற்ற இருக்கைகளிலெல்லாம் பயணிகள் அமர்ந் திருந்து வேர்த்து விறுவிறுத்துக்கொண்டிருந்தனர். 'பஸ்ஸை எடுத்துத் தொலைத்தால் என்ன?' என்பதே அவர்கள் பலரின் முணுமுணுப்புகளாய் இருந்தன.

'இவன் யாரை எதிர்பார்த்துக் கொண்டிருக்கிறான்? பக்கத்தில் கர்ச் சீப்பை வேறு போட்டிருக்கிறானே. நாம் போய்க் கேட்டால் நமக்காக அந்த இடத்தை விட்டுத்தராமலாப் போய்விடுவான்?' அந்த வாலிபனை பெருமையாய் கணித்துக்கொண்டு அவசரமாய் அவனின் அருகில் சென்றான் உத்தமன்.

''தம்பீ''

''என்ன?'' அதட்டலாய்க் கேட்டான் தம்பி.

''யாருக்காவது வெயிட் பண்றியோ?''

''ஆமா. எம் 'பிரண்டு' வர்றன்னிருக்கான். இந்தக் கடைக்குப் போயிருக்கான்.'' எதிரில் தெரிந்த சாந்தி ஸ்வீட்ஸ் கடையைச் சுட்டிக் காட்டினான் மிதப்பாக.

''வேற எடமில்ல. அதான் நா இதுல ஒக்காந்துக்கிரலாமான்னுக் கேட்டன்.''

''அதான் எம் பிரண்டு வர்றான்னு சொன்னமில்லியா?''

மறுபேச்சுப் பேசவில்லை உத்தமன். முகம் இறுகி, மனம் கறுத்து, சற்று முன்னோக்கி நகர்ந்துவந்து நிலைக்கம்பியின் மீது சாய்ந்து நின்று கொண் டான். ஏன் இந்த வாலிபன் தன்னைத் தூக்கி எறிந்தது மாதிரிப் பேசி விட்டான் என்று நினைத்துப் பார்த்தான். சொன்ன வார்த்தைகளில்கூட நாகரிகம் தென்படவில்லையே. ரயிலில் அவனுக்காக எவ்வளவு சிரமப் பட்டிருந்தோம். உயிரைப் பணயமாகவைத்து அவனைக் கைகொடுத்து பெட்டிக்குள் ஏற்றிவிட்டு... தன் வயிற்றுப் பசியைக்கூட அரைகுறையாய் தீர்த்துக்கொண்டு அவனின் பசியடங்க சோறு கொடுத்து... அவன் தாராளமாக நின்றுகொள்ள இடம் கொடுத்து...

உத்தமனுக்கு இப்போதுதான் ஞாபகத்துக்கு வந்தது. செங்கற்பட்டில் வண்டி நின்றிருந்த இரண்டு நிமிடங்களில் வெளியே தண்ணீர் விற்றுக் கொண்டிருந்தவனை அழைத்து அவனிடம் தண்ணீர் பாட்டில் வாங்கி இருவரும் நீரருந்திக்கொண்ட பிறகு அந்த வாலிபன் உத்தமனிடம் பேசத் துவங்கியிருந்தான்.

''திருநெல்வேலில எறங்கி ஓங்க ஊருக்குப் போறீங்களா? இல்லன்னா ஓங்க ஒய்ஃப் ஊருக்குப் போறீங்களா சார்?''

''நேரா என் ஒய்ஃப் ஊருக்குத்தான் போறம்பா.''

''அவுங்களுக்கு எந்த ஊரு சார்?''

''களக்காட்டுக்குக் கிழக்கே இருக்கே காடுவெட்டி.... கேள்விப் பட்டிருக்கியா? அந்த ஊருதான்''

அந்த வாலிபனுக்குத் 'திக்'கென்று ஆகியிருக்கவேண்டும். முகம் விகாரமாய் சுருங்கிக்கொண்டது. புருவங்களை ஒடுக்கிக்கொண்ட விழி கள் சிறுத்தன. ரொம்ப யோசனையுடன் பேசத் துவங்கினான் அவன். ''மேலக் காடுவெட்டியா? கீழக் காடுவெட்டியா? ரெண்டு காடுவெட்டி இருக்கு''

''கீழக்காடுவெட்டி. ஏன் ஒனக்குத் தெரியுமா?''

''தெரியும். அதானக் கேக்கறென். கீழக்காடுவெட்டியில யாரோட மகா?''

''அவுங்க அப்பா பேரு அழகுமுத்து''

''திருநெல்வேலிக் காலேஜுல ஒரு பொண்ணு படிச்சிக்கிட்டு இருந் திச்சே, அந்தப் பொண்ணா?''

''ஆமா... உனக்கு எந்த ஊருப்பா?''

''எனக்கும் கீழக்காடுவெட்டிதான். எங்கத் தோட்டங்களுக்கு அழகு முத்துக் குடும்பம் வேலைக்கு வரும். அழகுமுத்து மருமகனா? தெரியாமப் போச்சிதே... ச்சே... தெரிஞ்சிருந்தா சோறுவாங்கித் தின்னிருக்க மாட்டனே''

''ஏந்தம்பி? சோறு நல்லாத்தானே இருந்துச்சி''

''நா சோறு வாங்கித் தின்னத ஊர்ல யாருக்கிட்டயும் சொல்லிரக் கூடாது. என்னையக் காறித் துப்புவாங்க... பரிகாசம் பண்ணுவாங்க.''

அங்கிருந்து திருநெல்வேலி ரயில் நிலையம்வரைக்கும் உத்தமனோடு பேசிக்கொள்ளவில்லை அவன். ரயிலை விட்டுக் கீழே இறங்கியதும் தன்னிடம் ஒருவார்த்தைகூட சொல்லிக்கொள்ளாமல் அவன் வேகமாக நடைபோட்டதன் காரணமும் இப்போதுதான் புரிந்தது உத்தமனுக்கு.

பேருந்தில் ஓட்டுநர் ஏறிக்கொண்டு உட்கார்ந்ததும் தடித்த ஓர் ஆசாமி உள்ளே வந்தான். அவனும் வாலிபன்தான். திருக்கு மீசையும் உருட்டும் விழிகளையும் கொண்டிருந்தான். கர்ச்சீப்பைக் கையில் எடுத்துக்கொண்டு அந்த இடத்தில் சடக்கென்று அமர்ந்துகொண்டான்.

பேருந்து பின்னோக்கி வந்து, மேற்காகத் திரும்பி, புறப்படத் துவங்கியது. இருவரும் என்னென்னவோ பேசிச் சிரித்துக்கொண்டிருந் தார்கள். உத்தமனைப்போல நிறையப் பேர்கள் கம்பிகளைப் பிடித்துக் கொண்டு வரிசையாக நின்றிருந்தனர். கூட்டம் பிதுங்கி வழிந்தது. அவனுக்கு நேற்றைய ரயில் பயணம் ஞாபகத்துக்கு வந்தது. அடிக்கடி முகம் திருப்பி அந்த வாலிபனைப் பார்த்துக்கொண்டிருந்தான் உத்தமன். அந்த வாலிபன் அகஸ்மாத்தாய்கூட உத்தமனை திரும்பிப் பார்க்க வில்லை சாதி தெரியாமல் உணவு உண்டுவிட்டதும் பின் தெரிந்தபிறகு மனம் மாறியிருக்கும்.

பருவம் தொடரும் பயணம்

எல்லாவற்றையும் வெற்றிகரமாக செய்து முடித்துவிட்டதாக நினைத்து ரொம்பவும் பெருமைப்பட்டான் பழனியப்பன்... அவன் நினைத்திருந்த எல்லாவற்றையும்! சத்தியாக்காலனி வீடுகளில் எல்லாம் சகட்டுமேனிக்குப் பெட்ரோல் ஊற்றித் தீவைத்துக் கொளுத்தித் தரை மட்டம் ஆக்கியாயிற்று. வீட்டுக்குள் கிடந்திருந்த ஷோபா செட்டுக்கள், பீரோ, மெத்தை, கட்டில்கள், மேசை, நாற்காலிகளை எல்லாம் தீக்குள் தூக்கிப்போட்டு எரித்துச் சாம்பல் ஆக்கியாயிற்று. மறந்துவிடாமல் பீரோவுக்குள்ளும் மேசை ட்ராயருக்குள்ளும் எதிரிகள் கஷ்டப்பட்டுச் சேமித்துவைத்திருந்த பணம் நகைகள் எல்லாவற்றையும் சுருட்டி எடுத்துக் கொண்டு வந்தாயிற்று. கதவுகள், சன்னல்களை எல்லாம் கோடரிகள் கொண்டு வெட்டிப் பிளந்து தீக்குள்போட்டு எரித்துக் கரித்துண்டுகள் ஆக்கியாயிற்று. ஆடு, மாடு, கோழி என்று வீட்டுத் தொழுவத்தில் நின்று தேகம் பதற அலறிக்கொண்டிருந்த கால்நடைகள் எல்லாவற்றையும் வெட்டிக் கொன்று ரத்த வெள்ளத்தில் பிணங்களாக மிதக்கவிட்டாயிற்று.

அவையெல்லாம் தங்கள் கைவசம் இருக்கப்போய்த்தானே திமிர்ப் பிடித்த சத்தியாக்காலனிக்காரார்கள் மேப்பொறந்தான்கள் யாரையும் மதிக்காமல் நெஞ்சு நிமிர்த்தி மிதப்பாய் நடந்துகொண்டிருந்தார்கள்! பழைய நாட்களில் 'அய்யா! எசமானே!' என்று பணிவாய் அழைத்து அடங்கி ஒடுங்கிக்கிடந்தவர்கள், தங்கள் கைகளில் நாலுக் காசுகள் வந்தவுடன் புதுப்பணக்காரர்களாய் மிடுக்கோடு அலைந்துகொண்டிருந் தார்கள்? ஒழிந்தார்கள்! இன்றோடு அவர்களின் ஆட்டம் பாட்டம் எல்லாம் அடங்கி ஒடுங்கி, 'உள்ளதும் போச்சுதே நொள்ளைக் கண்ணா' என்று புலம்பிக்கொண்டு திரியப்போகிறார்கள். இனி நம்மை எதிர்த்து நடக்கமாட்டார்கள். நம் சாதிப் பெண்களிடம் சகவாசமோ சம்பந்தமோ வைத்துக்கொள்ள மாட்டார்கள். காதலாம் காதல்... கத்தரிக்காய்...

பெருமிதமான எண்ணங்களில் பூரித்துப் போயிருந்த பழனியப்பன், படலியார்குளம் கரைமறைவு இருட்டில் ஒரு பூனையைப்போல பதுங்கிக் கொண்டு உட்கார்ந்திருந்தான். நாற்பதைத் தொட்ட வயசு. முறுக்கேறியத் தேகம். பன்னரிவாளாய் நீண்டு வளைந்திருந்த அடர்கருப்பு மீசை. அரையில் லுங்கி கட்டியிருந்தான்... பாலியஸ்டர் லுங்கி. வரப்புகள்

தாண்டி, வயல்கள் தாண்டி ஓடி வந்திருந்ததில் முள்செடி ஒன்றில் சிக்கிக்கொண்ட லுங்கியின் மத்திக் கிழிந்து இரண்டு பாகங்களாய் ஆகிவிட்டிருந்தது. அதைச் சிரமப்பட்டுச் சேர்த்தெடுத்து ஏனோதானமாய் இடுப்பில் செருகியிருந்தான் இப்போது. நல்லவேளை, அவனின் தேகத்தில் காயங்கள் எதுவும் பட்டிருக்கவில்லை. நெகிழ்வுடன் சந்தோசப் பட்டுக்கொண்டான்.

அவனைப்போலவே அடித்துப்பிடித்து ஓடிவந்திருந்தவர்கள் சற்று தூரத்தில் நின்றிருந்த கள்ளிப்புதர் இருளுக்குள் கூனிக் குறுகிக்கொண்டு உட்கார்ந்திருந்தது தெரிந்தது. அங்கிருந்து வெளிப்பட்ட 'குசுகுசு' முனகலில் அவர்களின் பதற்றமான இருப்பைத் தெளிவாக அறிந்து கொண்டான் அவன். அவன் கையில் பெட்ரோல்கேனும் கோடரியும் இருந்ததுபோல, அவர்களின் கைகளிலும் பெட்ரோல் கேன்களும் கோடரியும் கூடவே அரிவாள்களும் இருந்திருந்தன. அந்த மென்னிருட்டில் பளபளவென்று மின்னின அரிவாள்கள்.

அவர்கள் எல்லோரும் சேர்ந்துதான் அந்த அழிமானத்தை நிகழ்த்தியிருந்தார்கள். எதிரியின் நாட்டைப் பிடிக்கப் படையெடுத்துச் சென்றதைப்போல சத்தியாக் காலனியைத் துவம்சப்படுத்துவதற்கு அவர்கள் ஆயுதங்கள் சகிதம் கும்பலாகச் சென்றிருந்தனர். இருபது சொச்சம் பேர்கள் – இளவட்டங்களும், இளமையைக் கடந்த நடுப்பிராயத்துக் காரர்களுமாய்! பழனியப்பன்தான் அவர்களுக்குத் தளபதியாக முன் சென்று உத்தரவுப் பிறப்பித்திருந்தான். சித்திராபுரத்து மக்களுக்கு அவன்தான் தலைவன் மாதிரி நடந்துகொண்டான். அங்கீகாரம் அற்ற பதவியாக அது இருந்தாலும், அவ்வப்போது அவன் நிகழ்த்திய அடாவடிச் செய்கைகளினால் அவன்மேல் சித்திராபுரத்துக்காரர்களுக்கு ஒரு வித மரியாதை இருந்தது என்பதுதான் உண்மை... பயம் கலந்த மரியாதை! அது தவிர, திருநெல்வேலியிலிருந்த அவர்களின் சாதிச் சங்கத்தலைவருக்கு அவன் செல்லப்பிள்ளையாகவும் இருந்திருந்தது அவனை அவர்கள் தலைவனாக ஏற்றுக்கொண்டதற்குப் பிரதானமான காரண மாகவும் ஆகியிருந்தது.

சித்திராபுரத்துக்குக் கிழக்கிலிருந்தது சத்தியாக்காலனி. ஒருகாலத்தில் அட்டைப்பெட்டிகளாய் இருபது சொச்சம் வீடுகளைத் தெருவின் இருபக்கமும் சமஅளவில் கொண்டிருந்தது அந்தக் காலனி... அரசாங்கம் கட்டித் தந்திருந்த ரொம்பவும் அடக்கம் ஒடுக்கமான வீடுகள். இப்போது அப்படி இல்லை. சித்திராபுரத்திலிருந்த வீடுகளைப்போல சத்தியாக் காலனி வீடுகளும் உயரமான கான்க்ரீட் கூரைகளையும், அகலமான பளிங்கு அறைகளையும் கொண்டிருந்தன. சத்தியாக் காலனியிலுள்ள வீடுகளின் எண்ணிக்கையும் அதிகரித்திருந்தது. கண்களைப் பறிக்கும் பல வண்ணச் சுவர்கள் தெருக்களைக் கவர்ச்சிப்படுத்தியிருந்தன. இரண்டு ஊர்களையும் பங்குப்போட்டுப் பிரித்தது மாதிரி இடையில் விரிந்து நீண்டுப் படர்ந்துகிடந்தது, படலியார்குளம். குளக்கரை மேட்டுப்

பாதை வழியே பொடிநடையாய் நடந்துபோனால் ஊர்களின் எல்லைகளை ஐந்துநிமிடப் பொழுதில் தொட்டுவிட முடிந்தது.

சித்திராபுரத்துக்காரர்கள் பரம்பரை சம்சாரிகள். தோட்டம், துரவுகள் என்று பச்சையும் பகட்டுமாகக் கொடிகட்டிப் பறப்பவர்கள். ஒரு காலத்தில் சத்தியாக்காலனி சனங்கள் அவர்களின் தோட்டப் புழுதிகளில்தான் தங்கள் தொலைந்துபோன வாழ்க்கைக் கருவூலத்தைத் தினம் தினம் சிரமப்பட்டுத் தேடிக்கொண்டிருந்தார்கள். அதனால் மீட்டெடுக்கப்பட்டது என்னவோ பரம்பரை சம்சாரிகளின் பகட்டான வாழ்க்கையாகத்தான் இருந்தது. அதற்கு நன்றிக் கடனாகவே சித்திராபுரத்துக் காரர்கள், காலனிக்காரர்களுக்குக் கூலி தந்து அவர்களின் கூன்களைத் தொடர்ச்சியாக வளையவைத்துக்கொண்டிருந்தார்கள்! இப்போது சத்தியாக்காலனிச் சனங்கள் தங்களின் நிமிர்ந்த முதுகுகளோடு கம்பீரமாக நடந்துகொண்டிருந்தார்கள். குளம் இப்போது வற்றிக்கிடந்தது. குழி விழுந்து இறங்கியிருந்த அதன் மத்தியில் கும்மிருட்டு அடர்த்தியாய் தெரிந்தது. இரவு நேரம் என்பதால் எந்த ஜீவராசிகளின் அணக்கமும் தெளிவாய் கேட்டிருக் கவில்லை. பகல் பொழுதாயிருந்தால் இந்நேரம் கொக்குகள் எல்லாம் பழைய நியாபகத்தில் படையாய் திரண்டுவந்து நடுக்குளத்தின் மேடுகளில் ஒற்றைக்கால்களில் வரிசையாய் தவித்துக் கொண்டு நின்றிருக்கும். காக்கைகள் தாகத்துடன் கரைந்து கொண்டு அதறபதற சிறகடித்துப் பறந்துகொண்டிருக்கும். இப்போது காற்று கூட தன்னைப் போலவே கதிகலங்கி ஒளிந்துகொண்டிருந்தது போலத் தோன்றியது அவனுக்கு. கிளைகளில் அசைவுகள் இல்லாமல் அமைதி இறுக்கமாய் குடிகொண்டி ருந்தது புரிந்தது. சுற்றிலும் வயற்காடுகளும் தோட்டங்களும் அடர்ந்தப் புதர்களுமாய் தோற்றம் தந்து கொண்டிருந்தன. இருளின் முற்றுகையில் அவையெல்லாம் தங்கள் நிஜத் தோற்றங்களை மறைத்துக்கொண்டு, கருங்கற்களாய் வெளிப்பட்டு நின்றிருப்பதாக விரக்தியுடன் நினைத்துக் கொண்டான் பழனியப்பன். தன்னோடு அதறபதற ஓடிவந்தவர்களில் சிலர் அபயாஸ்தமாய் அந்தக் 'கருங்கற்களு'க்குள்ளும் ஓடிச்சென்று மறைந்திருக்கலாம் என்று அவனுக்கு இயல்பாக எண்ணத் தோன்றியது. போலீஸ்காரர்கள் அவ்வளவு சீக்கிரத்தில் தங்களைக் கண்டுபிடித்துவிட முடியாது என்று அவன் உறுதியாக நம்பினான். அவர்கள் ரொம்பவும் சிரமம் எடுத்து வந்துவிட மாட்டார்கள் என்பது அவனுக்குத் தெரிந் திருந்தது.

திடீரென்று அவன் என்ன நினைத்தானோ, உட்கார்ந்திருந்த இடத்திலிருந்தே 'விசுக்'கென்று எழுந்து நின்று ஓணானைப்போல தலையை உயர்த்திக்கொண்டு பார்த்தான்.

சத்தியாக்காலனி சுந்தரேசனுக்கும் சித்திராபுரத்து சங்கீதாவுக்கும் ஒரு மாதத்திற்கு முன்னால்தான் உள்ளூர் காவல் நிலையத்தில்வைத்து கல்யாணம் நிகழ்ந்திருந்தது. தன் பெற்றோர்களின் எதிர்ப்பையும்,

தெருக்காரர்களின் எதிர்ப்பையும் மீறி சுந்தரேசனுடன் ஜோடி சேர்ந்து கொண்டாள் சங்கீதா. காவல் அதிகாரி இருவீட்டாளர்களையும் அழைத் துவைத்து விசாரணை செய்தார். பிள்ளைகளைப் பெற்றவர்கள் பிரி வினையை ஆதரித்தார்கள். ஆனால், காதலர்கள் இருவரும் பிரிந்துவிட முடியாது என்று உறுதியாக நின்றார்கள். காவல்துறை தன் கடமையைச் செய்தது. இருவரையும் மாலை மாற்றச்சொல்லிப் பதிவும் பண்ணியது.

உள்ளூரில் இருந்தால் உயிர்களுக்கு ஆபத்து என்று பயந்து சங்கீதாவை நாங்குநேரிக்குக் கூட்டிக்கொண்டுபோய் தன் பாட்டி வீட்டில் ஒதுக் கமாய் வைத்திருந்தான் சுந்தரேசன். திருநெல்வேலி அரசு மருத்துவ மனையில் நர்ஸாகப் பணி செய்துகொண்டிருந்தாள் சங்கீதா. நாங்கு நேரியிலிருந்து திருநெல்வேலிக்குத் தினமும் பேருந்தில் போய்விட்டு வருவதில் அவளுக்குச் சிரமம் இருந்திருக்கவில்லை. சுந்தரேசனுக்குக் களக்காடு தனியார் பள்ளியில் ஆசிரியர் பணி. மோட்டார் சைக்கிளில் போய்விட்டு வருவதற்கு அவனுக்கும் சாத்தியமானத் தூரம்தான். அவர் களின் வாழ்க்கைப் பயணம் முப்பது நாட்களாக அலப்பரை இல்லாமல் தான் தொடர்ந்துகொண்டிருந்தது. அவர்கள் அப்பாவிகள்... சித்திராபுரத் துக்காரர்கள் தங்கள் பயணத்திற்கு இடைஞ்சல் செய்யக் காத்துக் கொண்டிருக்கிறார்கள் என்பதை அவர்கள் அறிந்திருக்கவில்லை.

பழனியப்பன் தன் ஊர்க்காரர்களை உசுப்பேற்றிக்கொண்டிருந்தான். ‘காலம் காலமாய் கைகட்டி வாய்ப்பொத்தி வாழ்ந்த தறுதலைப் பயல்கள், இன்று நம் தெருப் பெண்களையே திருமணம் செய்துகொண்டு நமக்குச் சமதையாய் ஆவதா?’ சாதிக் கவுரவத்தையும் பொருளாதார வேறுபாடு களையும் ஆதாரங்களாய்க் காட்டிச் சூடேற்றினான். ‘சத்தியாக் காலனியிலிருந்து நாளை அத்தனைப் பயல்களும் வந்து நின்று நம் ஊர்ப் பெண்களைப் பொண்டாட்டிகள் ஆக்கிக்கொண்டால் நாம் தலை நிமிர்ந்து நடக்கமுடியுமா?’ ஆத்திரமாய்க் கேட்டு, எரிகிற நெருப்பில் எண்ணையை ஊற்றினான்.

அவர்கள் கொளுந்துவிட்டு எரியத் துவங்கினார்கள். சத்தியாகாலனிப் பயல்கள் முன்னை மாதிரி நமக்குப் பணிந்துபோவதில்லைதான் என்று ஏகமனதாய் முடிவுக்கு வந்தவர்கள், அத்தகைய மீறலுக்கான காரணத்தை விலாவாரியாக அலசிப்பார்த்தார்கள். அவர்களின் கரடுமுரடான மனத் திரைகளில் சத்தியாக்காலனி மக்களின் வசதியான வாழ்க்கையே உணர்ச்சி மிகுந்தக் காட்சிகளாக ஓடின...

ஏகதேசம் பதினைந்து வருடங்களுக்கு முன்னாலிருந்தே சத்தியாக் காலனிக்காரர்கள் தங்கள் தொழிலையும் பிழைப்பையும் மடைமாற்றத் துவங்கியிருந்தார்கள். தூத்துக்குடியில் கொத்தனார் வேலைக்கும் சித் தாள் வேலைக்கும் அதிகமானக் கூலிகள் கிடைக்கின்றன என்று யாரோ சொல்லி அவர்களில் சிலரை வல்லடியாய் அழைத்துக்கொண்டுபோக, சன்னஞ்சன்னமாய் மற்றவர்களும் தூத்துக்குடியை நோக்கிப் படை யெடுக்கத் துவங்கியிருந்தார்கள். கைநிறைந்தக் கூலியில் அவர்களின்

வாழ்க்கைத் தரமும் பழக்கவழக்கங்களும் பெரிதும் மாறின... முன்னேற்றத்தை நோக்கிய மாற்றங்கள். பகட்டான வாழ்க்கை முறைகள். அதனால் சம்சாரிகளின் தோட்டக்காடுகளுக்கு வேலைச்சோலிகளுக்குச் செல்லவேண்டிய அவசியமில்லாதிருந்தது அவர்களுக்கு. கூனிக் குறுகி நின்று கும்பிடுப்போட வேண்டிய தேவையும் இல்லை. சித்திராபுரத்துக்காரர்களைப் போல – ஏன் அவர்களைவிடச் சற்று செழிப்பாகவே – சத்தியாக்காலனிக்காரர்கள் தங்களின் வாழ்க்கைத்தேரை வனப்புடன் ஓட்டத் துவங்கினார்கள்.

ஓலைவீடுகள் கான்கிரீட் வீடுகளாயின. வீடுகளுக்குள் விலையுயர்ந்த ஆடம்பரப் பொருட்கள் பகட்டாகக் கொலுவேறிக்கொண்டன. மாடுகள், ஆடுகள் வைத்து விவசாயம் பண்ணியவர்களும் அவர்களில் இருந்தார்கள். பிள்ளைகள் படிக்கத் துவங்கினார்கள். படித்தவர்கள் பணி செய்யத் துவங்கினார்கள். செருப்புகள் அணிவதற்கு மறந்தும்கூட அனுமதிக்கப்படாதிருந்த அவர்களின் கால்கள் இப்போது பூட்ஸுகள் அணிந்து இருசக்கர வாகனங்களிலும் நான்குச் சக்கர வாகனங்களிலும் பகட்டாக உலாவரத் துவங்கின. சித்திராபுரத்துக்குமரிகளுக்கு சத்தியாக் காலனி இளைஞர்கள்மீது ஈர்ப்பு உண்டானது. அதைச் சித்திரா புரத்துக்காரர்கள் எதிர்ப்பார்த்திருக்கவில்லை... விரும்பவுமில்லை. அதனால், காதலர்களைக் கடுமையாகக் கண்டிப்பதும், உயிருக்குப் பயந்து அவர்கள் பிரிந்துகொள்வதும் உணர்ச்சி மிகுந்த தொடர்கதைகளாகிக் கொண்டிருந்தன.

பழனியப்பன் ஏற்கெனவே தன் மகள் கலாவதியின் விவகாரத்தில் காயப்பட்டுப்போயிருந்தான். சுடிதாரும் தோள்பையுமாக பன்னிரெண்டாம் வகுப்புக்குப் போய்க்கொண்டிருந்த தன் அருமை மகள் கலாவதியை சத்தியாக்காலனி கோலப்பனின் சின்ன மகன் ஜெகதீசன் அடிக்கடி சந்தித்துப் பேசிக்கொண்டிருந்த சங்கதி அரசபுரசலாய் பழனியப்பனின் காதுகளிலும் வந்து விழுந்திருந்தது. ஜெகதீசன் கல்லூரிக்குப் பயணப்பட்டுக் கொண்டிருந்தான். பேருந்து நிறுத்தத்தில் வைத்துத்தான் இருவருக்குமான இணக்கம் மொட்டுவிடத் துவங்கியிருந்தது. அனாயாசமாய் தன் காதுகளில் வந்து விழுந்திருந்த வதந்தியை மகளை அடித்துத் துவைத்து உறுதிப்படுத்திக்கொண்டான் பழனியப்பன். அதே வேகத்தில் ஜெகதீசனின் வீட்டுக்கும் ஆட்களோடுபோய் அவனை மானாங்கண்ணியாய் அடித்து உதைத்துவிட்டு வந்திருந்தான்.

இது நடந்து எட்டு மாதங்களைக் கடந்திருந்தது. அப்போதே சத்தியாக் காலனிக்குப் பெரிய அழிமானத்தைக் கொடுத்துவிட வேண்டும் என்றுதான் பழனியப்பன் வன்மமாய் தீர்மானித்திருந்தான். தன் மகளின் பெயரும் அசிங்கமாய் இழுபடுமே என்பதை சமயோசிதமாய் நியாபகப் படுத்திக்கொண்டு தீர்மானத்தை ஒத்திப்போட்டுவைத்திருந்தான். இப்போது சுந்தரேசன் – சங்கீதா விவகாரம் அவனின் பழைய தீர்மானத்துக்குச் செயல்வடிவம் கொடுக்கத் தோதுவாகப்போயிருந்ததை நினைத்து ஆறுதல்

பட்டுக்கொண்டான். புயல் வேகத்தில் தெருக்காரர்களைத் திரட்டிக் கொண்டு சத்தியாக் காலனிக்கு விரைந்துவந்தான்.

நேரம் ஏழு மணியைத் தாண்டியிருந்தது. திசைகளை எல்லாம் மூச்சுவிட முடியாதபடிக்கு இருள் திணறடித்துக்கொண்டிருந்தது. சத்தியாக் காலனி தெருவிளிம்பில் உடைசல் நெளிசலுமாய் தார்ச்சாலை கோரப்பட்டுக் கிடந்திருந்தது. சாலையின் இருமருங்கிலும் பெரிய பெரிய ஆலமரங்கள் 'சடைகள்' தொங்க உயரமாக நின்றிருந்தன. ஆயுத பாணிகளாக வந்தவர்கள் ஆவேசத்துடன் பொங்கி எழுந்தார்கள். சாலையோர மரங்களைக் கோடரியால் வெட்டிச் சாய்த்தனர். அவற்றைக் கூட்டாகச் சேர்ந்து இழுத்துவந்து சாலையின் மத்தியில் கோபுரமாய் குவித்து வைத்தனர். காலனித் தெருவுக்குள் காவல்துறை எளிதில் நுழைந்துவிட முடியாதபடிக்கு பெருந்தடையை உருவாக்கினார்கள்.

காலனித்தெருச் சனங்களுக்குக் கதி கலங்கிற்று. அவர்களில் அதிகம் பேர்கள் தூத்துக்குடிக்குப் பிழைப்புநிமித்தம் போயிருந்தார்கள். வாரம் தோறும் ஞாயிற்றுக்கிழமைகளில்தான் ஊருக்கு வந்தார்கள். ஞாயிற்றுக் கிழமைதான் அவர்களுக்கு வார விடுமுறை நாளாக இருந்தது. அதற்கு இன்னும் இரண்டு நாட்கள் கிடந்தன.

உள்ளூரிலிருந்த சொற்ப ஆண்களும் பெண்களும் அவசரத்தில் தங்களின் கைகளுக்குக் கிடைத்ததை – குழந்தைகளைக்கூட – பதற்றத்துடன் எடுத்துக்கொண்டு தெருவின் மறுமுனைக்குக் குலைநடுங்க ஓடி வந்து காட்டுக்குள் மறைந்துகொண்டார்கள். வீடுகளும், வீடுகளுக்குள் கிடந்திருந்தப் பொருட்களும், கால்நடைகளும், பழனியப்பன் கும்பலின் ஆவேசத்துக்கு இரைகளாகிப்போயின. இரண்டு மணிநேரம் கழித்தே காவல்துறை தன் கடாமுடா வாகனத்தில் வந்து இறங்கியது. ஆறு பேர்கள் மட்டுமே கொண்ட 'அடக்கமான' காவல் துறை! அவர்கள் தோரணையாய் வந்து இறங்குவதற்குள் அடாவடிக் கும்பல் துள்ளிக் குதித்தோடிப்போய் தோட்டக்காடுகளிலும் குளக் கரையிலும் ஒளிந்து பதுங்கிக்கொண்டது. காவல்துறையால் கையைப் பிசைந்துக்கொண்டுதான் நிற்க முடிந்தது. வேறு வழியில்லாமல், கோபுரமாகக் குவிந்திருந்த மரக்கட்டைகளைத் தூக்கியெடுத்து அப்புறப்படுத்து வதற்குத் தயாரானது.

சற்றைக்கெல்லாம் போலீசுக்காரர்கள் காலனித்தெருவுக்குள் நுழைந்து விசாரணையை முடுக்கிவிடத் துவங்கினார்கள். அடுத்து அவர்கள் சித்திராபுரத்துக்கும் வரலாம் என்பதை பழனியப்பன் சமயோசிதமாய் அனுமானித்துக்கொண்டான். சித்திராபுரத்தில் ஆம்பளைகள் இல்லாத வீடுகளை ஆதாரங்களாய் எடுத்துக்கொண்டு பெண்களிடமும் குழந்தைகளிடமும் தங்கள் சூரத்தனங்களைக் காட்டலாம் அவர்கள். அவர்களின் குதர்க்கமான விசாரணையில் மூளைக் குழம்பிப்போகிறவர்கள், ஆம்பளைகளின் இருப்பிடங்களை அட்சர சுத்தமாகச் சொல்லியும்

கொடுத்துவிடலாம் என்று குமைச்சலுடன் நினைத்துப்பார்த்தான் பழனி யப்பன்.

அவனுக்குள் கவலை மூண்டது. இனி இங்கேயே முடங்கிக்கிடப்பது நல்லதல்ல என்று அவனின் உள்மனம் அறிவுறுத்தியது. நேரமும் கணிசமாய் கடந்திருந்ததுபோலத் தோன்றியது அவனுக்கு. பத்துமணிக்குமேல் ஆகி யிருக்கலாம் என்று உத்தேசமாகக் கணித்துக்கொண்டான். சற்று முன்பு வரை தன் அருகாமையில் அசரீரியாய் கேட்டுக்கொண்டிருந்த 'குசுகுசு' சத்தம் இப்பொழுது அறவே இல்லாமல் ஓய்ந்திருந்ததைப் புரிந்துகொண்டு உள்ளுக்குள்ளே கலவரப்பட்டான். எல்லோரும் குளக்கரையைவிட்டுப் பொன்னம்போல வெளியேறிப்போய் கமுக்கமாய் அவரவர் வீட்டை அடைந்திருப்பார்கள் என்று கறாராய் தீர்மானித்துக்கொண்டான். இந்நேரம் தான்மட்டுமே வீட்டில் இல்லாதிருந்தால் காவல்துறைக்குத் தன் மீதுதானே சந்தேகம் வலுக்கும் என்று கலவர மனத்துடன் யோசித் துப் பார்த்தான். பதற்றமாயிருந்தது அவனுக்கு.

ஓடி ஒளிந்திருந்த காலனித் தெருவாசிகள் இப்போது சரம்சரமாக தங்கள் வீடுகளுக்கு வந்திருக்கவேண்டும். காவல் அதிகாரிகளிடம் அவர் கள் தொண்டைகள் கிழிய முழங்கிய அலறல்களும் வசைகளும் பழனி யப்பனுக்கு அரசல்புரசலாய் கேட்டுக்கொண்டிருந்தன. அழட்டும்... அகம்பாவம் பிடித்தவர்கள். வக்கிரத்துடன் நினைத்துச் சந்தோசப் பட்டான். ஜெகதீசன் மற்றும் சுந்தரேசன் போன்ற தராதரம் அறியாதக் காலனித்தெரு இளவட்டங்களுக்கு இதுதான் சரியானப் பாடம் என்று சிலாகிப்பாய் நினைத்தான்.

சுந்தரேசனும் சங்கீதாவும் இப்போது சத்தியாக்காலனியில் இல்லை என்பதும், நாங்குநேரியில்தான் இருக்கிறார்கள் என்பதும் பழனியப் பனுக்குத் தெரியாமல் இல்லை. தற்போது அவர்கள் மட்டும் சத்தியாக் காலனியில் இருந்திருந்தால் கலவரத்தோடு கலவரமாக அவர்கள் இரு வரையும் அடித்துத் துவைத்து அங்கேயே அழிமாட்டம் செய்திருக்கலாம் என்று கொலை வெறியுடன் நினைத்துப் பார்த்தான். நாங்குநேரியில் தன் வீரம் பலிக்காமல் போய்விடும் என்பது அவனுக்குத் தெளிவாகத் தெரிந்திருந்தது. அங்கே சுந்தரேசனின் சாதிக்காரர்கள் பெருவாரியாக இருந்தார்கள். அவர்களிடம் சண்டைப் போட்டுவிட்டு சாமான்யமாக வெல்லாம் ஊரைவிட்டு வெளியே வந்துவிட முடியாது என்பதை அறிந் திருந்தான் பழனியப்பன்.

தன் மகள் கலாவதியைக் காதலித்திருந்த ஜெகதீசனையாவது காவுக் கொடுத்துவிட வேண்டும் என்று கங்கணம் கட்டிக்கொண்டுதான் கலவரத்தின் ஆரம்பத்தில் சத்தியாக்காலனி முழுவதும் சல்லடைப் போட்டுத் தேடியிருந்தான் பழனியப்பன். சாமார்த்தியமாய் ஜெகதீசனும் எங்கேயோ கம்பியை நீட்டிவிட்டிருந்தது பிறகுதான் தெரிந்தது. தரையில் கிடத்தியிருந்த பெட்ரோல் கேனையும் கோடரியையும் படபடவென்று கையில் எடுத்துக்கொண்டான் பழனியப்பன். இருட்டு

அவன் கண்களைத் திரைப்போட்டு மறைத்தது. பகலில் பலமுறை நடந்து திரிந்து பழக்கப்பட்டிருந்த இடம். கால்வைத்தத் திசைகளில் பாதைகள் துலங்கின. பாதைகள் எல்லாம் தெளிவாகத் தெரிந்தன.

குளக்கரையின் மேட்டுக்கு வந்தான். இப்போதுதான் கீழ்வானத்தின் நெற்றியில் பன்னரிவாள் வடிவத்தில் நிலவு தொங்கிக்கொண்டிருந்தது தெரிந்தது. இது தேய்பிறைக் காலம் என்பதைப் புரிந்துகொண்டான். நிலவுக்குக் கோடிக் கும்பிடுகள்! அதன் உபயத்தால்தானே இப்போது அவனால் குளக்கரையோரம் பதனமாக நடந்துவந்து தெருவைச் சுளுவாக அடையமுடிந்திருந்தது! அவனுக்கு முன்னரே மற்றவர்கள் எல்லோரும் அவரவரின் வீட்டுக்கு வந்து அடைக்கலமாகியிருந்ததைத் தன் பெண்டாட்டியிடம் கேட்டு உறுதிப்படுத்திக்கொண்டான். எம காதகர்கள்! பிரச்சினையான நேரத்தில் தன்னிடம் அணக்கம்கூடக் காட்டாமல் மண்ணுள்ளிப் பாம்புகளாய் உருவிக்கொண்டு வந்துவிட்டார்களே என்று நினைத்து அவர்கள்மேல் விசனப்பட்டுக்கொண்டான்.

அவசரம் அவசரமாய் புறவாசலுக்குச் சென்றான். கோடரியையும் பெட்ரோல் கேனையும் வேகமாய் குழிக்குள் வீசினான். பிணங்களாய் விழுந்து முடங்கிக்கொண்டன அவை. கைகளால் அதறபதற மண்ணள்ளிப் போட்டுப் பிணங்களை மூடினான். தரை சமதளம் ஆனது. ஒரே நடைவீச்சில் முற்றத்திற்கு வந்தான். தன்னைச் சிரமப்படுத்திக்கொண்டிருந்த லுங்கியை அவிழ்த்தெடுத்துத் துவைக்கல்லின்மேல் தொப்பென்று போட்டான். மரத்தின் அசையில் காயப்போட்டிருந்த வேட்டியை எடுத்து அரையில் செம்மையாகக் கட்டிக்கொண்டான். மேல்சட்டை கசகசத்துக் கிடந்தது. அதையும் கழற்றியெடுத்து லுங்கியின்மேல் விட்டெறிந்தான். துவைக் கல்லின் அருகில் நிறுத்தியிருந்த சிமெண்டுத் தொட்டியில் நீர் கிடந்து அளைந்துகொண்டிருந்தது. கைகளால் நீரைக் கோரியெடுத்து விறைப்பாயிருந்த தன் முகம், முழங்கைகள், கால்களில் அடித்துக் கழுவினான். ஆயாசமாய் இருந்தது அவனுக்கு. நடுவீட்டுக்கு வந்தான். அவனை எதிர் பார்த்துக்கொண்டு நின்றிருந்த பெண்டாட்டியின் கையில் வெள்ளைநிறத் துண்டு ஒன்று அனுசரணையாய் தொங்கிக்கொண்டிருந்தது தெரிந்தது. அதை அவளிடமிருந்து அவசரமாய் வாங்கிக்கொண்டான். ஈரம் தோய்ந் திருந்த தன் முகத்திலும் கைகளிலும் அழுத்தித் தேய்த்துத் துடைத்தான். பசி குடலைப் புரட்டிக்கொண்டிருந்தது அவனுக்கு. தன் கூட்டாளி களுடன் சேர்ந்து ஓட்டலில் மதியமே விழுங்கியிருந்த சோறு, குவாட்டர் 'எம்.சி'யைக் குடித்திருந்த வெறியில் வயிறு நிறைய கறிச்சோற்றைத் தின்று முடித்திருந்தான். மதியத்திற்குப் பிறகு இதுவரைக்கும் சாப் பிட்டுக் கொள்வதற்கு அவகாசம் வாய்க்காமலிருந்தது அவனுக்கு. கலவரப் பதற்றத்தில் காப்பிக் குடிக்கக்கூட முடியாமல்போயிருந்தது. பெயரளவில் தான் இப்போதும் நிதானமாக இருந்தான். காவல்துறை தன் வீட்டுக்கு வந்து நின்று தாறுமாறாகக் கேள்விகள் கேட்டுக் குடைந்தெடுத்து விடக்கூடாதே என்ற கவலை இருந்தது அவனுக்குள். அவர்கள் வீசும் கேள்விக் கொக்கிகளில் எக்குத்தப்பாய் மாட்டிக்கொண்டால் விபரீதமாக

அல்லவா போய்விடும் என்று நினைத்து வெப்புராளப்பட்டான். வன் கொடுமைச் சட்டத்தில் குற்றம் சுமத்திப் பிணையில் வெளிவர முடியாத வாறு உள்ளே தள்ளி உயிரை வாங்கிவிடுவார்களே என்று நினைத்து உணர்ச்சிவசப்பட்டான். இன்று இரவு ஒருநாள் மட்டும் கழிந்தால் போதும். விடிந்ததும் திருநெல்வேலிக்குச் சென்று தலைவரிடம் பேசி விவகாரத்தை விநயமில்லாமல் முடித்துவிடலாம் என்ற எதிர்பார்ப் பிருந்தது அவனுக்கு. முதலில் தன் பெண்டாட்டியிடமும் மகளிடமும் சொல்லி எச்சரித்து வைக்கவேண்டும் என்று திடீரென்று முடிவெடுத் தான். எதிரில் நின்றிருந்த பெண்டாட்டியை அலட்சியமாக ஏறிட்டுப் பார்த்தான்.

‘‘ஏய் இவள! போலிஸ்காரனுவ வந்து ஏதாச்சும் அதட்டி உருட்டிக் கேட்டா அம்மையும் மொவளும் உளறிக் கொட்டிராதிய. நா வெளியப் போகாம வீட்டிலேதான் படுத்துக்கெடந்தேன்னு தைரியமாச் சொல்ல ணும். தெரிஞ்சிதா? கலாவதிய எங்க? அவள வரச்சொல்லு... அவக்கிட் டயும் சொல்லிவைக்கணும்.’’

நடுவீட்டில் கிடந்த மர நாற்காலியில் வந்து மிதப்பாக அமர்ந்து கொண்டான் அவன்.

அவள் பதற்றமாக நின்றிருந்தாள். அவனின் முகத்தை ஏறிட்டுப் பார்க் கும் திராணியின்றித் தலைகுனிந்திருந்தாள்.

அவனுக்கு ஆத்திரம் பீறிட்டுக்கொண்டு வந்தது. அவளை நோக்கி ஆவேசத்துடன் கத்தினான். ‘‘அட எரும மாடு! நா என்னச் சொன்னென், நீ அசையாம நிக்க? கலாவதிய வரச் சொன்னமில்லியா?’’

பூகம்பத்தில் குலுங்கிய கட்டிடத்தைப்போல அவன் அதட்டலில் அவளின் தாட்டியமானத் தேகம் கிடுகிடுவென அதிர்ந்தது. கரகரத்தக் குரலில் நடுக்கத்துடன் சொன்னாள்:

‘‘காலம்பற காலேஜீக்குப் போன கலாவதி இன்னும் வீட்டுக்கு வரலிங்க.’’ அழுதே விட்டாள்.

அவனுக்கு நெற்றிப்பொட்டில் சுத்தியல்கொண்டு அடித்தது மாதிரிச் சுளீர் என்று தெறித்தது. பொறிகலங்கிப் போனான். விருட்டென்று எழுந்து நின்று, ‘‘குடியக் கெடுத்துட்டாளே கொழுப்பெடுத்த முண்ட, அவக்கூடப் படிக்கிறப் பிள்ளைங்கக்கிட்ட எல்லாம் வெசாரிச்சியா நாய?’’ என்று தீயாய் கொழுந்துவிட்டு எரிந்தான்.

‘‘எல்லார்கிட்டயும் வெசாரிச்சமுங்க. அவ இன்னிக்கு காலேஜ்க்குப் போவலியாம்.’’

கறை

‘ஈஸ்வரி காப்பிக்கடை’ நின்றிருந்த மறக்குடியின் கிழக்கு அற்றம், பறக்குடியின் மேற்கு அற்றமாக இருந்தது. கடையின் மத்திய அறை கான்கிரீட் கூரையும், முன்னறை செதில்செதில்களாய் இலைவிட்ட தென்னங்கீற்றுக் கூரையும்கொண்டு ஒரு குகைபோல மிரட்டிக் கொண்டிருந்தது. கூரைக்குக் கீழ் நின்றிருந்த சிமெண்டுத் திண்ணையில் பாய்லர் வைத்துச் சூடாக்கிக் காப்பியோ டீயோ கலக்கிக் கொடுத்துக் கொண்டிருந்தார் கண்ணுப்பாண்டி. காலை வேளையில் ஆவிப் பறக்கும் இட்லிகளும், தோசைகளும், எண்ணெய் மினுங்கும் வடைகளுமாய் வியாபாரம் கொடிகட்டிப் பறந்தது. மறக்குடி மற்றும் பறக்குடி சனங் களைத் தவிர சுற்று வட்டாரத்திலிருந்து அந்தத் தெருவழியே பேருந்து நிறுத்தம் நோக்கிச் செல்லும் மற்ற சாதிக்காரர்களும் அந்தக் கடையின் முன் செத்தநேரம் தவங்கலாக நின்றுகொண்டு நாக்குச் சொட்ட காபியோ டீயோ வாங்கிக் குடித்துவிட்டுச் சென்றனர். ஊரில் பறக் குடிச்சனங்களே எண்ணிக்கையில் பெருத்திருந்தனர். கடையின் வாடிக் கையாளர்களாகவும் அவர்கள்தான் அதிகமாக இருந்தனர். அவர்களை நம்பியப் பிழைப்பாகத்தான் கடையின் வியாபாரம் இருந்தது. மறக் குடிச்சனங்கள் குறைவானவர்களாகத்தான் இருந்தாலும் நிலபுலன்கள் அவர்கள் கைகளில் இருந்தன. அதனால் அதிகாரமும் அவர்கள் கைகளில் தான் இருந்தது.

கண்ணுப்பாண்டிக்கு அந்தக் கடையை வைத்தப் பிழைப்புதான். கடைக்குக் கீழ்புறம்தான் அவரின் வீடு இருந்தது. காப்பிக் கடையில் கிடைத்த வருமானத்தைக்கொண்டு வீட்டில் ஒரு பசுவை வாங்கிவிட்டிருந் தார். தலை ஈத்து முடிந்திருந்தப் பசு. அவர்களின் கைக்கு வந்த மறு வருசத்தில் மறு ஈத்தும் போட்டிருந்தது அது. கன்று வளர்ந்து காலாற நடந்துபோய் நாலு வாய் பச்சையைக் கடிக்கத் துவங்கியப் பிறபாடுதான் பசுவைக் கையடிக்கவேண்டுமென்று திட்டம் போட்டிருந்தார்கள். அந்தப் பணத்தில்தான் முத்தாரத்தின் கல்யாணத்தை முடித்துவைக்க வேண்டும். ஒற்றைக்கொரு பொட்டப்பிள்ளை அவள். அவர்களின் சம்பாத்தியமெல்லாம் அவளுக்குத்தான் பாத்தியப்பட்டதென்று நினைத் தார்கள். அவளுக்கும் வயது இருபத்தைந்தைத் தொட்டுக்கொண்டு நின்றது. கை, கால்கள் எல்லாம் உருட்டுக் கட்டைகள்போல வீங்கி,

உடம்பு வேப்பம் மூட்டைப்போல பருத்துவிட்டிருந்தன. தனித் தீவனம் தின்றுகொண்டிருந்ததால் வஞ்சனையில்லாமல் வளர்ந்திருந்தாள். இனியும் அவளின் கல்யாணத்தைத் தள்ளிப்போட்டுக்கொண்டு வந்தால் அவள் அரைக் கிழடாகிப் போய்விடுவாளோ என்றுகூட அவர்களுக்கு அச்சம் வரத் துவங்கிற்று.

போனமாதமே சிங்கம்பத்திலிருந்து செல்லையா மகன் சங்கரப் பாண்டிக்குப் பெண்கேட்டு வந்திருந்தார்கள். மாப்பிள்ளை ஆட்டோ ஓட்டுகிறானாம். கோட்டைக்கட்டி வாழமுடியாவிட்டாலும் வயிற்றுப் பாட்டுக்குக் குறை வைக்காத வருமானம். சிக்கனமாகத்தான் சீர்வரிசைக் கேட்டிருந்தார்கள்... பத்துப் பவுன் நகையும் இருபதாயிரம் ரொக்கமும். கோவணம் பாய்த்துக் கூலிவேலைக்குப் போகிறவனும் இப்போதுதான் சீர்வரிசை வாங்கிக்கொண்டுபோக பெரிய கடவாப் பெட்டியைத் தூக்கிக் கொண்டு வந்துவிடுகிறானே. ஆட்டோ ஓட்டுகிறவன் அவனைவிட மட்டமா என்ன!

கண்ணுப்பாண்டிக்கும் பொன்வடிவுக்கும் கையைக் கடித்தது. திடுதிப்பென்று இவ்வளவுப் பணத்துக்கு எங்கே போவதென்று ஒருவருக் கொருவர் ஊமைகளாய்க் கேட்டுக்கொண்டு விழிப் பிதுங்கினார்கள். ஆனாலும், சம்பந்தத்தை விட்டுவிட அவர்களுக்கு மனசும் இடந்தர வில்லை. மாப்பிள்ளை மூக்கும் முழியுமாய் லச்சணமாய் இருந்தான். முத்தாரமும் அவனும் தெருவில் ஒன்றாய் கைவீசி நடந்துபோனால் எம்ஜியாரும் சரோஜாதேவியும்போல எடுப்பாகத் தோன்றுவார்கள்.

மாப்பிள்ளை வீட்டாரிடம் ஆறு மாதங்கள் தவணைக் கேட்டிருந் தார்கள். ஆறு மாதங்களில் கன்று வளர்ந்து தழைத் தின்னத் தொடங்கி விடும்... பசுவைக் கையடித்துவிடலாம். ஏகதேசம் கடையிலிருந்தும் கணிசமான வருவாய் கிடைக்கும். ''ஏலெய் என்ன? குண்டிலக் கொழுப்பு வச்சிருச்சால? புழுதித் தரையில ஒக்காந்துக் காப்பிக் குடிக்கிறவனுக்கு சிம்மாசனம் கேக்குதோ? கீழ ஒக்கார்ந்து குடில... நாய''.

''குறுக்கெலும்பு அரிக்குப் பாண்டியன். அதாம் சொவர்மேலச் செத் தம் ஒடம்பச் சாச்சிக்கிட்டென்''

''சாய்ப்பலெ சாய்ப்ப. நாயில்லாத ஊர்ல நரி அம்பலம் பண்ணக் கதையா ஒடம்பச் சாய்ப்ப. அப்படிச் சாய்க்கிற ஒடம்பக் கோடரியாலக் கீறி வவுந்துட்டா? அப்பொறம் என்ன செய்வ?''

''என்ன பாண்டியன் இதுக்கெல்லாம் போயி பெரியப் பெரிய வார்த் தயாப் பேசுதிய? ஒக்கார முடியாமத்தான நட்டம நின்னு சொவர்ல சாஞ்சிக்கிட்டேன். அது ஒங்களுக்குத் தப்பாத் தெரிஞ்சா இனிமெ நிக்கல பாண்டியன். ஏதோ அவசரத்துல நின்னுப்புட்டென்... எம்மேல வம்மம் வைக்காதிய''

“அப்போ நீ நின்னது எனக்கு மட்டுந்தாந் தப்பாத் தெரிஞ்சிது? ஒனக்கு அது சரியாத் தெரிஞ்சிதோ?”

“இல்ல பாண்டியன். நா செஞ்சது தப்புன்னுதா சொன்னென்”

“எட்டி மிதிச்சமின்னா எங்கப் போயி வுழுவத் தெரியுமா? நாச் சொன்னதுக்கெல்லாம் எசலிப்புப் பேசிக்கிட்டு. தாயோளியா.. அப்பப் பொ ஓங்களத் தட்டி வச்சாத்தாம்ல மட்டுமரியாதையோட நடப்பிய. குண்டிக் கொழுத்தா நண்டு பொந்துக்குள்ள இருக்காதாமில்ல?”

“அப்படிப்பட்ட ஆளில்ல பாண்டியன் நா. ஓங்கள மதிக்காம தெருவுலப் போற வேற யாரையுமா மதிக்கப்போறென்.”

தங்கத்துரையின் கோபம் மூக்கின்மேல் ஏறி நின்றது. கொள்ளிக்கட்டைகளாய் கனன்று கொண்டிருந்த அவன் விழிகளிலிருந்து தீப்பொறிகளாய் பார்வை விழுந்து சிதறியது. தேக நாளங்களில் ரத்தம் தறிகெட்டுப் பாய... மூளை நரம்புகளில் முள் அழுத்தலாய் அவமானம் கீறிக்கொண்டு தெறிக்க...

“பறத் தாயளி... தெருவுலப் போறவங்களுக்கா?” நின்றமேனிக்கே தன் இடதுகாலை ஆவேசமாய் தூக்கி மாடசாமிக் கிழவரின் நெஞ்சில் அழுத்தமாய் மிதி கொடுத்தான். ரொம்பவும் வலுவானக் கால்கள் அவனுக்கு. வெற்று வயல்களில் கிடைப்போட்டிருந்த ஆடுகளைத் திருட்டுத்தனமாய் தூக்கிவந்து அறுத்துப் பங்குவைத்துத் தின்று உருக்குத் துண்டுகளாய் உரம் பெற்றிருந்த கால்கள். இளவட்ட வயசு. எதையும் பாகுபாடுப் பார்க்காமல் திண்டுக்குமுண்டாய் செய்து பார்க்கும் பருவம். இளம் மீசை துடிதுடித்துக்கொண்டிருக்க, பீடிக் கறைப் படிந்த அவனின் தடித்த உதடுகள் தணலாய் கொதித்தன.

கையில் பிடித்திருந்தக் காப்பித் தம்ளரோடு மல்லாக்க விழுந்திருந்தார் மாடசாமி. உழைத்துக் களைத்த வயசு அவருக்கு. மேப்பொறந்தான்களின் காடுகளில் மேனி உருகப் பாடுபார்த்தே அவரின் தேகம் சுருக்கம் விழுந்து தொய்ந்துகிடந்தது. குச்சிக் குச்சிக் கால்களும் கைகளும் ஒப்புக்கு அவர் உடம்பில் ஒட்டிக்கொண்டிருந்தன. நெஞ்செலும்புகள் ஈர்க்குக் குச்சிகளாய் துருத்திக்கொண்டிருந்தன. உதை வாங்கியிருந்ததில் அவை உடைந்துப் போயிருந்தாலும் ஆச்சரியப்படுவதற்கில்லை என்று தோன்றியது. அடுப்புக்குள் செருகிய விறகுகளாய் கைகளும் கால்களும் விறைப்பாய் விரிந்துகிடக்க, தரையில் விழுந்த வேகத்தில் அவர் கையில் வைத்திருந்த கண்ணாடித் தம்ளர் அவரின் தலைமாட்டில் விழுந்து கிடந்தது. புண்ணியமாய்ப்போக, அது உடைந்திருக்கவில்லை. தம்ளரைச் சுற்றிக் காப்பி கவிழ்ந்து நசுநசுப்புடன் உறைந்திருந்தது தெரிந்தது. அரைத் தம்ளர் அளவே காப்பியைக் குடித்திருந்தார் அவர். அதற்குள்ளாக தங்கத்துரைக்குப் ‘பேய்’ பிடித்திருந்தது... சாதிவெறிப் பேய்.

கடையில் அமர்ந்திருந்தவர்கள் கொத்தாக எழுந்துகொண்டு முற்றத்திற்கு வந்து நின்றனர். எல்லோரும் மறக்குடிப் புண்ணியவான்கள். ஆளாளுக்கு மாடசாமியைப் பரிகாசம் செய்துகொண்டு சிரித்தனர்.

''அப்பப்பொ இவனுகளுக்கு இப்பிடி வரும்படிக் கொடுத்தாத்தா செவனேன்னு அடங்கிக்கெடப்பானுவ.''

''வாரியக் கட்டைக்குப் பட்டுக் குஞ்சமாம்...நாய்ப் பய. கெடக்க வேண்டிய எடத்துல ஒழுங்காக் கெடக்கவேண்டியதான? எடுப்பெடுத் துக்கிட்டு நின்னா இப்பிடித்தாம் வாங்கிக்கட்டணும்''

''சின்ன சாதி நாய்க்குச் சிம்மாசனம் கேக்குதாக்கும்?''

கடைக்குள் நின்றிருந்த கண்ணுப்பாண்டிக்குக் கதிகலங்கிப் போயிற்று. இடுப்புவேட்டியை இறுக்கிக் கட்டிக்கொண்டு தங்கத்துரையை நோக்கி ஓடிவந்தார்.

''லே சின்னத்தாயளி நீ இன்னொரு மிதி மிதிச்சா அவென் செத்துப் போயிருவான்லெ. எங் கடைக்கு முன்னாலப் பொலிப் போட்டுராத. நல்லா இருப்ப, எங் யாவாரத்தக் கெடுத்துப்புடாத.''

தங்கத்துரையின் முரட்டுக் கையை இறுக்கிப் பிடித்திழுத்து அவனைத் தூரமாய் கொண்டுவந்து விட்டார். முற்றத்தில் வந்து நின்றிருந்தவர்கள் கலகலவென்று சிரித்துக்கொண்டு மீண்டும் கடைக்குள்போய் உட்கார்ந்து கொண்டனர். காப்பிக் குடிக்கவும் செய்தித் தாள்களைப் பார்ப்பதுவுமாக அவர்கள் காரியங்கள் கறாராகத் தொடர்ந்தன.

சாயந்தர நேரம் என்பதால் கடைக்குமுன் மனிதர்களின் சந்தடி கலகலக்கத் துவங்கியிருந்தது. இன்னும் பறக்குடியிலிருந்து வேறு யாரும் காப்பிக்குடிக்கவந்திருக்கவில்லைபோல. வந்திருந்தால்தங்கத்துரையிடம் கெஞ்சிக் கூத்தாடி மாடசாமிக்கு உதை விழாமல் தாக் காட்டியிருப் பார்கள் என்று கரிசனத்துடன் நினைத்துக்கொண்டார் கண்ணுப்பாண்டி.

சிரமப்பட்டு எழுந்து உட்கார்ந்தார் மாடசாமி. தன் முதுகிலும், கை, கால்களிலும் மண்துகள் பசைபோல ஒட்டியிருந்ததைக் கண்டு அதைச் சடவோடு துடைத்துவிட்டுக்கொண்டார். தேகமெங்கும் உளைச்சல் எடுத்ததுபோல அழுத்தியது. எலும்புகள் கணுக்கணுவாய் வலியெடுத்தன. அரைமணி நேரத்துக்கு முன்புவரை உடம்புக்கு முடியவில்லை என்று வீட்டிலே முடங்கிக்கிடந்த மனுசன். கொஞ்ச நாட்களாகக் காடுகரைகளுக்கு வேலைக்குக்கூடச் செல்லாமல் வீடே கதியென்று கிடந்தவர்தான். மகன்காரன் வேல்முருகன் அவரைக் காட்டு வேலை களுக்குப் போகக்கூடாதென்று கறாராக உத்தரவுப் போட்டிருந்தான். அவன் குடிக்கும் கூழையோ கஞ்சியை அவர் குடித்துக்கொண்டால் போதும் என்றிருந்தான். அவரின் தொண்டைக்குள் ரெண்டு நாட்களாக சளித் திரண்டு உயிரை வாங்கிக்கொண்டிருந்தது. ஒரு தம்ளர் காப்பிச் சூடாகக் குடித்துக்கொண்டால் நெஞ்சுக்கு இதமாய் இருக்கும் என்று நினைத்திருந்தார்.

சிரமப்பட்டு எழுந்துகொண்டு பொடிநடையாய் காப்பிக் கடைக்கு வந்திருந்தார். பறக்குடிச் சனங்களுக்கென்று ஓரமாய் ஒதுக்கிவைத்திருந்த

கண்ணாடித் தம்ளர்களில் ஒன்றைக் கையில் எடுத்தார். அதில் காப்பியை ஊற்றித் தந்த கண்ணுப்பாண்டியிடம் காசுகளைத் தந்துவிட்டு கடைக்கு முன் இடிந்துகிடந்த கட்டை மண்சுவரில் தன் முதுகு அழுந்த நின்று காப்பியை ஆவிப்பறக்கக் குடித்துக்கொண்டிருந்தார். வழக்கமாய் தரையில் குத்துக்காலிட்டு உட்கார்ந்து குடிக்கும் பறச் சனங்களைக் கண்டு பரிகாசமாய் சிரிக்கும் தங்கத்துரைக்கு மாடசாமி சுவரில் சாய்ந்து நின்று குடிப்பதைப் பார்த்ததும் கோபம் பற்றிக்கொண்டு வந்திருந்தது. இப்போது ஒருவாரமாய் கண்ணுப் பாண்டியின் காப்பிக் கடையில் ஈயாடத் துவங்கியிருந்தது. மறக்குடிச் சனங்களும், அகஸ் மாத்தாய் அந்தத் தெருவழியே பேருந்து நிறுத்தம் நோக்கிச் சென்ற பக்கத்து ஊர்க்காரரங்களில் சிலருமே அவ்வப்போது வந்து ஈக்களை விரட்டிக்கொண்டிருந்தனர். பெருத்த வீடுகளைக் கொண்டிருந்த பறக் குடிச் சனங்களில் யாரும் இப்போது அவரின் கடைப் பக்கம் காற்றாடக் கூட வருவதில்லை. ரொம்பவும் வேகமாக நடைப்போட்டுக் கொண்டிருந்த காப்பிக் கடையின் விற்பனை, மாடசாமியைத் தங்கத் துரை தாக்கியதிலிருந்து நொண்டி யடிக்கத் துவங்கியிருந்ததுதான் உண்மை.

கண்ணுப்பாண்டிக்குக் குமைச்சலாக இருந்தது. பறைச்சனங்கள் எல்லோரும் தீர்மானத்துடன் தன் கடைக்கு வராமல் நின்றுவிட்டார்களா என்று நினைத்துப் பார்த்தார். அவர்கள் வரவில்லையென்றால் வியா பாரம் எப்படிச் சூடுபிடிக்கும் என்று நினைப்போடியது அவருக்கு. மனசுக் குள்ளே வெப்புராளப்பட்டார். முத்தாரத்தின் கல்யாணத்துக்குப் பணம் சேர்ப்பது எப்படி, நகை நட்டுகள் வாங்குவது எப்படி என்று கணக்குப் போட்டுப் பார்த்துக் கண் கலங்கினார். பசுமாட்டை விற்றால் நகைகள் மட்டுமே வாங்க முடியும் என்று தோன்றியது. ரொக்கப்பணம் கொடுப் பதற்கு என்னச் செய்ய? முத்தாரம் அவரின் மனக்கண்ணில் காட்சி தந் தாள். மதர்ப்போடு வளர்ந்து நின்றிருந்த அவளின் தேகம் அவர்முன் மலையாய் தோன்றி மிரட்டிக்கொண்டு நிற்பதாக உறுத்தியது. மாப்பிள்ளை வீட்டாருக்கு என்ன பதில் சொல்லமுடியும் என்று யோசித்துப் பார்த் தார். மூன்று மாதங்களில் தேவையானப் பணத்தைச் சம்பாதித்துவிட முடியுமா? முன்னால் நின்றிருந்த பாய்லரைப்போல அவரின் மனசும் புகைந்தது.

ஒன்றிரண்டு நபர்களே கடைக்கு உள்ளிருந்து காப்பிக் குடித்துக் கொண்டிருந்தனர். அனைவரும் மறக்குடிச் சண்டியர்கள். அவர்களில் தங்கத்துரையும் ஒருவன். முன்பெல்லாம் இவ்வளவு நேரத்துக்குப் பறக் குடிச் சனங்களும் வழிப்போக்கர்களுமாகக் குழுமிக்கிடந்து காப்பிக் கடையைக் கலகலப்பாகவைத்திருப்பார்கள். இப்போது எல்லாம் மாறிப் போய்விட்டன. கழுதைத் தேய்ந்து கட்டெறும்பான கதைதான். இன்னும் கொஞ்ச நேரத்தில் பொன்வடிவு கடையில் நின்றுகொள்ள வந்துவிடுவாள் என்பது அகஸ்மாத்தாய் அவரின் நினைவுக்கு வந்தது. கடையில் வியாபாரம் குறைந்துகொண்டு வந்ததைப் பற்றி அவள்கூட அவரிடம் மனம் பேதலிக்க மறுகியிருந்தாள்.

இந்தப் பறச் சனங்களுக்கு எங்கிருந்து புதிதாக இந்தத் துணிச்சல் வந்தது? முன்பெல்லாம் எத்தனை முறைகள் யார் யார் கைகளினாலோ அடி உதைகள் வாங்கியிருக்கிறார்களே. அப்போது இல்லாதிருந்த தன் மானமும் சுயமரியாதையும் இப்போது எங்கிருந்து, எப்படி வந்து விட்டது? அவரின் இதயப் பெருவெளியில் நினைவுச் சூறாவளி கட்டுப் பாடு இல்லாமல் சீறிப்பாய்ந்து சிதறடித்துக்கொண்டிருந்தது.

பொன்வடிவு ஓடிவந்து நின்றாள் அவருக்கு முன்.

‘‘என்னங்க. மாப்ள வூட்லயிருந்து பேசினாவா. கல்யாணத்தச் சீக்கிரமாவே வச்சிக்கிரணுங்காவா.’’

‘‘எதுக்காம்?’’

‘‘மாப்பிள்ளைக்கு அடுத்த மாசம் ரெட்டிப்பு வயசு ஆரம்பிச்சிருமாம். அதனால இந்த மாசத்துலயே கல்யாணத்த வச்சிக்கிட்டா நல்லதுங்காவா. அவியளுக்கு என்னப் பதிலச் சொல்ல?’’

கண்ணுப்பாண்டியின் தெருவில்தான் தபால் அலுவலகம் இருந்தது. தெருக்காரர்களுக்கு வரும் பொதுஅழைப்புகளுக்குப் பணம் வாங்கிக் கொண்டார்கள். இவர்களும் தன்னிச்சையாய் பணம் தந்து பேசிக் கொண்டார்கள்.

‘‘நீ என்ன சொன்ன?’’

‘‘ஒங்கக்கிட்டக் கேட்டுக்கிட்டுச் சொல்லுதன்னிருக்கென்’’

‘‘அவியள வேறப் பொண்ணப் பாத்துக்கிடச் சொல்லு’’

‘‘என்னங்க இப்படிச் சொல்லுதிய?’’

‘‘பின்ன, எப்படி சொல்லச் சொல்லுத? எங்கிட்ட பணம் கொட்டியாக் கெடக்கு? கடையில நடக்குத யாவாரத்த வச்சிதாம் நாலு காசு சம்பாதிக் கலாமின்னுப் பாத்தென். இந்த தங்கத்தொரப் பயப் பாத்த வேலயில எல்லாம் மண்ணாப் போச்சி. சேரியிலிருந்து இப்போ ஒரு பயலும் நம்மக் கடைக்கு வரமாட்டங்கானுவ. எங் கையிலத் துட்டோட்டம் இல்ல. வெறுங்கையி மொழம் போடுமா, சொல்லு ?’’

கடைக்குள் சளசளவென்று சத்தம் கேட்டதும் கண்ணுப்பாண்டிக்கு எரிச்சலாகப் போயிற்று. விருட்டென்று விழிகளைத் திருப்பிக் கடைக் குள் பார்த்தார். கடையின் வியாபாரச் சரிவுக்கும் தனக்கும் சம்பந்த மில்லாதவன் மாதிரி பெஞ்சில் தன்னருகே அமர்ந்திருந்த மறக்குடி விடலைப் பையனிடம் தங்கத்துரை வீராப்பாய்ப் பேசிச் சிரித்துக் கொண்டிருந்தது தெரிந்தது.

சபிக்கப்பட்டவர்களின் மச்சங்கள்

நகரத்திலிருந்து தெற்குத் திசை நோக்கி சொற்பத் தூரத்திற்கு ஓடிச் சென்று கமுக்கமாக ஒளிந்திருந்த கிராமத்தில்தான் இளவரசனும் அவன் மனைவி சாந்தியும் குடியேறியிருந்தார்கள். அவர்களுக்குக் கல்யாணம் முடிந்து இரண்டு வருடங்கள் ஆகியிருந்தன. இதுவரை சாந்தியின் வயிற்றில் ஒரு புழு பூச்சி பற்றிக்கொள்ளாமல் வெறுமையாய் கிடந்திருந்ததால் அவளைத் தன்னோடு அழைத்துக்கொண்டு வருவதற்கு அவனுக்குச் சிரமமாக இருந்திருக்கவில்லை.

அவன் தானாக விரும்பித்தான் இந்தக் கிராமத்தில் வாடகைக்கு வீடு எடுத்திருந்தான். கிராமத்தில்தான் மனிதர்கள் சகஜமாகப் பழகிக் கொள்கிறார்கள் என்பதை அவன் அனுபவப் பூர்வமாக உணர்ந்திருந் தான். புதிதாகக் குடியேறி வந்தவர்களுக்குக் கிராமம்தான் பாதுகாப் பான இடமும்கூட. திருநெல்வேலி மாவட்டத்தில் அவன் ஒரு குக் கிராமத்தில் பிறந்திருந்ததால் கிராமத்து வாழ்க்கையை அனுபவப் பூர்வமாகத் தெரிந்திருந்தான். திருச்சி நகரத்திலிருந்த வங்கியில் அவன் ஐந்து வருடங்கள் பணிசெய்து கொண்டிருந்த அனுபவம் அவனை நகர வாழ்க்கையின் மீது வெறுப்பைச் சுமக்கவைத்திருந்தது. இப்போது அவன் இடமாற்றம் பெற்று வந்திருந்தது, தூத்துக்குடி மாவட்டத்திற்கு. அங்கிருந்து எட்டு கிலோமீட்டர் சொச்சம் தூரத்தில் – நகரத்தில் – அவனின் வங்கி இருந்தது. தினமும் தாமதமின்றிப் பணிக்குச் சென்று வருவதற்கு ஏதுவாய் சாலையில் நகரப் பேருந்துகளின் ஓட்டங்களும் தொடர்ச்சியாய் இருந்தன.

அவர்கள் அந்த வீட்டுக்குக் குடியேறி வந்து மூன்று நாட்கள் ஆகியிருந் தன. படுக்கை அறைக்குள் கட்டிலைக் கொண்டுவந்து போடவும், பீரோவை சுவரோரம் எடுத்து நிறுத்திவைக்கவும், அடுக்களை அலமாரி களில் பாத்திரங்களை ஒழுங்காக அடுக்கிவைக்கவுமாக... மூன்று நாட்களும் மூன்று நிமிடங்களைப்போல அரிபரியாய் கழிந்துவிட்டிருந் தன. இன்றுதான் நிம்மதியாக மூச்சுவிட முடிந்தது அவனுக்கு. அவளுக் கும்தான்.

காலையில் வங்கிக்குப் பணியாற்றச் சென்றுவிட்டு மாலையில் சாவதானமாகவே வீட்டுக்கு வந்தான் இளவரசன். புதிய இடம் என்பதால் முதலில் அவனுக்குத் திகைப்பாக இருந்தது உண்மைதான். இப்போது பழகிப்போய்விட்டதுபோலத் தோன்றியது.

பட்டுச்சேலையில் தகத்தகத்தாள் சாந்தி. கூந்தலில் பஞ்சுப் பொதி யலாய் மல்லிகைச் சரத்தின் கொலுவேற்றம். சுவரில் நிறுத்தியிருந்த கண்ணாடியில் தன் முக ஒப்பனையைச் சரிபண்ணிக்கொண்டிருந்தாள். அவள் உதடுகள் சிரித்துக்கொண்டதிலிருந்து ஒப்பனை சீராக வந்திருந்த தாகப் புரிந்துகொண்டான் அவன். வீட்டு வேலைகளை எல்லாம் அலப்பறை இல்லாமல் செய்து முடித்துவிட்டு கோயிலுக்குப் போகத் தயாராகிக்கொண்டிருந்தாள். வீட்டின் உள்ளறை மூலையில் சில சாமிப் படங்களைச் சுவரில் மாட்டிவைத்து அதைப் பூஜையறையாய் ஆக்கி யிருந்தபோதும், கோயிலுக்குச் சென்று சாமிகளையும் அம்மன்களையும் நெடுஞ்சாண்கிடையாகத் தரையில் விழுந்து வணங்கிவிட்டு வருவதில் தான் அவளுக்குச் சமாதானம் கிடைப்பதாக நினைத்தான் அவன்.

குளியலறைக்குள் சென்று முகம் கை கால்களைக் கழுவிவிட்டு நிதானமாகப் படுக்கை அறைக்குள் புகுந்தான். சற்று நேரத்தில் லுங்கிக் கும் டீசர்ட்டுக்கும் மாறிக்கொண்டு இயல்பானப் புன்சிரிப்புடன் முன்னறைக்கு வந்தான்.

''என்னங்க...ரெண்டுபேரும் கோயிலுக்குப் போகலாங்களா?'' யாசிக் கும் தொனியில் தன் விருப்பத்தை அவனிடம் சமர்ப்பித்தாள்.

அவனுக்குச் சடவாக இருந்தது. இன்று வங்கியின் அதிகப் பணி அவனின் முதுகெலும்பை ஒடித்திருந்தது. ரொம்பவும் இணக்கமானக் குரலில் மறுதலிப்புடன் சொன்னான்: ''நீ மட்டும் போயிட்டு வாயேம்மா. எனக்கு ரொம்ப டயார்டா இருக்கு.''

''சரி... நா மட்டும் போயிட்டு வரேன். தம்ளர்ல காப்பி ஊத்தி வச்சிருக்கேன்... எடுத்துக் குடிச்சிக்கிங்க''

''காப்பிய எடுத்துக் கொண்டுவந்து தர்றதுக்குள்ள மகாராணிக்கு முகூர்த்தம் தவறிருமாங்கும்?''

''கோயில்ல நடைய சாத்திருவாங்க...இப்பவே லேட்டாயிருச்சி. சிரமம் பாக்காம எந்திரிச்சிப்போயி எடுத்துக் குடிச்சிக்காங்களேன்...ப்ளீஸ்''

அவளின் பக்தி மோகத்தைப் பற்றி அவன் அறியாதவன் அல்ல. நித்தமும் காலையிலும் மாலையிலும் ஊரில் தன் தெருவிலுள்ள மாரியம்மன் கோயிலுக்குச் சென்று சாமிக் கும்பிட்டுவிட்டுப் பக்தித் தேவதையாக வீட்டுக்கு வருவாள். அதுவும் போதாதென்று வீட்டில் சுவர் நிறைய சாமிப் படங்களை மாட்டிவைத்து அவற்றுக்கு முன்னால் விழுந்துகிடந்தும் மணிக் கணக்கில் தொழுவாள். இந்த இரண்டு வருடங்களின் வாழ்க்கை ஓட்டத்தில் அவளின் நடவடிக்கைகள் அவனுக் குச் சலிப்பைத்தான் தந்திருந்தன. என்றாலும், மனைவியை அனுசரித்துத் தான் போகவேண்டியிருந்தது கணவனுக்கு. இல்லையென்றால் வீடு போர்க்களம் ஆகிவிடும் என்று நினைத்தான்.

“உத்தரவு தாயே.”

பரிகாசமாகச் சிரித்துக்கொண்டே அவளுக்கு விடை கொடுத்தான்.

பூஜையறைக்குள் விரைசலாக நடைப்போட்டு போனவள், போன வேகத்தில் விருட்டென்று வெளியே வந்தாள். அவளின் விரல்களின் பிடிப்பில் தொங்கிக்கொண்டிருந்த சின்ன பிளாஸ்டிக் கூடைக்குள் அகஸ்மாத்தாய் அவனின் பார்வை விழுந்தது. நார்த் தும்புகள் பிசிறல்களாய் சிலும்பிக்கொண்டிருந்த முழுத் தேங்காய் ஒன்றும், நாலைந்து பழங்களைக் கொண்டிருந்த ஒரு வாழைப்பழச் சீப்பும் கூடைக்குள் பருவெட்டாய் உட்கார்ந்திருந்தது தெரிந்தது.

அறையை அசட்டுச் சிரிப்பால் நிறைத்துவிட்டு வேகமாக வெளியேறிப் போனாள் அவள். அங்கிருந்து இரண்டு நிமிட நடைத் தூரத்தில்தான் கோயில் இருந்தது... சந்தனமாரி அம்மன் கோயில். அவனின் ஊர்த் தெருவிலிருந்த அதே அம்மன். சாந்திக்கும் சந்தனமாரி அம்மன்தான் இஷ்டத் தெய்வமாக இருந்தாள். திருமணம் ஆவதற்கு முன்னால் தன் பெற்றோருடன் அடிக்கடி இருக்கன்குடி மாரியம்மன் கோயிலுக்குச் சென்றுவிட்டு வருவாளாம்... இளவரசனிடம் பெருமையாகச் சொல்லியிருக்கிறாள். அவளின் நச்சரிப்புத் தாளாமல் அவனும் அவளை வரும் மே மாதத்தில் இருக்கன்குடிக்குக் கூட்டிக்கொண்டுபோவதாக உறுதி அளித்திருந்தான்.

அவன் கடைக்கண்ணிக்குப் போனபோதெல்லாம் இந்த ஊர்க் கோயிலை தூரத்தில் நின்று பார்த்திருந்தான். சாலையின் மேற்கு விளிம்பில் – கிராமத்திற்கு மத்தியில் – கம்பீரமாய் நின்றிருந்தது அது. வாசலுக்குத் தலைப்பாகைக் கட்டிவிட்டிருந்தது மாதிரி கோயிலின் முன்கூரையை உயர்த்தி எழுப்பிவிட்டிருந்தார்கள். கூரையின் தாழ்வார விளிம்புகளில் பல கோணங்களில் அம்மன், சாமிகளின் அருள் பாலிக்கும் உருவங்கள். பக்திப் பெருக்கோடு சனங்கள் சன்னம்சன்னமாய் கோயிலுக்குள்ளேபோவதும், பரவசத்துடன் முகம் மலர்ந்து வெளியே வருவதுமாகக் கோயிலைத் தீவிரமாய் உயிர்ப்பித்துக்கொண்டிருந்தார்கள். உயரமானக் கோட்டைச் சுவர்கள் கோயிலை இறுக்கமாகப் பாதுகாத்துக்கொண்டு நின்றிருந்ததாகத் தோன்றியது அவனுக்கு. கோயிலுக்கு முன் நீண்டுகிடந்த தார்ச் சாலையில் நகரப் பேருந்துகளும், கனரக வாகனங்களும் அரிபரியாய் ஓடிக்கொண்டிருந்தன. எப்போதும் சந்தடிக்குப் பஞ்சமில்லாமல் கிடந்தது சாலை. சாலையின் கிழக்கு விளிம்பில் வரிசையாய் ஒட்டி வைத்த மாதிரி நெருக்கமாய் நின்றிருந்த காய்கனிக் கடைகளும், பலசரக்குக் கடைகளும், ஒன்றிரண்டு உணவு விடுதிகளும் இரவு ஒன்பது மணிவரை திறந்துவைக்கப்பட்டிருந்தன.

சாலையின் மேற்கு விளிம்பையொட்டியத் தெருவில்தான் அவன் வாடகைக்கு எடுத்திருந்த வீடு இருந்தது. எல்லாத் தெருக்களையும் போலவே அவன் குடியேறியிருந்தத் தெருவிலும் வீடுகள் கதம்பமாக

நின்றிருந்தன... வசதியானவர்கள் மாளிகைப் போன்ற வீடுகளையும், ஏழைகள் ஓடு மற்றும் ஆஸ்பெஸ்டாஸ் கூரைகளைக்கொண்ட வீடு களையும் கொண்ட கதம்பம். அவன் குடியிருந்தது கான்கிரீட் கூரைப் போட்ட மாடிவீடு. இரண்டு வருடங்களுக்கு முன்னால் அந்தக் கிராமத்திற்குப் பக்கத்தில் பொறியியல் கல்லூரி ஒன்று பிரமாண்டமாய் முளைத்திருந்ததால் தெருக்களில் வாடகைக்குக் குடியேறியிருந்தவர் களில் மாணவர்களின் எண்ணிக்கைக் கணிசமாக இருந்தது. அரசுப் பணியாளர்கள் – இளவரசனைப் போன்று – ஒன்றிரண்டு பேர்கள்தான். அடுக்களைக்குள் சென்று காப்பியை எடுத்துக்கொண்டு முன்னறைக்கு வந்தான் இளவரசன். சேரில் நிதானமாய் உட்கார்ந்துகொண்டு காப்பி யை உறிந்து குடிக்கத் துவங்கினான்.

இருட்டு கவியத் துவங்கியிருந்தது. சுவர்க்கடிகாரத்தைப் பார்த்தான்... மணி ஆறு பத்து என்று அதன் முட்கள் திடமாய் சுட்டிக் காட்டின. காப்பியைக் குடித்தமேனிக்கே எழுந்துபோய் முன்னறைச் சுவரில் பொருத்தியிருந்த மின்பொத்தானைத் தட்டிவிட்டான். மொட்டவிழ்ந்த பூ மாதிரி அறைக்குள் இருள் விலகி வெளிச்சம் படர்ந்தது.

''அய்யோ...அம்மா... அடிக்கறானே. கொடும்பாவி...நீசப்பாவி...''

திடீரென்று பக்கத்து வீட்டிலிருந்து அலறல் சத்தம் கேட்டதும் அவன் பொறிகலங்கிப்போனான். அதை அவன் எதிர்பார்த்திருக்கவில்லை. வேகமாய் காப்பியைக் குடித்து முடித்ததும் தம்ளரைத் தரையில் 'தட்'டென்று வைத்துவிட்டு வாசலுக்கு வந்து பக்கத்து வீட்டையே வெறித்துப் பார்த்துக்கொண்டு நின்றான். வீட்டு முற்றத்தில் சனங்கள் சந்தைக் கூட்டமாய் திரண்டுவந்து நின்றிருந்தது தெரிந்தது. எல்லோரும் அந்தத் தெருவாசிகளாகத்தான் இருக்கவேண்டும். ஒவ்வொருவரின் முகங்களும் கலவரச் சூழலைக் காட்சிப் படிமங்களாக வெளிப்படுத்திக் கொண்டிருந்தன. அந்தத் தெருவில் அநேகமானவர்கள் அன்றாடங் காய்ச்சிகள்தான் என்பதை அவர்களைப் பார்த்த மாத்திரத்தில் தெளி வாகப் புரிந்துகொண்டான். அழுக்கு உடுப்புகளையும், காய்ந்துக் கறுத் தத் தேகங்களையும் உடைமைகளாகக் கொண்டிருந்தார்கள் அவர்கள். ஆண்கள் கட்டிடங்களுக்குப் பெயிண்ட் அடிக்கவும், கட்டுமான வேலைகளுக்கும் போய்க்கொண்டிருக்க, பெண்கள் ஊரக வளர்ச்சித் திட்டத்தின் 'நூறு நாள் வேலை'களுக்கும், அவை முடிந்த காலங்களில் தோட்டக்காட்டுப் பயிர்களுக்குக் களை வெட்டவும், பருத்தி எடுக்கவு மாகப் போய்க்கொண்டிருந்ததை அவன் அரசல்புரசலாகத் தெரிந்திருந் தான். இப்போது கூப்பாடுப் போடும் அடுத்த வீட்டு சரசம்மாவும் இன்று 'நூறு நாள் வேலை'க்குத்தான் போய்விட்டு வந்திருந்தாள். காலையில் அவனின் வீட்டுக்கு முன்னால் தெருவழியே தலையில் இரும்புச் சட்டியும், கையில் தூக்குப் போணியுமாக மற்றப் பெண்களுடன் சேர்ந்து அவள் வேலைக்குப் போயிருந்ததை அவன் அகஸ்மாத்தாகப் பார்த்திருந்தான். சரசம்மாவின் புருசக்காரன் பெயிண்ட் அடிக்கும்

வேலைக்குப் போயிருக்கலாம். அவன் இன்னும் வேலை முடிந்து வீட்டுக்கு வந்திருக்கவில்லைபோல. அவனின் சத்தம் கேட்காததிலிருந்து மேலோட்டமாக அனுமானித்துக்கொண்டான் இளவரசன்.

சனங்கள் அங்குமிங்கும் பரபரத்துக்கொண்டு அலைந்தனர். சரசம்மாவின் கூப்பாட்டைத் தொடர்ந்து அவளின் உருக்கமான அழுகைச் சத்தமும் நாராசமாய் கேட்கத் துவங்கியது இப்போது. முற்றத்தையும், முற்றத்தைத் தாண்டித் தெருவையும் அது கண்ணீரால் மூழ்கடித்துவிடும் போலத் தோன்றியது அவனுக்கு.

''ஏ பேதியிலப் போவான்...இந்த நெல நிக்கானே. அவெம் நல்லா இருப்பானா? நாசமத்துத்தாம் போவான்.'' ஊராரிடம் முறையிட்ட மாதிரி வனாந்தரமாய் சத்தம்போட்டுக் கத்தினாள் அவள்.

''இன்னும் பேசின, வாயிலயே மிதிச்சிச் சாவடிச்சிருவேன். வாய மூடு'' ஆவேசமாய் ஒலித்தது ஓர் ஆணின் குரல்.

''கொல்லுல என்னைய. வால ...வா...வந்து கொல்லு. ஒன்னியக் கழுமாடு மாரி வீட்டுல வச்சிக்கிட்டு, நாக் கெழடாவிப்போன இந்த வயசுலயும் ஒனக்குப் பாடுபார்த்துக்கொண்டுவந்துப் போடுதன்ல... என்னைய அடிச்சிக் கொல்லு''

''ஏ, விடப்பா நீ. மொதல்ல வெளிய வா. அவாக்கிட்டப் போயி மல்லுக்கு நின்னுக்கிட்டு. வெளிய வா நீ''

இரண்டு வலுவான ஆண்கள் மோகன்குமாரை இறுக்கமாய் பிடித்து இழுத்துக்கொண்டு வெளியே வந்தனர். சரசம்மாவின் மகன் அவன். ஒற்றைக்கொரு வாரிசு. பொலிகாளை மாதிரி மதர்ப்பாக இருந்தான். ஆம்பளைகளின் கைகளுக்குள் கட்டுப்படாமல் திமிறிக்கொண்டிருந்த அவனை அவர்கள் வல்லாத்தல்லையாய்தான் இழுத்துக்கொண்டு வர முடிந்தது. அப்படியே கொண்டுவந்து அவனை இளவரசனின் வீட்டுத் திண்ணையில் அழுத்தி உட்கார்த்திவைத்தனர். அந்தத் தெருவில் எல்லா வீடுகளுக்கு முன்னாலும் திண்ணைகள் போடப்பட்டிருந்தன. சடைந்த கால்களை ஆற்றிக்கொள்ளவும், ஓய்ந்த நேரங்களில் பாடுபேசிக் கொள்ளவும் அவர்களுக்குத் தோதாய் இருந்தன அவை.

திண்ணைக்கு முன்னே கூடிவந்து நின்ற சனங்கள் மோகன்குமாரைக் கோபமாகக் கடிந்துகொண்டனர். அவர்களின் சரமாரியானக் குற்றச் சாட்டுகளுக்கு அவன் மறுதலிப்பானப் பதில்களையே வீம்பாகச் சொல்லிக் கொண்டிருந்தான்.

கடந்த இரண்டு நாட்களின் இரவுகளிலும் இளவரசனுக்கும் சாந்திக்கும் சரசம்மாவின் 'அர்ச்சனையும்' அழுகைச் சத்தமும் தொடர்ச்சியாகக் கேட்டுக்கொண்டுதானிருந்தன... கூடவே அவள் புருசக்காரனின் ஆவேசமான வார்த்தைகளும். இன்று மூன்றாவது நாளாக அது தொடர்ந்திருந்தது புரிந்தது இளவரசனுக்கு. இரண்டு நாட்களும் மோகன்

குமார் தன் வாயையும் கையையும் பொத்திக்கொண்டு அடங்கிப் போயிருந்தான். இன்று அவனால் பொறுத்துக்கொள்ள முடியவில்லை போல...கலவரத்தில் இறங்கிவிட்டான் என்று தோன்றியது இளவர சனுக்கு.

''என்னங்க நடந்திச்சி?'' முன்னே நின்றிருந்த ஒரு முதியவரின் முகம் பார்த்து பதற்றத்துடன் கேட்டான் இளவரசன்.

கசங்கிய வேட்டி சட்டையுடன் – அதுவும் வெளிறிய வெள்ளை நிறச் சட்டைதான் – பரிதாபமாகத் தெரிந்தார் அவர். காட்டு வேலைக் குப் போய்விட்டு சற்று நேரத்திற்கு முன்புதான் வீட்டுக்கு வந்திருக் கவேண்டும்... ரொம்பவும் களைத்துப்போயிருந்தார். கறுத்த முகம் வாடிப்போயிருந்தது அவருக்கு. இளவரசனைப் பார்த்து வறட்சியாய் சிரித்துக்கொண்டே சலிப்புடன் பதில் சொன்னார்...

''பெத்தவிய அவியக் கஸ்டத்தோடக் கூறு புள்ளைகளச் சத்தம் போடத்தாம் செய்வாவ. புள்ளைகதாம் பொறுத்துப் போவணும். இப்போ எந்தப் புள்ளய அப்படிப் பொறுத்துப்போவுதுவ? கலிகாலம்''

பூடகம் வைத்துப் பேசியிருந்தார் அவர். அது தனக்குப் புரியாமலிருந் தது ஒன்றும் ஓர் ஆச்சரியமான விசயமாகத் தோன்றவில்லை இளவர சனுக்கு.

''என்ன சொல்றீங்க பெரியவரே? ஒண்ணும் புரியல''. அவரிடம் வெளிப் படையாகவே கேட்டுவிட்டிருந்தான் அவன். அவரை விகற்பமாக வெறித்துப் பார்த்தான்.

இப்போது கணிசமான நபர்கள் இளவரசனின் பக்கத்தில் நெருங்கிவந்து நின்றிருந்தது தெரிந்தது. ரொம்பவும் பழக்கப்பட்டவர்களைப்போல அவனின் முகம் பார்த்து சிநேகமாகப் புன்னகைத்துக்கொண்டனர். அவர் களுக்கு முன்னால் நின்றிருந்த தாட்டியமான இளவட்டம் ஒருவன் சற்றும் யோசிக்காமல் இளவரசனைப் பார்த்துப் படக்கென்று சொன் னான்:

''அவெம் அம்மாவ அடிச்சிப்புட்டாம் சார்''.

மோகன்குமாரைப் போலவே பேண்ட் சட்டைப் போட்டிருந்தான் அவன்... ஆனால் வேறுவேறு நிறங்களில். மோகன்குமாருக்கு 'ஃப்ரண்ட்' ஆக இருக்கவேண்டும். அவனையொத்த வயசு. அவனைப்போலவே முடிவெட்டு.

இளவரசனுக்கு வெப்புராளமாக இருந்தது. வெட்டுப்பட்ட ஆட்டுக் குட்டியாய் மனசு கிடந்துத் துடித்தது. ''அய்யோ... ஏன்? அது தப்பில் லையா?'' பரிதவிப்புடன் வார்த்தைகளை உதறினான்.

''படிச்சி முடிச்சி நாலஞ்சி வருசமாச்சி...மகன் இன்னும் வேலப் பாக்காம ஊரச் சுத்திக்கிட்டுத் திரியுதாங்கித ஆத்தாம பெத்தவியளுக்கு.

வேலக் கெடைச்சா அவென் பாக்காமலா இருப்பான் சார் ? அது தெரியல அவியளுக்கு.''

''என்னப் படிச்சிருக்கான்?''

''பீயே சார்.''

''வேலைகளுக்கு அப்ளைப் பண்ணிக்கிட்டுதான இருப்பான்? எக்ஸாம் எல்லாம் அட்டெண்ட் பண்ணுதானா எப்படி?''

''அதெல்லாம் ஒழுங்கா செஞ்சிக்கிட்டுத்தாம் சார் இருக்காம்... கெடைக்கணும் இல்லியா?''

''தொடர்ச்சியா எழுதிக்கிட்டே இருக்கணும். அப்பத்தான் எதிலாவது ஒண்ணுலக் கெடைக்கும்''

''இவங்கூடப் படிச்ச கீழத்தெருப் பய ஒருத்தன் ஒரே பரிச்ச தாம் எழுதினாம்...இப்போ ஓங்கள மாரிப் பேங்குக் கிளார்க்காவி கைநெறைய சம்பளம் வாங்கிக்கிட்டிருக்காம். அவனுவளுக்குத்தான சார் கவர்மெண்டு சலுகக் காட்டுது. அவனுவ ஒடம்புல மச்சம் கெடக்கு சார்.'' இளவரசனுக்கு இதயத்தில் நறுக்கென்று முள் குத்தியது மாதிரி வலித்தது. இளவட்டம் எங்கே வந்து நிற்கிறான் என்பது துல்லியமாகப் புரிந்தது... சாதியில் வந்து நிற்கிறான்!

''இல்லையே...இப்போ உங்களுக்கும் படிப்பிலயும் வேலையிலும் ரிசர்வேசன் வந்திருச்சே.''

''அதெல்லாம் சும்மா சார். 'சீனி'ன்னு பேப்பர்ல எழுதி நக்கினா இனிச்சிருமா சார்? அவனுவளுக்குக் குடுக்கித சலுகைய மாரி நமக்குக் குடுக்கறதில்ல. ஏமாத்துக்கார கவர்மெண்டு''

''இவனுக்கு வேலக் கெடைக்கலைன்னா இன்னொருத்தன ஏன் 'ப்ளேம்' பண்ணணும்? இவன மாதிரி உள்ளவங்க எத்தனப் பேரு கவர்மெண்டு வேலப் பாக்கறாங்க! அவுங்க எல்லாம் மத்தவங்கள 'ப்ளேம்' பண்ணிக்கிட்டா வேலைக்குப் போயிருக்காங்க?'' இளவரசன் முறுவலாகச் சிரித்துக்கொண்டே கேட்டான். ஆனாலும் அவன் மனசுக் குள் கோபம் தணலாய் தகித்துக்கொண்டிருந்தது.

இளவட்டத்தின் முகம் தொட்டால் சுருங்கியாய் குறுகிப்போனது தெரிந்தது. அடுத்து என்னச் சொல்வது என்று தெரியாமல் பேந்தப்பேந்த விழித்துக்கொண்டிருந்தான்.

அவனுக்குப் பக்கத்தில் நின்றிருந்த நடுத்தர வயது மனிதர் இளவர சனைப் பார்த்து இணக்கமாகச் சிரித்துக்கொண்டார். யதார்த்தத்தைப் புரிந்துகொண்டவராக இருக்கவேண்டும் அவர்.

''வேற ஒண்ணும் இல்ல தம்பி. அந்தக் கீழத்தெருப் பையன் பழைய சிநேகிதத்தில போனவாரம் இவனப் பாக்க வந்துட்டாம். அதாம் பெரிய வெனையாப் போச்சி. இவனோட அப்பனுக்கும் அம்மைக்கும் வயித்துல

தீயக் கொளுத்திப் போட்டதுகெணக்க ஆயிருச்சி. 'அவனுக்கு மட்டும் வேலக் கெடச்சிருக்கே...ஒனக்கு ஏங் கெடைக்கல? அவனக் கெணக்கா நீ வேலைக்கு எழுதிப் போடலையா? எங்கள ஏமாத்திக்கிட்டு ஊரச் சுத்திக்கிட்டு அலையுதியா?'ன்னுக் கேட்டு இவங்கிட்ட மல்லுக்கட்டு தாவா. அதாம் சங்கதி''

சொல்லிவிட்டு எதேச்சையாய் மோகன்குமாரைப் பார்த்தார் பெரியவர். அவன் தலைகுனிந்துகொண்டு உட்கார்ந்திருந்தது தெரிந்தது.

இளவரசனைப்பார்த்துஇளவட்டம்பழையபடியேமிதப்பாகப்பேசத் துவங்கினான். இப்போது அவன் பேசுவதற்கு வார்த்தைகள் கிடைத்து விட்டிருந்தன போல...

''நீங்க சொல்ற மாரி இல்ல சார். அவனுவளுக்கு மார்க்குக் கொறைய இருந்தாப் போதும்...பீஸும் மத்தவங்களவிடக் கொறையக் கட்டுனாப் போதும். அப்போ அவனுவளுக்கு மச்சங்கதானக் கெடக்கு? நமக்கு அவனுவள மாரியா? கவுருமெண்டு அவனுவளக் கூப்புட்டு ஈஸியா வேலக் குடுக்கில்லா? மத்தவிய எல்லாம் படிச்சி என்னப் புண்ணியம் சார்?''

இளவட்டத்தின் உதைப்பான முகத்தில் கோபம் தீக்கங்குகளாய் கனன்றுகொண்டிருந்தது தெரிந்தது. அவனின் குதர்க்கமான முறை யிடலை ஆமோதிக்கிறப் பாவனையில் அங்கு நின்றிருந்த பலரும் 'த்சு' கொட்டிக்கொண்டதை இளவரசன் கவனிக்கத் தவறவில்லை.

சிகரெட் வாங்கிப் புகைக்கும் பழக்கத்தில் இளவரசன் நேற்று மாலையில் கடைத்தெருவுக்குப் போய் நின்றிருந்தபோது அகஸ் மாத்தாய் தன் பார்வையைக் கிழக்கு நோக்கிச் செலுத்தியிருந்தான். தார்ச் சாலையின் கீழ் விளிம்பிலிருந்து தொடங்கி கிழக்கு நோக்கி ஓடியிருந்த மண்பாதையின் அற்றத்தில் உடைந்த மண்சுவர்களும் அவற்றின்மேல் ஓலைக்கீற்றுக் கூரைகளுமாய் நிறைந்திருந்தத் தெரு அவனின் பார்வை யில் விழுந்திருந்தது. அந்தக் குடிசைகளே அங்கு வசித்தவர்களின் ஏழ்மை யைப் பறைசாற்றிக்கொண்டிருப்பதாகத் தோன்றியது அவனுக்கு. ஊரில் தன் சாதிச் சனங்களைப் போலவே அந்தத் தெருவாசிகளும் மேட்டுக் குடியானவர்களின் தோட்டக் காடுகளில் பாடுபட்டுத்தான் தங்கள் சீவனங்களைக் கஷ்டப்பட்டுக் கழித்துக்கொண்டிருக்கிறவர்களாக இருக்கவேண்டும் என்று அனுமானித்துக்கொண்டான். அந்தத் தெருவி லிருந்து ஒருவன் கவர்மெண்டு வேலைக்குப் போயிருந்ததைத்தான் அவர்கள் அப்படிக் கரித்துக்கொட்டுகிறார்கள் என்பதும் தெளிவாகப் புரிந்தது அவனுக்கு.

சரசம்மாவின் அழுகைச் சத்தம் இன்னும் அதே சுருதியில்தான் உயர்ந்து முழங்கிக்கொண்டிருந்தது. அவளருகே பெருந்திரளாய்க் கூடி நின்றிருந்த சனங்களுக்கு அவளை அமைதிப்படுத்த முடியாமல் போயிருக் கவேண்டும். அரக்கப்பரக்க வெறித்துக்கொண்டு நின்றிருந்தார்கள்.

இப்போது இளவரசனின் மூளைக்குள் அனிச்சையாய் ஓர் உறுத்தல் தட்டுப்பட்டது. சடக்கென்று இடதுபக்கம் திரும்பி தெருவின் கீழ்க் கோடியை உற்று நோக்கினான். ஓட்டமும் நடையுமாய் சாந்தி வந்து கொண்டிருந்தது தெரிந்தது. அவளின் முகத்தில் பதற்றம் தொக்கிக் கொண்டிருந்ததை அவன் தூரத்திலிருந்து பார்த்தே துல்லியமாகத் தெரிந்துகொண்டான்.

வாசலை நெருங்கியிருந்தாள் அவள். விரைசலாய் நடைப்போட்டு வந்திருந்ததால் மூச்சிரைத்தது அவளுக்கு. அவளின் முகக் கோளத்தில் வேர்வையின் தூறல்கள் விரிசல்களாகப் பரவிக்கிடந்தன. 'கோளத்'தைக் கீழ்நோக்கித் தொங்கவிட்டிருந்தாள்... அது பாரமாய் கனத்துக் கிடந் திருக்க வேண்டும் அவளுக்கு... ஏமாற்றமும் கவலையும் நிறைந்த பாரமாய்.

இளவரசனைப் போலவே எல்லோரும் அவளை அதிர்ச்சியுடனும் ஆச்சரியத்துடனும் பார்க்கத் துவங்கியிருந்தார்கள்.

அவளின் விரல்களின் பிடிப்பில் மிதமாகத் தொங்கிக்கொண்டிருந்த பிளாஸ்டிக் கூடையை உன்னிப்பாகக் கவனித்தான் இளவரசன். நார்கள் சிலிர்த்திருந்த முழுத் தேங்காய் உடைக்கப்படாமல் அப்படியே கூடைக்குள் நிமிர்ந்து நின்றிருந்தது தெரிந்தது. அடர் மஞ்சளில் பிரகா சித்த வாழைப் பழங்களும் அப்படியே கூடைக்குள் பம்மலாய் முடங்கிக் கொண்டு கிடந்திருந்தன. இளவரசனுக்குத் திகைப்பாக இருந்து.

''என்ன? கோயிலுக்குக் கொண்டுகிட்டுப் போன எல்லாத்தையும் அப்படியே திருப்பிக் கொண்டுவந்திருக்க? நீ போறதுக்குள்ள பூஜை முடிஞ்சிருச்சா?''. ஆற்றாமையுடன் கேட்டுவைத்தான். ஒருவகையில் அவனுக்கு ஆத்திரமாகவும் இருந்தது.

சாந்தி முகம்தூக்கிக் கவலையுடன் பார்த்தாள் அவனை. அவள் முகம் கலவரப்பட்டுக் கிடந்திருந்தது தெரிந்தது அவனுக்கு. அவள் கண்கள் சிவந்துபோயிருக்க... அவற்றில் நீர் முட்டிக்கொண்டு நின்றிருந்தது. எப்போதும் துடுக்காகப் பேசுகிற அவளிடமிருந்து இப்போது வார்த்தைகள் சுரத்தில்லாமல் வெளிவந்து விழுந்ததைக் கவலையுடன் உள்வாங்கிக் கொண்டான்...

''பூஜ முடியலிங்க. என்னையத்தான் கோயிலுக்குள்ள வரக்கூடா தின்னுட்டாங்க''

அவனுக்குள்ளிருந்து கோபம் விருட்டென்று தலை நீட்டிப் பார்த்தது. அது அயலூர் என்பதை உணர்ச்சித் தகிப்பில் மறந்திருந்தான். சமயோசி தமாய் நியாபகத்தில் தட்டியதும், பொறுமையைக் கைக்கொள்ள வேண்டியதாயிற்று... 'தலை'யை உள்ளுக்குள் இழுத்துக்கொண்டான்.

''ஏன்? அப்படி யாரு சொன்னது?''

''வாசலுக்கு முன்னால நந்தி மாதிரி ஒரு மனுசர் நின்னுக்கிட்டிருந் தாருங்க. என்னையப் பாத்ததும், 'நீ யாரும்மா? ஊருக்குப் புதுசா?'ன்னு

கேட்டாரு. 'ஆமாய்யா'ன்னேன். சாதியக் கேட்டாரு...நம்ம சாதியச் சொன்னேன். அவ்வளவுதான் ...மனுசன் சாமி வந்தது கெணக்கா ஆடிட்டாருங்க. நாமக் கீழத்தெருவுல இருக்கித மாரியம்மன் கோயிலுக் குத்தாம் போவணுமாம்...அங்கதாம் நம்ம ஆளுங்கக் குடியிருக்காங் களாம். 'இங்க வரக் கூடாதி'ன்னிட்டாரு.''

''கவர்மெண்டு கோயிலுதான? அதுக்குள்ளப் போகக்கூடாதுன்னு எவென் சொல்லுவான்?''

''இல்லங்க... இந்தத் தெருக்காரங்க மட்டும் பணம் போட்டுக்கட்டினக் கோயிலாம். நம்மள மாதிரியான சாதிக்காரங்க யாரையும் உள்ள விட மாட்டாங்களாம்''

இளவரசனின் எதிரில் நின்றிருந்த இளவட்டத்திற்கும், அவனைச்சுற்றி நின்றிருந்தத் தெருக்காரர்களுக்கும் சாந்தியின் வார்த்தைகள் தெளிவாகக் கேட்டிருக்கவேண்டும். முகங்கள் வெளிறிப்போயின அவர்களுக்கு. இரு வரையும் அலங்கமலங்கப் பார்த்துக்கொண்டிருந்தார்கள். அவர்கள் இப்போது என்ன நினைத்துக்கொண்டிருப்பார்கள் என்பதை இளவர சனால் துல்லியமாகத் தீர்மானிக்கமுடியவில்லை.

ஒரு தரகர் மூலம் வீடு பிடித்திருந்தான் அவன். அவனின் சாதியும் மதமும் அவருக்குத் தெரிந்திருந்தது. வீட்டுக்கு உரிமையாளர் நகரத்தில் இருந்தார். வட்டிக்குப் பணம் கொடுப்பதே அவரின் பிரதானத் தொழில். அவருக்குப் பணம் மட்டுமே குறிக்கோள். அதனால் அவனின் சாதியைப் பற்றியோ மதத்தைப் பற்றியோ அவர் கவலைப்பட்டிருக்கவில்லை என்பதே உண்மையாய் இருந்தது. பல அடியாட்களுடன் அவர் அதிகாரம் செலுத்திக்கொண்டிருந்ததால் அவரை எதிர்த்து யாரும் மூச்சுவிடு வதில்லை என்பதும் அவனுக்குத் தெரிந்திருந்தது. அங்கு நின்றிருந்தவர் களின் கவனம் திடீரென்று தெருவை நோக்கித் திருப்பியதைப் பார்த் தான் இளவரசன். மோகன்குமாரின் அப்பா இப்போதுதான் வேலை முடிந்து சோர்வாக வீட்டுக்கு வந்து கொண்டிருந்தார். அலுத்துக் களைத் தத்தேகம். குப்பையிலிருந்து எழுந்து வந்திருப்பவரைப்போல அழுக்காகத் தெரிந்தார். அவர் உடுத்திருந்த லுங்கியிலும் சட்டையிலும் பெயிண்டின் தூறல்கள் பெருவாரியாய் சிதறிக் கிடந்தன. அவையே அவரின் அழுக்கானத் தோற்றத்திற்குக் காரணம் என்பது புரிந்தது அவனுக்கு.

''அவெம் அப்பா வந்தாச்சி. இனிம இவெம் இங்கன இருந்தா பெரிசாக் கலவரம் வந்தாலும் வந்திரும். செத்தத் தூரம் கூட்டிக்கிட்டுப் போனாத் தாம் சரின்னு நெனைக்கேன். கொஞ்சம் 'டைம்' ஆச்சின்னா 'டென்சன்' கொறஞ்சிரும்லா?.''

அங்கு நின்றிருந்தவர்களில் யாரோ ஒருவர் அபயாஸ்தமாக யோசனைச் சொன்னார். மற்றவர்களுக்கும் அதுதான் சரியாகப்பட்டிருக்கவேண்டும்.

‘‘ஆமாப்பா...அதாம் நல்லது. அவன் அப்பாவுக்குக் கோபம் தணியட்டும்.’’

மோகன்குமாரை திண்ணையைவிட்டு எழச்சொன்னார்கள். முதலில் அவன் முரண்டுபிடிக்கத்தான் செய்தான். பிறகுதான் தன்னிலை உணர்ந்த வனாய் எழுந்து நின்று அவர்களோடு தளர்வாக நடைப் போடத்துவங் கினான்.

இளவரசனின் வீட்டு வாசலைக் கடந்தபோது தன் தலையைத் தூக்கி அவன் முகத்தை நிதானமாய் ஏறிட்டுப் பார்த்தான் மோகன்குமார். அவன் முகத்தில் நறுவிசாய் புன்னகை அரும்பிக்கொண்டு நின்றிருந்தது பளிச் சென்று தெரிந்தது இளவரசனுக்கு. ஆனால் மீண்டும் தன் தலையைத் தொங்கவிட்டுக்கொண்டே நடையைத் தொடர்ந்துபோனான் மோகன் குமார். அவனின் புன்னகை இளவரசனுக்கு ஆறுதலைத் தந்தது.

சனங்களும் சன்னம்சன்னமாய் கலைந்துபோகத் துவங்கியிருந்தார் கள். ஆனாலும், அவர்களின் கண்கள் தன்னை வெறித்துப் பார்த்ததையும், உதடுகள் பொறிகளாய் முணுமுணுத்தையும் இளவரசன் கவனிக்காமல் இல்லை. ஏன் அந்த முணுமுணுப்பு தன்னைப் பழித்ததாய் இருக்கக் கூடாது என்று வினயமாக நினைத்துப் பார்த்தான். இப்போது சரசம் மாவின் கூப்பாடும் முன்னைவிடப் பலமாக ஒலித்ததையும் அவன் கேட்காமல் இல்லை.

சொற்களின் காலம்

“அவுங்கக்கூடவே சேந்துபோயித் தரிசனம் பண்ணிட்டு வந்திர வேண்டியத்தான? வெளிய நிக்கிய?”

சிநேகமாய் ஒலித்தக் குரல்கேட்டு திடுக்கென்று நிமிர்ந்து பார்த்தேன். நிறையப் பேர்கள் திண்ணையில் உட்கார்ந்திருந்தார்கள். அவர்களில் காவி வேட்டியும் வெளிறிய வெள்ளைநிறச் சட்டையும் அணிந்திருந்த ஒரு முதியவர் என்னை அன்னியோன்யமாய்ப் பார்த்துச் சிரித்துக் கொண்டிருந்தது தெரிந்தது. சிரிப்புச் சத்தம் வெளியேவந்து விழுந்து விடக்கூடாத எச்சரிக்கையில் அதை உதட்டுக்குள்ளே தடுத்து நிறுத் தியிருந்தார். முகத்தில் ஒருவார முடிக் கற்றைகள் வெள்ளை நிறத்தில் மினுங்கிக்கொண்டிருந்தன. நெற்றியில் பட்டைத் தீட்டியிருந்த திரு நீற்றுக் கோடுகள். சகலத்தையும் அறிந்திருந்தத் தெளிச்சலில் கண்கள் பூக்களாய் விரிந்திருந்தன.!

சலசலவென சந்தடி மிகுந்திருந்த அந்தக் கூட்ட நெரிசலில் அவர் மிருதுவாக உதிர்த்திருந்த வார்த்தைகள் எனக்குத் தெளிவாகக் கேட்டிருந் ததை நினைத்து ஆச்சரியப்பட்டேன். அவ்வளவு கணீர்க் குரல் அவருக்கு. எனக்கு அவரைத் தெரியவில்லை. ஆனால், அவருக்கு என்னைத் தெரியுமோ என்னவோ. ஒருவேளை என்னை அவருக்குத் தெரியாமல் கூட இருக்கலாம்தான். சகமனிதர்களிடம் சம்பாஷித்துக்கொள்வதற்கு அறிமுகம் என்ன வேண்டிக்கிடக்கிறது என்று சமாதானமாக நினைத்துக் கொண்டேன்.

“இவ்வளவு தூரம் நடந்துவந்ததுல கால் வலிக்கு. உள்ளப்போயி எங்கத் தரிசனம் பண்ண?”

சலிப்பாகச் சொல்லிக்கொண்டே திண்ணையின் விளிம்பில் என் பிருட்டத்தை வைத்தேன். கோயிலின் வெளிவாசல் திண்ணை அது. வலதுப் பக்கமிருந்தத் திண்ணையிலும் சனக்கூட்டம் பெருந்திரளாக நிறைந்திருந்தது.

“ம்...எப்பா...” தணிவாக முனகிக்கொண்டே என் பேண்டை முட்டுக்குமேல் சற்று நெகிழ்த்திவிட்டேன். ‘இன்‘ பண்ணியிருந்ததால் இறுகிப்போன என் இடுப்பு வலித்தது. அமர்ந்தமேனிக்கே வயிற்றைச்

சுருக்கி இடுப்பை விரித்துத் தந்தேன்... இறுக்கம் குறைந்ததுபோலத் தோன்றியது. தன்மையாக அவரின் முகத்தைப் பார்த்தேன். அவர் இன்னும் என் நினைவுக்கு வராத அன்னியத்தையே தந்து கொண்டிருந்தார்.

“இந்த வயசிலேயா கால் வலிக்கிதுங்கிய? இந்த வயசில எம்பது கிலோ மீட்டர்னாலும் எதிலும் நிக்காமத் தொடந்து நடந்துகிட்டு வரணும்... தெரியுமா?” வினயமாகச் சொல்லிவிட்டுச் சிரித்தார் அவர்.

இப்போதைய என் வயதில் அவருக்கு என்னைவிடப் பலம் அதிகமாக இருந்திருந்ததை அவர் பூடகமாகச் சொல்லிக் காட்டுவதாகத் தோன்றியது. அவருக்கு இப்போது எண்பது வயதுக்குமேல் தாராளமாக இருக்கலாம். நான் நாற்பது வயதில் நின்றிருந்தேன். ஆனாலும் அவரைப்போல ஒல்லிக் குச்சியாக இல்லாமல் பெரிய தடியைப்போல உடல் பெருத்த உருவம் எனக்கு. அவருக்குச் சிவந்த மேனி... எனக்குக் கருத்தத் தேகம் - ரொம்பவும் முரண்பாடுகள்.

கூட்டம் அலைபாய்ந்து கொண்டிருந்தது. ஒளிரும் குழல் விளக்கு களால் பிரம்மாண்டமாக அலங்காரம் செய்யப்பட்டிருந்த கோயிலின் முன்னும் புறவெளிகளிலும் சனங்கள் கொத்துக்கொத்தாய் நின்று வேடிக் கைப் பார்த்துக்கொண்டிருந்தனர். ஒவ்வொரு இடத்திலும் கண்ணைக் கவரும் ஆட்டம்பாட்டங்களும் மனத்தைக் குளிரவைக்கும் இசை முழக்கங்களும் துணிப்பாய் கேட்டுக்கொண்டிருந்தன. தெப்பக்குளத் தின் வலதுபக்கம் ஆகாயத்தை முட்டும் உயரத்தில் ராட்டினமும், கிழக்குப் பக்கம் திசைகளைத் திணறவைக்கும் எத்தனிப்பில் கச்சேரி வாசிப்புகளும் நிறைந்து சனங்களை சந்தோச வெள்ளத்தில் மூழ்கடித்துக் கொண்டிருந்தன. கொண்டாட்டங்களில் அதி உச்சமாக இன்னும் சிறிது நேரத்தில் கோயிலுக்குள்ளிருந்து அலங்காரப் பூஷிதையாக இரண்டு தேர்கள் புறப்பட்டு வெளிவர இருந்தன. தேர்களில் கொலுவிருக்கும் சாமி யையும் அம்மனையும் நெக்குருகச் சேவிப்பதற்கு பக்தக் கோடிகள் உணர்ச்சிப் பெருக்கோடு காத்துக்கொண்டிருந்தார்கள். அதற்கடுத்துதான் வானவேடிக்கைக் கொண்டாட்டம். விர்ரென்று மேல்நோக்கிக் கிளர்ந் தெழுந்து அந்தரத்தில் வெடித்துச் சிதறும் ‘நட்சத்திரங்கள்’ மனித நரம்பு களில் அதிர்ச்சியைப் பிரசவிக்கும். அந்த அதிர்ச்சிகள் அனுபவச்சுவை யானவை. மூன்றாவது நாள் திருவிழாவின் முக்கிய வைபவங்களாக தேர்ப் பவனியும் வாணவேடிக்கைகளுமே இருந்தன.

மொத்தம் பத்து நாட்கள் திருவிழாவுக்கென்று வரையறுக்கப் பட்டிருந்தது. முதலும் கடைசியும் கோயிலுக்குப் பாத்தியப்பட்ட தாக, மற்ற எட்டு நாட்களில் ஒவ்வொரு நாளும் ஒவ்வொரு சாதிக்காரர்களுக்கென்று ஒதுக்கப்பட்டிருந்தது. மூன்றாவது நாள் மண்டகப்படி தாழ்த்தப்பட்ட சாதிக்காரர்களுக்கு.

இன்றுதான் மூன்றாவது நாள் மண்டகப்படி. ஐந்து வருடங்களுக்கு முன்தான் அந்த உரிமையை எங்களால் சாத்தியப்படுத்த முடிந்திருந்தது. பல மாதங்களின் உண்ணாவிரதப் போராட்டங்களும், சாலை மறியல் களும், கோயில் கதவடைப்பும்... அரசு நிர்வாகம் தலையிட்டு எங்கள் நியாயமானக் கோரிக்கைக்குச் செவிசாய்க்க வைத்தன. அதற்குப் பிறகு தான் எங்களால் மற்ற சாதியினரைப்போல கோயிலுக்குள் நுழையவும், திருவிழாவில் பங்கெடுக்கவும் முடிந்தது. ஊர் மக்களின் எண்ணிக்கைத் தொகையின்படி இப்போது எங்களுக்கு மூன்றாவது நாள் மண்டகப்படி.

அந்தி கறுத்ததும் பிள்ளையார்க் கோயிலில் பூஜை நடத்திவிட்டு அங்கிருந்த பெண்கள் தங்கள் கைகளில் மலர்த் தட்டுக்களை ஏந்திக் கொண்டு கோயிலுக்கு வந்திருந்தார்கள். கோயிலிலிருந்து அரைகிலோ மீட்டர் தூரத்திலிருந்தது பிள்ளையார் கோயில். செண்டை மேள முழக்கத்துடன் ஆண்கள் பின்தொடர்ந்து வர, பெண்கள் கோயிலுக்குள் சென்று அம்மனுக்கு அபிசேகம் செய்துவிட்டு வெளியே வந்தார்கள். ஆண்களோடு சேர்ந்துதான் நானும் வந்திருந்தேன். கால்கள் வலித்ததும் கோயிலின் முன்வாசல் திண்ணையின் அருகில் வந்து அச்சலாத்தியாய் நின்று கொண்டேன். திண்ணையில் உட்கார்ந்து என்னைக் கூர்ந்து பார்த்துக் கொண்டிருந்தார் காவிவேட்டி மனிதர்.

நேரமாகஆகத் திண்ணையில் சனங்களின் சேர்க்கை அதிகரித்துக் கொண்டு வந்தது தெரிந்தது. என்னைப்போல எத்தனைப் பேர்களுக்குக் கால்வலியோ!

காவிவேட்டி மனிதர் இப்போது என்னைப் பார்த்து ரொம்பவும் இரக்கப்படுவதுபோலத் தோன்றியது. ‘‘பரவாயில்ல... என்னைய நெருங்கி வந்து நல்ல ஒக்காந்துக்காங்க. திண்ண ஓரத்துல ஒக்காந்திருக்கிய... விழுந்தி ராதிய.’’

அவரின் அனுசரணையான வார்த்தைகள் எனக்கு ஆறுதலைத் தந்தன. அவரின் முகம் பார்த்து இதமாய் உருகலானேன். ‘‘நல்லாத்தான் உட்கார்ந்திருக்கேன். தேங்க்ஸ்’’

அவரிடம் மறுத்திருந்தாலும், எனக்கு மனம் கேளாமல் என்னைத் திடப்படுத்திக்கொண்டு மேலும் செம்மையாய் உட்கார்ந்தேன். கீழே விழுந்துவிடக் கூடாது என்று எனக்கும் பயமிருந்தது. என் முகத்தையே அவர் இன்னும் கூர்ந்து பார்த்துக்கொண்டிருந்ததைப் பார்த்துக் கொண்டேன். கண்களின் வழி இதயத்தை ஊடறுத்துப் பார்க்கும் பார்வை.

‘‘உங்கள இதுக்கு முன்னால இந்த ஊர்லப் பாத்த மாதிரி இல்லியே. வெளியூரா? திருவிழாவுக்குச் சொந்தக்காரங்க வீட்டுக்கு வந்திருக் கியளா?’’

ஆச்சரியத்துடன் கேட்டுவைத்தார் என்னிடம். நான் பிறந்த இந்த ஊருக்குத் திருநெல்வேலியிலிருந்து கடந்த பதினைந்து ஆண்டுகளாக எத்தனையோ தடவைகள் வந்துபோய்க்கொண்டிருக்கிறேன். என்னைப்

பற்றி அவர் தெரியாமல்போயிருந்ததுதான் ஆச்சரியமாகத் தோன்றியது எனக்கு. ஆறு வருடங்களுக்கு முன்னால் மாதத்திற்கு ஒரு முறையும், சில மாதங்கள் வாரந்தோறும் வந்து ஊர்மக்களின் போராட்டத்தை ஒருமுகப்படுத்தி அதை வெற்றிகரமாக முடித்திருந்த என்னைப் பற்றி அவர் தெரிந்திருக்காதது ஆச்சரியமான விசயம்தான். ஒருவேளை அவர்தான் வெளியூர்களில் இருந்தாரோ என்னவோ.

''இல்லைங்க... எனக்கு இந்த ஊர்தான். ஒங்களத்தான் நா இதுக்கு முன்னப் பாத்தது மாதிரித் தெரியல. உங்களுக்கும் இந்த ஊர்தானா?'' தணிவானக் குரலில் கேட்டுவைத்தேன்.

வாய்விட்டுச் சிரித்தார் அவர். பக்கத்தில் அமர்ந்திருந்தவர்கள் அவரைப் பரிகாசத்துடன் பார்ப்பதைப் பற்றி அவர் கொஞ்சமும் சட்டைச் செய்த தாகத் தெரியவில்லை. அவர் சிரிப்பினில் அதிகாரத் தொனியும், அலட்சிய மும் கலந்திருந்தது தெரிந்தது.

''எஸ்எஸ்எல்சி எந்த ஸ்கூல்லப் படிச்சீய?'' பொறுமையுடன் முகம் நிமிர்த்திக் கேட்டார்.

''இந்த ஊர் கவர்மெண்டு ஸ்கூல்லதான். ஏன்? எதுக்குக் கேக்கறீங்க?''

''காரணமாத்தான். எந்த வருஷம்?''

''நைன்டீன் எய்ட்டி ஃபைவ்''

''அப்போ இங்கிலிஸ் பாடம் எடுக்க பரமசிவன்னு ஒரு வாத்தியாரு வந்திருப்பாரே...''

''ஆமா.''

''அவரப் பத்தி வேற என்னத் தெரியும் உங்களுக்கு?''

''இந்த ஊர்லையே அவுங்கதாம் பெரிய பணக்காரங்க. கவர்மெண்டு ஸ்கூல் கட்ட அவுங்கதான் ஃப்ரியா நெலம் குடுத்ததாகச் சொல்லுவாங்க''

''அந்த பரமசிவன் வாத்தியார் நான்தான்.''

நிசாரமாகச் சொல்லிவிட்டு அருவியோட்டமாய் சிரித்தார். தடையில்லாமல் ஓடியது அருவி. திடீரென்று அருவிக்கும் சோர்வுத் தட்டியிருக்கவேண்டும்... சன்னம்சன்னமாய் தன் ஓட்டத்தை நிறுத்திக் கொண்டது.

எனக்குத் தூக்கிவாரிப் போட்டது. என் நாளங்களில் இரத்த ஓட்டம் சிறிதுநேரம் தடைப்பட்டு நின்றதுபோலத் திகைப்பாக இருந்தது. பரமசிவன் சாரா இவர்! குட்டி யானையைப்போல கொளுத்த உடம்பும், பசியெடுத்த சிங்கத்தின் கர்ஜனையைப்போல பலமானக் குரலும்கொண்டு மாணவர்களை அதட்டி விரட்டும் அந்தப் பரமசிவன் சாரா இவர்!

நான் பதற்றத்துடன் எழுந்து நின்று சொன்னேன்: ''என்னால நம்ப முடியல சார். வணக்கம் சார். ரொம்ப நாளாச்சில்லா சார் ஒங்களப்

பாத்து. நல்லா இருக்கீங்களா சார்? என்னையத் தெரியலையா சார் ஒங்களுக்கு?''

என் மனசுக்குள் அரிப்பெடுக்கத் துவங்கியிருந்தது. அவரின் அதிகார முகம் எனக்கு எப்படி மறந்துபோனது? வராந்தாவில் அவர் கம்பீரமாய் நடந்துவருவதைப் பார்த்தாலே எதிர்ப்படும் அத்தனை மாணவ மாணவி யருக்கும் நடுக்கம் எடுத்துவிடும்... எனக்கும்தான். காற்றடித்தால் பறந்து விடும் பலூன்களைப்போல வகுப்பறைக்குள் ஓடி முடங்கிகொள்வார் கள் ஏறத்தாழ இருபது வருடங்களுக்கு முந்திய நிகழ்வு. இந்த இருபது வருடங்களுக்கு இடையில் ஒருநாள்கூட அவரை நான் பார்க்க முடியாது போயிருந்தது என் ஆகாத காலம்தான்.

''நீங்க என்ன சார்... இங்கு-வந்து...''-'உட்கார்ந்திருக்கீங்க?' என்ற வார்த்தையைத் தொண்டைக்குள்ளே நிறுத்திக்கொண்டேன். அவர் புரிந்திருக்கவேண்டும்.

''பக்கத்துலதான என் வீடிருக்கு. நேரம் போகலன்னா இங்க வரதுதான். சனங்களப் பாத்த மாதிரியும் ஆச்சி சாமியக் கும்பிட்ட மாதிரியும் ஆச்சில்லா?'' விட்டேத்தியாய் பதில் சொன்னவர் திடீரென்று யோச னையுடன் கேட்டார்: ''உங்களை யாருன்னு தெரியலையே... தன் கீழுதட்டை அழுத்தமாய் கடித்துக்கொண்டார்.

''ராஜேந்திரன். பத்தாம் வகுப்பு பி செக்சன்ல முதல் பெஞ்சில இருப்பேன்லா சார்.''

அவர் இன்னும் தீர்க்கமாகவே யோசித்தார். ''எந்த ராஜேந்திரன்?''. அவர் பணிக் காலத்தில் எத்தனை ராஜேந்திரன்களைப் பார்த்திருப்பார்! கடைசியில் என்னைப் பார்த்து, ''சாரி. தெரியல. மறந்திட்டு'' என்று மறுகலாகச் சொல்லிவிட்டு தன் உதட்டைக் கடியிலிருந்து விடுவித் துக்கொண்டார்.

''இருபது வருசம் ஆச்சில்லா சார்''

''பரவால்ல...உட்கார்ந்து பேசுங்க''

குழைவாக நெளிந்துகொண்டே திண்ணையில் சற்று தூரமாகவே உட்கார்ந்துகொண்டேன் நான். மரியாதைதான்!

''எங்க ஒர்க் பண்ணுறீய?'' தணிவானக் குரலில் கேட்டார். அவர் என்னைப் பன்மையில் மரியாதைத் தந்து பேசுவதைக் கேட்டபோது என் மனசுக்குள் உறுத்தலாக இருந்தது. அவர் வயசு என்ன! என்னுடைய வயசு என்ன! இத்தனைக்கும் எனக்குக் கல்விப் போதித்த குரு. பள்ளி நாட்களில் அவர் எல்லா மாணவர்களையும் ஒருமையில்தான் மிடுக்காகக் கூப்பிடுவார்.

'வேண்டாம் சார்...என்னை ஒருமையிலே கூப்பிடுங்க.' தைரியமாக அவரிடம் சொல்லிவிடலாம்போலத் தோன்றியது எனக்கு. அவர் மனசை

அது நோகடித்தது மாதிரி இருந்துவிடக்கூடாதே என்றும் எனக்குள் மறுகலாக நினைப்போடியது... சொல்லாமல் விட்டுவிட்டேன்.

''எங்க வேலப் பாக்கறீய?'' மீண்டும் அவரே பேச்சைத் துவங்கினார், அதே மரியாதையுடன்.

''திருநெல்வேலியில சார். இந்திய உணவுக் கழகத்தில...அசிஸ்டன்டா இருக்கேன்''

கூட்டம் அதிகரித்திருந்தது. அங்கங்கே கேட்டுக்கொண்டிருந்த மேளச் சத்தங்களும் ஒலிபெருக்கி முழக்கங்களும் கூட்டத்தை ஓரிடத்திலும் நிற்கவிடாமல் அங்குமிங்கும் பராக்குப் பார்த்து அலையவைத்துக் கொண்டிருந்தன. திண்ணையைச் சுற்றியும் கூட்டம் நெருக்கியடிக்கத் துவங்கியிருந்தது - முன்னைவிட அதிகமாய். அப்போதும் அவர் பதற்றப் படாமல் அமைதியாகவே இருந்தார்.

கோயிலுக்குள்ளிருந்து சில ஆம்பளைகள் கும்பலாக வெளிவந்து கொண்டிருந்தார்கள். எல்லோரும் எங்கள் தெரு ஆட்கள்தான். அவர்களுடன் என் அப்பாவும் சேர்ந்து வெளிவந்துகொண்டிருந்தது துணிப்பாகத் தெரிந்தது எனக்கு. விழாக் கமிட்டியில் அவர் செயலாளர் பதவியில் இருந்தார். நான்தான் அதற்குச் சிபாரிசு செய்திருந்தேன். காரியத்தில் கறாரான நபர் என் அப்பா. காரியமாகத்தான் அவர் கோயிலுக்குள்ளிருந்து வெளியே வந்துகொண்டிருக்கவேண்டும். வாசல் முன் திரண்டிருந்த நெருக்கடியிலிருந்து விலகும் எத்தனிப்பில் திண்ணை யோரம் ஒதுங்கினார். அவரை நெருக்கித் தள்ளிவிட்டிருந்த யாரோ ஒருவரை வன்மமாய் திட்டிக்கொண்டிருந்தது அவரின் வாய். பரம சிவன்சாருக்கு அருகில்தான் அப்பா நெருக்கித் தள்ளப்பட்டிருந்தார். அகஸ்மாத்தாய் அப்பாவின் பார்வை திருப்பிப் பரமசிவன்சாரைப் பார்த்துக்கொண்டது. உடனே தன் தோளில் கிடந்திருந்த துண்டை எடுத்து கைமடக்கில் வைத்துக்கொண்டு, ''அய்யா...நீங்களா?'' என்று பணிவாகக் கேட்டுக்கொண்டு நின்றார்.

அப்பாவின் பார்வை என்மீது விழுந்தது. பரமசிவன்சாருக்குச் சமதையாய் நான் உட்கார்ந்திருந்ததைக் கண்டதும் அவருக்குள் உதறல் எடுத்திருக்கவேண்டும். அவரைச் சமாதானப்படுத்தும் எண்ணத்தில் என்னைப் பார்த்து, ''இவம் எம் மகந்தான் சாமி. திருநெல்வேலியில வேலைப் பாக்கான்'' என்று சுரத்தில்லாமல் சொல்லிக்கொண்டு அசடு வழிந்தார்.

என்னை அழுத்தமாகப் பார்த்தார் ஆசிரியர். இதுவரை அவர் என்னைப் பார்த்துக்கொண்டிருந்த பார்வைக்கும் இப்போது பார்ப் பதற்கும் ரொம்பவும் வித்தியாசம் தெரிந்தது எனக்கு. அவர் இதழ்க் கடையில் அலட்சியமாய் புன்னகை அரும்பி நின்றிருந்ததை என்னால் பார்க்க முடிந்தது. அப்பாவின் வார்த்தைகளை நிதானமாக ஆமோதித்துக் கொண்டார் ஆசிரியர். ''உன் மகன்தானா?''.

'மகன்தானா...'! ஆசிரியர் என்னை இப்போது ஒருமையில் அழைத் திருந்தது புரிந்தது. அப்பாவையும் ஒருமையில்தான் அழைத்திருந்தார். அப்பாவின் பழைய அடிமை வாழ்க்கையை நியாகப்படுத்திக்கொண்டு அவரைத் தற்பெருமையில் ஆசிரியர் அப்படி அழைத்திருக்கலாம். பன்மை யில் என்னை அழைத்துக்கொண்டதிலிருந்து அவர் ஒருமைக்குத் தாவியது ஏன்? திடீரென்று எதில் குறைந்துபோனேன் நான்? அவருக்கு நான் மாணவனாயிருந்தேன் என்ற நினைப்பினாலா? இல்லையே. மாணவ னாய் இருந்தேன் என்பதை நான் தெரியப்படுத்திய்ப் பிறகும் என்னைப் பன்மையில்தானே அழைத்தார் அவர்? இப்போது எது அவரை மாற்றி யிருக்கிறது? எது?

ஆசிரியரின் குறுந்தாடி முகத்தை ஆதங்கத்துடன் பார்த்தேன். எல்லாம் தனக்குத் தெரியும் என்பதுபோல இறுமாந்திருந்தது அந்த முகம்.

திடீரென்று அப்பாவின்முன் செல்லையா மாமா தவிப்போடு வந்து நின்றது தெரிந்தது. பக்கத்துத் தெருக்காரர். சொந்தக்காரரும்கூட. கமிட்டியில் பொருளாளர் பதவியில் இருந்தார். பண விசயத்தில் ரொம் பவும் கறாரான நபர்.

''மச்சான்... இங்கனயா நிக்கிய? எங்கன எல்லாம்போயி ஒம்மத் தேடிட்டு வரேன் தெரியுமா?''

தேடி அலைந்திருந்ததில் அவரின் முகம் சோர்ந்துபோயிருந்தது தெரிந்தது. தேகமும் களைத்துப்போயிருக்கவேண்டும். மூச்சிழுத்து விட்டுக்கொண்டு நின்றிருந்தார். தாட்டியமானத் தேகம். அரையும் குறையுமாய் நரைத்திருந்த தலைமுடிகள்...அப்பாவைப்போல.

''என்னாச்சி மாப்ள? கொஞ்சம் காலாறிக்கிட்டு வரலாமின்னுதான் நிக்கேன். சொல்லு... என்ன விசியம்?''

''கச்சேரி நடக்கித எடத்துல ஒரே தகறாலா இருக்கு மச்சான். வாரும்...போலீசிலக் கம்ப்ளெய்ன்ட் குடுக்கணும். நம்ம ஆளுவ எல்லாரும் ஒம்மக் கூட்டிட்டுவரச் சொன்னாவா.''

''தகறாலா? எதுக்கு?''

''நம்மப் பசங்க அம்பேத்காரப் பத்திப் பாடச் சொன்னானுவ. போலீசுக்காரங்க 'பாடக்கூடாதி'ன்னு மறிக்காவா. அதனால பசங்கக் கச்சக் கட்டிக்கிட்டு நிக்காணுவ.''

''நேத்து நடந்த கச்சேரில அவியத் தலைவரப் பத்திப் பாடுனாவல்லா? அப்ப இந்தப் போலீசு எங்கனப் போச்சி? இன்னிக்கு அம்பேத்காரப் பத்தி மட்டும் பாடக்கூடாதுங்காவா?''

சடக்கென்று எழுந்துகொண்டேன் நான். ‘‘நீயும் இங்கனத்தாம் இருக்கியா மருமொவனே’’. இணக்கமாய் விசாரித்த மாமாவுக்கு, ‘‘ஆமா மாமா’’ என்று இணக்கமாய் தலையாட்டிக்கொண்டு அவரை நெருங்கினேன்.

‘‘போலீசுகாரனுவளப் பத்திப் போலீசு ஸ்டேசன்லயே கம்ப்ளெய்ன்ட் பண்ணா எப்படி? சரிவருமா? வாங்க...கலெக்டர் நம்பருக்குப் போன் பண்ணுவோம். அப்பத்தான் அக்கறையா வந்து விசாரிப்பாங்க.’’

ஏகத்தடபுடலாய் இருவரையும் அழைத்துக்கொண்டு கூட்டத்தைவிட்டு வெளியேறினேன். உட்கார்ந்திருந்த ஆசிரியரிடம் சொல்லிவிட்டு வருவதற்கு எனக்கு அவகாசம் இல்லாதிருந்தது. மனசும் இல்லை.

தானமூர்த்திகள்

''என்னல, மரியாத இல்லாமப் பேசுத?''.

கந்தன் கோபாவேசத்தில் கத்திக்கொண்டே சிவனுவின் மேல்சட்டைக் காலரைப் பற்றிப் பலமாய் இழுத்தார். காலர் இழுபட்டதில் சிவனுவின் கழுத்து நெரிப்பட்டது. மூச்சுவிட முடியாமல் திக்குமுக்காடிப் போனான் அவன். கந்தனின் கைகளிலிருந்து விடுபட முடியாமல் திமிறிக் கொண்டிருந்தான்.

''தேவடியா மொவன.. ஒன்னய எப்படிலக் கூப்புடணும்? பறப் பயத்தானல நீ?''. அந்த நெருக்கடியிலும் சிவனு ஆவேசமாய் கத்திக்கொண்டு கந்தனை அடிக்க அடிக்கக் கையை ஓங்கினான். கந்தன் கவனமாய் அவன் கையைத் தட்டிவிட்டுக்கொண்டிருந்தார்.

சிவனுக்கு வாலிப வயது. போலீசுக்குத் தெரியாமல் தன் சொந்த டிராக்ட்டரில் திருட்டு மணல் அள்ளி விற்கும் துணிச்சல்காரன். கூடவே கொம்புச் சீவிக்கொண்டு சிலுப்பும் சாதித் திமிர் வேறு.

கந்தனுக்கு வயதாகியிருந்தது. போன வருடந்தான் ராதாபுரம் வட்டாட்சியர் அலுவலகத்தில் சூப்பிரண்டென்டென்ட் பணியிலிருந்து ஓய்வுப் பெற்றிருந்தார். ஆனாலும் உடம்பில் வலு இருந்தது அவருக்கு. கைகளும் கால்களும் மர உருளைகளைப்போலத் திரட்சியாய் பருத்திருந்தன.

கந்தன் தளர்வாயிருந்த தருணம் பார்த்து இடதுகையால் அவரின் முரட்டுக் கையை வெடுக்கென்று தட்டிவிட்டான் சிவனு. அதே வேகத்தில் சிவனு அடிக்கப் பாய்ந்துவந்ததைக் கண்டதும் அவர் தன் வலது காலை உயர்த்தித் தூக்கி அவனின் நடுவயிற்றில் நழுக்கென்று ஒரு மிதி விட்டார். தொபுக்கடீர் என்று தூரமாய்போய் விழுந்தான் அவன்.

''நீ பெரிய மசுரால? பெரியாளு சின்னாளுங்கற வித்தியாசமில்லாம 'நீ வா'ன்னுப் பேசுத?''. அவனை நோக்கி ஆங்காரமாய் முன்னேறிப் போனார் கந்தன். ஆத்திரம் தீர்ந்திருக்கவில்லை அவருக்கு.

ஆளானப்பட்ட வட்டாட்சியரே அலுவலகத்தில் சாதி வித்தியாசம் பார்த்துப் பேசியதற்கு அவர்மேல் வன்கொடுமை வழக்குப்போட்டு

சந்திக்கு இழுத்திருந்தார் கந்தன். சிவனு சின்னப்பயல். சிதம்பரா புரத்திலிருந்து இங்கே 'தண்ணியடிக்க' வந்திருந்தான். அங்கிருந்து ஐந்து கிலோ மீட்டர் தொலைவில் சிதம்பராபுரம் இருந்தது. இதைவிட்டால் சிதம்பராபுரத்துக்காரர்களுக்குத் தண்ணியடிக்க ராதாபுரத்துக்குத்தான் போகவேண்டும். அங்கிருந்து ராதாபுரம் பத்து கிலோமீட்டர் தொலை வில் இருந்தது. இங்குதான் அவர்களுக்குப் பக்கம்.

சிவனுக்குத் துணையாய் வந்திருந்த சேதுராமன் தன் நாற்காலியை விட்டுப் படக்கென்று எழுந்துகொண்டு கந்தனை அடிப்பதற்கு விரைந்து போனான். கந்தனுடன் வந்திருந்த சித்திரைவேல் இப்போதுதான் தன்னிலைக்கு வந்திருந்தான். கந்தனை நோக்கி சேதுராமன் பாய்ந்து போனதை அகஸ்மாத்தாகக் கண்டுகொண்டான். அவ்வளவுதான். புலி போலப் பாய்ந்துசென்று சேதுராமனைப் பிடித்து நிறுத்தி அவனைக் குப்புற விழத் தட்டிவிட்டு அவன் முதுகில் உட்கார்ந்துகொண்டு தோள்பட்டைகளில் 'நங்கு நங்கு' என்று பலமாய் குத்தினான். ‘‘தாயோளி...எங்க மச்சானையால அடிக்கப்போற? அவ்வளவுக் கொழுப்பால ஒனக்கு? இப்போ அடிலெ பாப்போம். சாவுல. எங் கையாலே சாவுல’’. பலம்கொண்ட மட்டும் குத்தினான். தரையில் கிடந்திருந்த சேதுராமன் தோள்களைச் சுருக்கி விரித்துக்கொடுத்தான் – வலியில்.

சித்திரைவேல் கந்தனுடன் சேர்ந்து தண்ணி அடிக்க வந்திருந்தான். பக்கத்து வீடுகள். அவர்களுக்குள் மச்சான் – மச்சினன் உறவுமுறை இருந்தது. கொத்தனார் வேலைக்குப் போய்க்கொண்டிருந்தான் அவன். இன்று ஞாயிற்றுக்கிழமை என்பதால் விடுமுறையாயிருந்தது. கந்தன் கூப்பிட்டதும்தான் சட்டையை எடுத்துப்போட்டுக்கொண்டு அவர் பின்னால் வாஞ்சையுடன் வந்திருந்தான். சற்று முன்புவரை நாற்காலியில் அவன் அந்தரகொந்தரவாகத்தான் உட்கார்ந்திருந்தான். குவார்ட் டருக்குமேல் அடித்திருந்தத் தவக்கம். சமயோசிதமாய் எழுந்துபோய் அவன் சேதுராமனைத் தடுத்து நிறுத்தி அடித்துத் தள்ளியதுதான் ஆச்சரிய மாயிருந்தது.

கந்தன் குவார்ட்டர் மட்டுமே அடித்திருந்தார். அவரின் எல்லை அவருக் குத் தெரிந்திருந்தது. அதற்குமேல் அடித்தால் ஆளைக் குண்டுகட்டாய் கட்டித்தான் வீட்டுக்குக் கொண்டுபோய்ச் சேர்க்கவேண்டும்...'ஓவர்' ஆகிவிடும். இப்போது தன்னக்கட்டி நின்றுகொள்ள அவருக்கு முடிந் திருந்தது.

‘‘இந்தக் கையித்தானல எங்க மச்சான அடிக்கப் பாஞ்சது? அத ஒடிச் சிட்டா...?’’ சேதுராமனின் வலதுகையைப் பின்னுக்கு இழுத்து முறுக்கித் திருக்கினான் சித்திரைவேல். சேதுராமன் குப்புறப் படுத்துக்கொண்டே முகம் திரும்பி சித்திரவேலை முறைத்துப் பார்த்தான். ‘‘எல... விட்டுரு... வம்பா அடிப்பட்டுச் செத்துப்போயிராத. மருவாதியா எந்திச்சிரு...’’

இதற்குள் சிவனு எழுந்துகொண்டான். கந்தனை நோக்கி விரைசலாய் ஓடினான். கந்தனின் கழுத்தை இறுக்கமாய் கட்டிப்பிடித்தான். அவரைத் தரையில் விழத்தட்டிவிட வேண்டும் என்பது அவன் எண்ணம். கந்தன் முரண்டுபிடித்தார். அவ்வளவு லேசில் தான் நினைத்ததைச் செய்ய முடியாமல் போனது சிவனுக்கு. இரும்புத் தூண் மாதிரி 'தம்' கட்டிக் கொண்டு நின்றிருந்தார் கந்தன். சிவனுவின் உடும்புப் பிடியும் எளிதில் விடுபடுவதாய் இல்லை. தப்பித்தால் போதும் என்ற நிலைக்கு வந்தி ருந்தார் இப்போது. அவரால் நிலைகொண்டு நிற்கமுடியாதுபோலத் தடுமாறியது. பிடிமானம் இல்லாத கொடிபோல அவன்மேலேயே சொதக்கென்று விழுந்தார்.

குப்புறக்கிடந்திருந்த சேதுராமன் வல்லாதல்லையாய் சித்திர வேலை நெட்டித் தள்ளிவிட்டு கந்தனைப் பார்த்து ஓட்டமாய் ஓடிவந் தான். ''நில்லுல...தாயளி. நில்லுல. எங்கலப் போற? நில்லுல. இன்னிக்கு ஒன்னியக் கொல்லாம விடமாட்டம்ல''. பூனையை விரட்டிய நாயாய் சேதுராமனை விரட்டிக்கொண்டே பின்னால் ஓடிவந்தான் சித்திரை வேல். வேகத்தில் வந்த பூனை திடமாய் நின்றுகொண்டே கந்தனின் முதுகில் ஓங்கி இரண்டு மிதிகள் தந்து அவரைச் சிவனுவின்மேலிருந்து அப்புறப்படுத்தியது. தூரமாய்ப் போய் மட்டமல்லாக்க விழுந்தார் அவர். அவரின் வெள்ளைச் சட்டையும் வேட்டியும் மண்ணில் அழுந்திச் செவலை நிறமானது. சித்திரைவேல் அதறபதற ஓடிவந்து கந்தனைத் தூக்கி நிறுத்தினான். அவரின் வேட்டிச் சட்டையில் ஒட்டியிருந்த மண்ணை அரக்கப்பரக்கத் தட்டிவிட்டான்.

''அடித் தாயளி''. சேதுராமனைப் பார்த்து வன்மமாய் அதட்டிக் கொண்டே பக்கவாட்டில் குனிந்து கைத் தாழ்த்தி... கையில் தட்டுப்பட்ட கற்களை விரைசலாய் பொறுக்கி எடுத்தான் சித்திரைவேல்.

சிவனுவின் உடுப்புக்களில் ஒட்டியிருந்த மண்துகளைத் தட்டிவிட்டுக் கொண்டிருந்த சேதுராமன் சித்திரைவேலைப் பார்த்து வினயமாக எச்சரித் தான்: ''எல, சின்னத்தாயளி. கல்லுகில்லு வந்து எங்கமேலப் பட்டுச் சின்னா அவ்வளவுதாம். இன்னிக்கு ஒன்னைய உசுரோட வுட்டுட்டுப் போவமாட்டோம் தெரிஞ்சிக்க''

சேதுராமனின் எச்சரிக்கையையும் மீறி அவனை நோக்கிக் கற்களை ஆவேசமாய் வீசினான் சித்திரைவேல். சாதுர்யமாய் விலகிக்கொடுத்தான் சேதுராமன். ஒரு கல் மட்டும் சரியாக அவனின் நெஞ்சில் மோதி நழுக் கென்று வழுக்கிக் கீழே விழுந்தது. சேதுராமனுக்குப் பொறிகலங்கிப் போயிற்று. சிவனுவைத் தனியே விட்டுவிட்டு மீண்டும் சித்திரைவேலை நோக்கிப் பாய்ந்துவந்தான்.

'பாரில்' வைத்துதான் தகராறு நடந்துகொண்டிருந்தது.

இப்போது ஒயின்ஷாப்பின் முன்னறையிலிருந்து நிறையப் பேர்கள் சரம்சரமாய் திரண்டுவந்தது தெரிந்தது. எல்லோரும் 'பாட்டில்கள்'

வாங்குவதற்கு வரிசையில் நின்றிருந்தவர்கள். ‘பாரு’க்குள் கலவரச் சத்தம்கேட்டு தங்கள் வரிசையைக் கைவிட்டிருந்தார்கள்.

திரண்டு வந்தவர்களில் ஒருசிலர் சேதுராமனைப் பிடித்துக்கொள்ள, ஒருசிலர் சித்திரவேலிடம் ஓடிச்சென்று அவன் கையில் வைத்திருந்த கற்களைப் பிடுங்கித் தூரே விட்டெறிந்தனர். அவரவர்களை அவரவர் இருக்கைகளில் கொண்டுவந்து உட்காரவைத்தனர். பக்கத்துப் பக்கத்து மேசைகள்தான் அவற்றைச் சுற்றிப் போட்டிருந்த நாற்காலிகள்தான் அவர்களின் சிம்மாசனங்கள்.

இன்னும் மதியநேரம் ஆகியிருக்கவில்லை. அதனால் ஒய்ன்ஷாப் பிலும் பாரிலும் அவ்வளவாகக் கூட்டமில்லை. ‘குடிமக்கள்’ இனிதான் மொலுமொலுவென்று வருவார்கள் என்பது எல்லோருக்கும் தெரிந் திருந்தது. மதியச் சாப்பாட்டைக் கணக்குப்பண்ணிக்கொண்டு ஓடி வருவார்கள். வயிற்றுக்குள் பிராந்தியை இறக்கிக்கொண்டால் பசி யெடுக்கும்... அதனால் நிறையச் சாப்பிடலாம் என்பது அவர்களின் அனுபவம் தந்த பாடமாக இருந்தது.

‘‘தாயாப் பிள்ளையாத்தானப் பேசிக்கிட்டிருந்திய. அதுக்குள்ள எப்படித் தகராறு வந்திச்சி?’’.

கூட்டத்தில் நின்றிருந்த சிங்காரம் சாவதானமாக முன்வந்து நின்று சித்திரைவேலின் தோளைத் தட்டிக்கொண்டு கேட்டான். இருவரும் பக்கத்துத் தெருக்காரர்கள். தூரத்தில் உறவினர்களாகவும் இருந்தனர். சித்தப்பா – மகன் உறவு. சிங்காரம் சித்தப்பா. சித்திரைவேல் மகன்.

சித்திரைவேல் தன் எதிரில் நின்றிருந்த கந்தனைப் பார்த்துக்கொண்டே சிங்காரத்திடம் சொன்னான்: ‘‘மச்சானப் பாத்து மரியாத இல்லாமப் பேசுதாம் சித்தப்பா அந்தச் சிவனுப் பய. இவரோட வயசு என்ன, அவனோட வயசு என்ன? அவம் பெரிய சாதிக்காரன்னா அத அவன் ஊர்லதான வச்சிக்கிரணும்? எல்லா எடத்திலயும் கூடாதில்லா?’’

சிங்காரம் பரிகாசத்துடன் சிரித்துக்கொண்டான். ‘‘நீயும் அவுங்க ஊர்க்காரந்தானடே. பொழைப்புக்காக ஒம்பொஞ்சாதி ஊர்ல வந்து இருக்க. ஒரே ஊர்க்காரங்க.. சமாதானமாப் பேசி சண்டைய வெலக் கியிருக்கவேண்டியதான?’’

‘‘ஒரே ஊர்க்காரனா இருந்தா அவன் தரக்கொறவா நடந்துக்கிறதை எல்லாம் பொருதியா கேட்டுக்கிட்டிருக்க முடியுமா சித்தப்பா? அந்த ஊர மாரியா இந்த ஊர்லப் பாகுபாடுப் பார்த்துப் பழகுதாவா? அது ஊரா? செறைக்கூடம். அவென் எடங்கண்டு நடந்திருக்காண்டாமா? அதுவும் மச்சான் வயசென்ன, அவன் வயசென்ன? வயசுக்காவது அவன் மருவாதித் தரவேணாம்?’’

சித்திரைவேல் சிங்காரத்திடம் சொல்லிக்கொண்டிருந்ததை பக்கத்து மேசையில் அமர்ந்திருந்த சிவனு கேட்டிருக்கவேண்டும். கேட்கட்டும் என்றுதான் சித்திரைவேலும் சத்தம்போட்டுச் சொல்லியிருந்தான்.

சிவனுக்கு ஆவேசம் வந்தது. ‘‘ஓங்களுக்கு என்னல மருவாதி? ஈனச் சாதிப் பயலுவளுக்கு? ஏல சித்திர... எம்மேலக் கைய வச்சிட்டல்ல? ஊருப் பக்கம் வால. ஒன்னய உண்டு இல்லன்னுப் பண்ணிப்புடுதன்.’’

‘‘ஆமா. நீ பண்ணுதவரைக்கும் நா ஒறங்கிட்டிருப்பென்? போலப் போல. இந்த மெரட்டலையெல்லாம் அந்த ஊர்ல வச்சிக்க. போ.’’

‘‘எங்கக்கிட்டக் கையேந்திக் கூலிவாங்கி வயித்தக் கழுவுத சின்னச் சாதிப் பெய நீ. ஒனக்கு அவ்வளவுக் கொழுப்பு? அந்தக் கொழுப்புதான் எவ்வளவு இருக்கின்னு பாத்திருவம். நீ ஊருக்கு வா’’

‘‘நாங்க என்ன பிச்சக்காரங்களா, ஓங்க ஆளுவக்கிட்ட சும்மாக் கையேந்த? ஓங்கத் தோட்டக்காடுகள்ல மாங்குமாங்குன்னு பாடு பட்டுட்டுத்தான் கூலிவாங்கக் கைய நீட்டிருப்போம். சும்மா யாரும் கையேந்தியிருக்கமாட்டாவா. ஆமா. ரொம்பத் தர்மப் பரம்பர... எங்களுக்குத் தானமா அள்ளிக் குடுத்திருவானுவ. ஒழச்சக் கூலியகூட ஒழுங்காத் தராதப் பாவிங்கதானல ஓங்க ஆளுவ? வாய்ப் பேசுதான் ரொம்ப யோக்கியன் கெணக்கா. போல. நீயும் ஒஞ்சாதியும். எங் குசுவக் குடிக்கக்கூட ஆவாதுல. போல’’

‘‘ஏல...மருவாதி இல்லாமப் பேசாத. வெட்டிப் பொலிப்போட்டிருவென்’’

‘‘ஒனக்கு எதுக்கில மருவாதி... அயோக்கியப் பயலுக்கு?’’

சண்டை மீண்டும் கருக் கட்டத் துவங்கியிருந்தது. இருபக்கமும் மலைகளாய் திரண்டுகொண்டு நின்றிருந்தன மேகங்கள்...பகை மேகங் கள். வார்த்தைகளால் இடி முழக்கங்களாய் சீறிக்கொண்டு நின்றி ருந்தார்கள் இருவரும். தன்மையாய் சொல்லிச் சமாதானப்படுத்தி கொண்டிருந்தவர்களின் வார்த்தைகளுக்கு அவர்கள் அடங்கிப் போகிற வர்களாக இல்லை.

கல்லாப்பெட்டியிலிருந்த கேஷியர் எழுந்து விரைசலாய் ஓடிவந்தார். நீட்டம்நெடுப்பமான மனிதர். வெள்ளையும் கறுப்பும் விரவிக்கிடந்த தலைமயிர்களும், குறுந்தாடியுமாய் காட்சி தந்த அவரைப் பார்ப்பதற்கு கொஞ்சம் அரிச்சலாகத்தான் இருந்தது. மனிதர் கடுங்கோபத்தில் நின்றிருந்தார். முகம் துடித்துக்கொண்டிருக்க, கண்கள் ரத்தப் பாளங் களாகச் சிவந்திருந்தன. திடுதிடுப்பென்று தன் சட்டைப் பையிலிருந்து கைப்பேசியை வெளியே எடுத்துவைத்துக்கொண்டு அவர்களைப் பார்த்து அழுத்தமாய் எச்சரித்தார்...

‘‘சண்டப்போடாமஅமைதியாகலஞ்சிப்போறியளா,இல்லபோலீசுக் குப் போன் பண்ணட்டுமா?’’

வெட்டு ஒன்று, துண்டுகள் ரெண்டு வார்த்தைகள். அவர் செய்து விடுவார் என்று தோன்றியது எல்லோருக்கும்.

அவ்வளவுதான். சிவனுவும் சேதுராமனும் கூட்டத்தைவிட்டு விலகி பம்மலாய் வெளியேறிகொண்டிருந்தார்கள். எதுக்குத் தொரட்டு என்று

❖ தடாகம் வெளியீடு ❖ 52

அவர்கள் நினைத்திருக்கலாம். அல்லது எங்காவது அவர்கள் திருட்டு மணல் அடித்தபோது எக்குத்தப்பாய் போலீசில் மாட்டியிருக்கலாம். அடிக்கடி போலீசில் மாட்டிக்கொண்டால் ஆபத்து என்று பயந்திருக்க வேண்டும். அவர்களின் அவசரமான வெளியேற்றம் எல்லோருக்கும் சிரிப்பைத்தந்தது...திகைப்பாகவும் இருந்தது.

கூட்டம் சன்னஞ்சன்னமாய் கலையத் துவங்கியது. கந்தன் கலங்கிப் போய் நின்றிருந்தார். நிகழ்ந்துவிட்டிருந்த கலவரத்தின் சூடுத் தாங்காமல் மனசுக்குள் அவிந்துகொண்டிருந்தார்.

சிங்காரம் தயக்கத்துடன் அவரின் அருகில் வந்தான். கந்தன் அவனுக்கு மருமகன் முறை வேண்டும். அவரின் வயது கூடியிருந்ததால் அவரை முறைசொல்லி அழைத்ததில்லை அவன். மருமகன் என்று அழைக்கப்படுகிறவர்களுக்கு வயது குறைந்திருக்கவேண்டும்.

''நீங்க இங்க வந்து குடிக்கணுமா? ஒங்க தகுதி என்ன, படிப்பு என்ன? வரக்கூடாத எடத்துக்கெல்லாம் வந்திருந்து அவமானப்படணுமா? சித்திரவேலிடம் சொன்னா வூட்டுக்குப் 'பாட்டில' வாங்கிக்கொண்டு வந்து தந்திட்டுப்போறான்''

கந்தன் அசடு வழிந்தார். ''வழக்கமா இங்க வந்து குடிக்கறது தான. இன்னிக்கு என்னமோ அந்தப் பயலுவ சனியன்க மாதிரி வந்து சேந்துட்டானுவ. சித்திரதான் அவனுவக்கிட்டப் பேச்சுக் குடுத்துக் கிட்டிருந்தான்... அவுங்க ஊராமில்ல. நாப் பேசல. என்னையப் பத்தி அவன் மரியாத இல்லாம சொன்னப்பந்தான் எனக்குக் கோபம் வந்திருச்சி''

சித்திரவேலின் முகம் பார்த்தான் சிங்காரம். ''சிதம்பராபுரத்துக் காரனுவ இங்க எதுக்குடே வந்தானுவ? உள்ளூர்க்காரனாச்சேன்னு ஒன்னயப் பாக்கவா?''

''என்னைய எதுக்கு அந்தப் பயலுவப் பாக்க வரப்போறானுவ? அவனுவளோட டிராக்ட்டருக்கு ஏதோ சாமான் வாங்கிப் போட ணுமாம்... கடைக்கு வந்திருக்கானுவ... அப்படியே தண்ணி அடிக்க வந்திட்டானுவ. நானே இங்க வச்சிதான அவனுவளப் பாத்தென். நாய்க''.

''எதுக்குச் சண்ட வந்திச்சி?''

''வெள்ளையும்சொள்ளையுமா இருக்கிதவன வசமா கையிலப் போட்டுக்கிட்டியா? ன்னு மச்சானக் காட்டி எங்கிட்டக் கேட்டு நக்கலடிச்சான் சிவனு. அதான் மச்சானுக்குக் கோவம் வந்திருச்சி. 'என்ன நீ...என் வயசுக்குக்கூட மதிப்புத் தராம என்னைய 'அவன்' போட்டுப் பேசுற? நா என்ன ஒன்வீட்டு வேலைக்காரனா?'ன்னு கேட்டு அவன் சட் டையப் பிடிச்சி உலுக்கிட்டாரு. மச்சானுக்கு 'சில்' போதை. பின்ன என்ன? அவரோட வயசுக்காவது மருவாதித் தராண்டாமா அந்த நாயி...? 'அவன் இவன்'னுகிட்டு...''

திடீரென்று கந்தனிடமிருந்து அதறபதற ஒரு குரல் வெளிப்பட்டது: ''ஏ சித்திர...எங் கழுத்துல கெடந்த செயினக் காணலயேல. அந்தச் சிவனுப்பய அடிச்சிட்டாம்போலுக்கே''.

விறைப்பாக எழுந்து நின்று விரக்தியுடன் கழுத்தை அழுத்தித் தடவிக்கொண்டிருந்தார். களவுப் போகிறவரைக்கும் தங்கச் சங்கிலியில் தகதகத்துக் கிடந்த கழுத்து இப்போது தூத்துத் துப்புரவுப்படுத்தியக் களமாய் வெறுமையுடன் கிடந்தது. ''ஆறு பவுன் செயினாச்சே... இனி அவனுவக்கிட்டப்போயிக் கேக்க முடியுமா? அதுவும் அவனுவ ஊர்லப் போயி? அவனுவப் புத்தியக் காட்டிட்டனுவ பாத்தியா?'' அவருக்கு ஆற்றாமையாக இருந்தது... தவிதாயப்பட்டுக்கொண்டு புலம்பினார். அவரின் தேகம் நடுக்கம் கண்டு, முகம் பேதலித்துப்போயிருந்தது. சிவனு அவரின் கழுத்தை இறுக்கிப் பிடித்து விழத்தட்டுவதற்கு முரண்டுபிடித்தபோதுதான் சங்கிலியை உருவியிருக்கவேண்டும். களவாணி ராஸ்கல். அதனால்தான் கேஷியர் வந்து எச்சரித்ததும் இரு வரும் கமுக்கமாய் பம்மிக்கொண்டு வெளியேறி விட்டிருந்தார்களோ என்று சமயோசிதமாய் நியாபகப்படுத்திப் பார்த்தார் கந்தன். குலைப் பதற்றமாய் இருந்தது அவருக்கு.

''போலீசுலக் கம்ப்ளைன்ட் பண்ணிருவமா மச்சான்?''

''சிவனுமேல சந்தேகப்பட்டா?''

''ஆமா மச்சான். அவனைத் தவுத்து வேற யாரும் ஓம்மக்கிட்ட மல்லுக்கு வரலியே''

''இல்லே'னு அவன் நெட்டுக்கு நின்னுட்டா...? நமக்குத்தானக் கேவலம்? அவன் திருடுனத நாமக் கண்ணாலப் பாக்கலையே''. கந்தனின் குரல் கரகரப்பாய் வெளிப்பட்டது. மனசுக்குள் அழுதுகொண்டிருக் கிறார்போல. கண்களைக் கட்டி காட்டில் விட்டதுபோலிருந்தது. போவதற்கு வழித் தெரியாமல் திணறிக்கொண்டு நின்றிருந்தார். காவல் நிலையத்துக்குப் போவதா? அல்லது சிவனுவிடமே நேரடியாகப் போய் கேட்டுக்கொண்டு நிற்பதா? இரண்டுமே பயன் இல்லாதது என்றுதான் தோன்றியது.

'பாரு'க்குள் நிறைந்திருந்த எல்லோரும் திகைத்துப்போயிருந்தார் கள்- சிங்காரம் உட்பட. கந்தனைக் கழிவிரக்கத்துடன் பார்த்துக் கொண்டிருந் தார்கள்.

''மோசம்போயிட்டமே மச்சான். கொஞ்சம் கருக்கடையா இருந்திருக் கலாமே'' சித்திரை வாப்பாறினான். போனது போனதுதான்... இனி என்ன செய்ய முடியும் என்றிருந்தது அவனுக்கு. அவருக்கும்தான்.

'எங்கக்கிட்டக் கையேந்தி கூலிவாங்கி வயித்தக் கழுவுத...'

சித்திரைவேலை நோக்கி சிவனு அகம்பாவத்துடன் உதிர்த்திருந்த வார்த்தைகள் இப்போது அசரீரியாய் ஒலித்ததுபோலிருந்தது, கந்தனுக்கு மட்டும் அல்ல, அங்கு நின்றிருந்த எல்லோருக்கும் அது கேட்டது.

தீக்கொண்டு வந்தவன்

முற்றத்தில் சன்னமாய் இருள் பரவிக்கிடந்த முன்னிரவுப் பொழுதில் அவன் கண்களைக் கோலிக்குண்டுகளாக உருட்டிக்கொண்டு வந்து நின்றான். கர்லாக் கட்டைக்கு எண்ணெய் தேய்த்து மெழுகி விட்டது போலக் கருப்பு நிறத்தில் பளபளப்பாய் மினுங்கினான். நல்ல ஓங்கு தாங்கலான உருவம். சவுக்குக் கம்புகளாய் கைகளும் கால்களும் நீண்டிருந்தன. படர்ந்த நெற்றியில் பச்சை வைக்கோல் தளைகளாய் முடிக்கற்றைகள் கொத்தாகச் சரிந்து கிடந்தன.

சற்று முன்புதான் இரவுச் சாப்பாட்டை முடித்துவிட்டு முற்றத் திற்கு வந்து நாற்காலி போட்டு சுவாரஸ்யமாய் காற்று வாங்கிக் கொண்டிருந்தேன். பகல் முழுதும் தோட்டக்காட்டுப் பாத்திகளில் நின்று கத்திரிச் செடிகளுக்குத் தண்ணீர் பாய்த்துவிட்டு வந்திருந்த அசதி எனக்கு. என் வெற்று மார்பில் வினயமாகப் பொட்டுக்கள் வைத்து நின்றிருந்த வேர்வைத் துளிகளை கைத்துண்டால் அழுந்தத் துடைத்துவிட்டு நிமிர்ந்தபோது வாசலில் அவனின் சலனம் கண்டு ஒருகணம் திகைத்துப்போனேன்.

''மாமா... என்ன, அப்படிப் பாக்கிய, புது ஆளப் பாத்த மாரி?''

அவன் சுருதிகூட்டி முழங்கியப் பிறகுதான் அவனின் சுயரூபம் தெரிந்தது. போன மாதம்தான் அவனின் ஊர்க் கொடைவிழாவுக்கு என் குடும்பத்தோடு அணிதிரண்டு போயிருந்தேன். எங்களை அவனின் பெற்றோருடன் சேர்ந்து அவனும் ரொம்ப அக்கறையுடன் கவனித்து அனுப்பியிருந்தான். அதற்குள்ளாக அவன் என் வீடுதேடி வந்திருப்பதற்கு என்ன அவசரம் வந்துவிட்டிருந்தது? அதுவும் பெட்டிப் பாம்புகளாய் சனங்கள் முடங்கிக்கிடக்கிற இந்த ராப்பொழுதில்? யோசனையாக இருந்தது எனக்கு.

'படக்' கென்று நாற்காலியிலிருந்து எழுந்துகொண்டு அவனிடம் சென்றேன்.

''அடே செண்பகராஜனா? வா வா. திடீர்னு வந்து நின்னுட்டு ஆளயே தெணறடிச்சிட்டியேப்பா. உள்ள வா. என்ன... வீட்ல அப்பா

அம்மாவெல்லாம் எப்பிடியிருக்காவ? திடீர்னு வந்திருக்கியே. ஏதாச்சும் விசேசம் உண்டா?''

சிநேகமாய் அவனின் கைப்பிடித்து வீட்டுக்குள் கூட்டிக்கொண்டு வந்தேன். ரொம்பவும் நிதானமான நடையில் என்னைப் பின்தொடர்ந்து வந்தான். வெள்ளை வேட்டியும், ஊதாக் கலரில் வெள்ளைக் கோடு களிட்ட சட்டையும் போட்டிருந்தான். கையில் எந்தச் சுமையையும் வைத்திருக்கவில்லை. சோம்பேறிப் பயல்தான். இருபது வயசுக்குரிய சுறுசுறுப்பு அவனிடம் குறைவுதான். கறுத்த மணிக்கட்டில் கட்டியிருந்த தங்கநிறக் கடிகாரம் மட்டும் தற்போது அவனின் உடைமையாகத் தெரிந்தது.

''சேர்ல ஒக்காரு''

உட்கார்ந்துகொண்டான் அவன். சுவரில் பதித்திருந்த பொத்தான் களில் விரல் பதித்து அழுத்தி மின்விசிறியைப் போட்டுவிட்டேன். வெளியே பரவலாக வீசிக்கொண்டிருந்த குளிர்ச்சியான காற்றுக்கு மாறாக விசிறியிலிருந்து வெப்பக்காற்றே வெளியேறிக்கொண்டிருந்தது. ஒருவகையில் அதுவும் கதகதப்பாய் சுகமாகவே இருந்தது.

சந்தடிக் கேட்டு என் மனைவி செங்கமலம் முன்னறைக்கு வந்தாள். அழுக்குப் பாத்திரங்களை எல்லாம் 'மாங்குமாங்கு' என்று தேய்த்துக் கழுவி எடுத்து அவற்றை அடுக்களைக்குள் சீராக அடுக்கிவைத்துவிட்டு வந்திருந்த அசதித் தெரிந்தது அவளிடம். சேலைத் தலைப்பால் முகத்தை ஒற்றித் துடைத்துக்கொண்டிருந்தாள். செண்பகராஜனைக் கண்டதும் அவளுக்கும் அதிர்ச்சியாகத்தான் இருந்திருக்கவேண்டும்.

''வாப்பா! எப்பிடியிருக்க? வூட்ல எல்லாரும் நல்லாருக்காங் களாப்பா?'' அவனிடம் மானசீகமாகக் கேட்டுவிட்டு முகமலர்ச்சியுடன் என்னருகில் வந்து நின்றுகொண்டாள். ஓய்வெடுத்தால் சற்று ஆசு வாசமாக இருக்கும்தான் அவளுக்கு.

''எல்லாரும் நல்லா இருக்காங்க அத்தே...'' அவனும் சம்பிரதாயமாகப் பதில் சொல்லிவிட்டு மழுப்பலாகச் சிரித்துக்கொண்டான்.

படுக்கையறையில் புத்தகங்களுடன் மல்லுக்கட்டிக்கொண்டிருந்தாள் யுவராணி. நாளைக்குக் கணிதத் தேர்வு அவளுக்கு. எவ்வளவுதான் விழுந்து விழுந்து படித்தாலும் சூத்திரங்கள் மனப்பாடம் ஆகாதிருந்த சங்கடம். கணக்குகள் எல்லாம் அவளுடன் கண்ணாமூச்சி ஆடிக்கொண்டிருந்தன. எட்டாம் வகுப்பில் படித்திருந்த கணக்குகளைப் போலல்ல, ஒம்பதாம் வகுப்புக் கணக்குகள். கண்ணைக் கட்டிக் காட்டில் விட்டதுபோல ரொம்பவும்தான் திக்குமுக்காட வைத்துக்கொண்டிருந்தன அவளை. முன்னறையில் சந்தடிக் கேட்டதும் அவளும் ஓடிவந்து நின்று அவனிடம் குசலம் விசாரித்துக்கொண்டாள்.

‘‘வாங்கண்ணே.’’

‘‘ஆமா’’

‘‘நல்லா இருக்கீங்களா?’’

‘‘ஆங்...நல்லா இருக்கென்’’

‘‘வீட்டுல மாமாவும் அத்தையும் எப்படி இருக்காங்கண்ணே’’

‘‘அவியளும் நல்லாத்தாம் இருக்காவா. நீ எப்படி இருக்க?’’

‘‘அவளுக்கென்ன? பள்ளிக்கூடத்துக்குப் போறேன் பேர்வழின்னுக்கிட்டு ஒவ்வொரு பாடத்திலயும் பெயிலாயிக்கிட்டு வர்றா.’’ யுவராணியைப் பார்த்துச் சொல்லி பரிகாசமாய் சிரித்துக்கொண்டேன். அவள் மூக்கில் கோபம் பொத்துக்கொண்டு வந்து நின்றது...செல்லக் கோபம்.

‘‘போங்கப்பா...’’ என்னைப் பார்த்து முறைத்துவிட்டு விருட்டென்று படுக்கையறைக்குள் புகுந்துகொண்டாள். கணப்பொழுது எங்கள் மத்தியில் சிரிப்புதான் நின்றிருந்தது.

செண்பகராஜனுக்கு எதிரில் கிடந்த நாற்காலியில் நான் உட்கார்ந்துகொண்டேன். மீண்டும் நான்தான் அவனிடம் கமுக்கமாக வார்த்தையாடத் துவங்கினேன். ‘‘என்னப்பா விசியம்? ராவு நேரத்துல வந்திருக்க?’’

‘‘விசியம் இருக்கு மாமா. ஊர்ல இருக்க முடியல... அதான் கொஞ்ச நாள் பாட்டுக்கு ஒங்க வீட்ல இருந்துட்டுப் போவலாம்னு வந்திருக்கென்.’’

‘‘ஏன்? ஏதாவது பிரச்சனையா?’’

‘‘ஆமா மாமா’’

அவன் சொன்ன விசயங்கள் நெஞ்சில் நெருப்பை அள்ளிக் கொட்டியது போல இருந்தது எனக்கு. என் மனைவிக்கும்தான். விசயம் இதுதான்.

பன்னிரெண்டாம் வகுப்பில் அவனுக்குப் படிப்பு ஏறாது போயிருந்ததால் அவனின் அப்பா அவன் தொழில்செய்து சம்பதிப்பதற்காக ஒரு டிராக்டரை வாங்கித் தந்திருந்தார். அவனுக்கும் டிராக்டர் ஓட்டிச் சம்பாதிக்கும் எண்ணம் இருந்தது. கேட்டுக்கொண்டவர்களுக்கு இசைவாய் டிராக்டரில் மண்ணள்ளிக் கொண்டுவந்து தட்டவும், வாழைக் குலைகளை ஏற்றிவந்து வீடுகளில் கொட்டவுமாக... பல வேலைகளில் ஈடுபட்டு வந்த டிராக்டர் கணிசமாய் பணம் சம்பாதித்துக் கொடுத்துக் கொண்டிருந்தது. மேலத்தெரு இளவட்டங்கள்தான் அவனுக்குக் கூலியாட்களாக போய்க்கொண்டிருந்தவர்கள். அவனைப்போலவே எல்லோரும் ஒரே வயசுப் ‘பட்டறைகள்’. வேலைத் தளங்களிலும் சரி, வெளியேயும் சரி, செண்பகராஜனிடம் சகஜமாகத்தான் உறவாடிக் கொண்டிருந்தார்கள்.

வேலைகள் முடிந்த சாயந்தர வேளைகளில் அவர்கள் கொத்தாக ஒயின்ஷாப்புக்கு வருகை தருவது வழக்கமாயிருந்தது. விஸ்கியும் பிராந்தியும் பீரும் அவர்களின் அலுப்புக்கு நிவாரணிகளாகத் தோன்றின. தினமும் அவர்களின் சாயந்தரப் பொழுதுகள் ஒயின்ஷாப்புக்குள் சந்தோசமும் சிரிப்புமாகவே கழிந்துகொண்டிருந்தன.

வழக்கத்துக்கு மாறாக அன்றைய சாயந்தரப் பொழுது அவர்களுக்குள் கலவரத்தை மூட்டிவிட்டிருந்ததுதான் கொடுமை.

கூலியாட்களில் ஒருவனான அப்பாவு அன்று வழக்கத்திற்கு மாறாக அதிகமாகவே குடித்துக்கொண்டிருந்தான். ஏற்கெனவே இரண்டு குவார்ட்டர் 'ஜானக்ஸா' பிராந்தி அவனின் வயிற்றுக்குள் இறங்கி யிருந்தது. இப்போது மூன்றாவது குவார்ட்டரில் பாதியைத் தம்ளரில் கவிழ்த்தி அதற்குள் நீரூற்றிக் கொண்டிருந்தான். செண்பகராஜனுக்கும் போதை ஏறியிருந்தது உண்மைதான்... ஆனால் தாக்குப்பிடிக்க முடியாத அளவுக்கு அல்ல.

''ஏ வேண்டாம் அப்பாவு...இனிக் குடிக்காத... சொன்னாக் கேளு''

செண்பகராஜன் எவ்வளவோ சொல்லிப் பார்த்தும் அப்பாவு சட்டைச் செய்வதாக இல்லை. அப்பாவுக்குப் போதை அதிகமாகி ஏடாகூடமாய் ஏதாவது ஆகிவிடக்கூடாதே என்று நினைத்துக் கவலைப்பட்டான் செண்பகராஜன். சொன்னால் கேட்கிறானா மடையன்...

''லே போதும்ல. நிப்பாட்டிக்க. செத்துக்கித்துப் போயிராத.'' ஓடிச் சென்று அப்பாவுவின் கையிலிருந்த குவார்ட்டர் பாட்டிலை வல்லடியாய் பறிக்க முயற்சித்தான் செண்பகராஜன்.

அவன் முரண்டுபிடித்தான். ''போல. ஒனக்கு அஞ்சாறு தெரியும்... நா இன்னும் குடிப்பம்ல. ஒனக்குத் தெரியுமா? எனக்குப் போதாது. மருவாதியா தூரப்போயிரு நீ''

திடமாய் உட்காரத் திராணியற்று பெஞ்சில் அந்தரகொந்தரவாக வந்தான் அப்பாவு. அவனின் கண்கள் இப்போதே நிலைகுத்தத் தொடங் கியிருந்தன. வார்த்தைகள் நிதானமற்றுக் குழறின. அவனோடு வந்திருந்த மற்ற மூன்று பேர்களும் எப்போதோ அவனைக் கைகழுவியிருந்தார்கள். அவனின் குணம் அவர்களுக்கு நன்றாகத் தெரிந்திருந்தது. ஒரே தெருக் காரர்கள்தான்... உறவினர்களும்கூட. தான் பிடித்த முயலுக்கு மூன்றே கால்கள் என்று வீம்பும் விதாண்டாவாதமும் பண்ணுகிறவன் அப்பாவு. வார்த்தைகள் சூடு பிடித்தால் வீண் தகராறில் போய் முடியும் என்பது அவர்களுக்குத் தெரிந்திருந்தது. 'இந்த உபத்திரவம் நமக்கு எதுக்கு?' என்று தீர்மானித்துக்கொண்டு சமயோசிதமாய் மற்றொரு மேசையைப் பிடித்துக்கொண்டனர்.

செண்பகராஜன்தான் அவனோடு கிடந்து அல்லாடிக்கொண்டிருந் தான். ''சொன்னாக் கேளு. போதும் எந்திரி. நாளைக்குப் பாத்துக்

கிரலாம்...எந்திரி'' அப்பாவுவைப் பார்த்து இதமாகவே எச்சரித்தான். அப்பாவு கேட்பதாக இல்லை.

அதை யாரும் எதிர்பார்த்திருக்கவில்லை. திடீரென்று அது நடந்து விட்டிருந்தது. அப்பாவு நிறைத்துவைத்திருந்த தம்ளரை அவன் எதிர் பார்க்காத அவகாசத்தில் செண்பகராஜன் விசுக்கென்று எடுத்து தன் தொண்டைக்குள் ஊற்றிக்கொண்டான். வெற்றுத் தம்ளரைத்தான் மேசையின்மேல் வைத்தான்.

அப்பாவுக்குத் தலைதெறிக்கக் கோபம். நிராயுதபாணியாக நிற்பது போல மறுகினான். அத்தனைப் பேர்கள் மத்தியில் வைத்துத் தன்னை அவமானப்படுத்திவிட்டானே என்று நினைத்து செண்பகராஜன் மீது ஆத்திரப்பட்டான். எப்படி அவனுக்கு அந்தத் திடம் வந்ததோ... விருட்டென்று எழுந்து நின்றான். அவன் கைகள் விசிறிய வேகத்தில் மேசைமேல் கிடந்திருந்த வெற்றுப் பாக்கெட்டுகளும், மசாலாத் தடவிய மீன் பொரியலும் தூரமாய்ப்போய் தரையில் விழுந்தன. அரை நொடி தான்...சடக்கென்று ஓடிவந்து செண்பகராஜனின் சட்டையைப் பிடித் துக்கொண்டு கழுத்தை இறுக்கினான்.

''பறத் தேவடியா மொவன... ஒனக்கு அவ்வளவ் கொழுப்பால?'' ஆக்ரோசமாய் கேட்டுக்கொண்டே தன் கையில் வைத்திருந்த பிராந்திப் பாட்டிலால் செண்பகராஜனின் தோளில் பலம்கூட்டி அடித்தான். செண்பகராஜனின் மூளைக்கு சுள்ளென்று சூடு ஏறிற்று. பதிலுக்கு அவனும் அப்பாவுவின் சட்டையைப் பிடித்துக்கொண்டான்.

''எங்கிட்டக் கூலி வாங்கிக்கிட்டே என்னைய சாதிச் சொல்லி ஏசு வியால, நாய? என்னியவே அடிப்பியா?'' உக்கிரமாய் கத்திக்கொண்டே அப்பாவுவின் சதைப் பிடிப்பான நெஞ்சில் கைவைத்துப் பலமாகத் தள்ளிவிட்டான்.

அப்பாவினால் நிலைகொண்டு நிற்க முடியாதிருந்தது. செண்பக ராஜனின் தள்ளலில் அவனின் கால்கள் தடுமாறி பெஞ்சின்மேல் குண்டக்கமண்டக்க விழுந்தான். பெஞ்சினாலும் தாக்குப் பிடித்துக் கொண்டு நிற்க முடியவில்லைபோல...அது தன் கால்கள் முறிந்து தரையில் 'கடகட'வெனச் சரிந்து விழுந்தது. பெஞ்சுக்குமேல் அப்பாவு வின் கைகளிரண்டும் விறைப்பாய் நீண்டுக் கிடக்க, கால்கள் கோணல் மாணலாய் மடங்கியிருந்தன. அவனின் மூக்காந்தண்டிலிருந்து ரத்தம் ஒழுகிக் கொண்டிருந்தது தெரிந்தது செண்பகராஜனுக்கு.

அடுத்த மேசையில் அமர்ந்திருந்தவர்கள் அதறப்பதற ஓடி வந்தார்கள். தங்களுக்கு வேலை தரும் எசமான் என்றுகூடப் பாராமல் செண்பக ராஜனிடம் சீறிக்கொண்டு நின்றார்கள். எல்லோரும் அப்பாவுவின் தெருக்காரர்கள்... சொந்தக்காரர்கள்வேறு.

அவர்களிடம் இப்போது மல்லுக்கட்டுவதில் அர்த்தமில்லை என்று தோன்றியது செண்பகராஜனுக்கு. அவர்கள் மூன்றுபேர்களாக

இருந்தார்கள். அவன் ஒருவன் மட்டுமே. அவனின் ஆகாத நேரமோ என்னவோ, அப்போது ஒயின்ஷாப்பில் நின்றிருந்தவர்களில் யாரும் அவன் தெருக்காரார்களாக இல்லை. பேச்சை வளர்க்காமல் வேகமாக நகன்றுகொண்டே வெளியேறினான் செண்பகராஜன். அப்பாவுவின் நிலைமையை நினைத்துப் பார்த்தான்... பொட்டென்று அவன் போயிருப் பானோ என்றுகூட அவனுக்கு அச்சம்வரத் துவங்கியது. அப்படியொரு அசம்பாவிதம் நிகழ்ந்துவிடுமானால் செண்பகராஜனின் கதி சிக்கலாகிப் போய்விடும்தான். கொஞ்ச நாட்கள் ஊரைவிட்டு வெளியே இருந்து கொள்வது நல்லது என்று தோன்றியது அவனுக்கு.

ஒயின்ஷாப்பை விட்டு வெளியேறியப் பாதங்களை நேராகப் பேருந்து நிறுத்தம் நோக்கி ஓடவிட்டான். வீட்டுக்குக்கூட செய்தி சொல்லி விட்டிருக்கவில்லை. பேருந்துப் பிடித்து நேராக என் வீட்டுக் குத்தான் வந்திருக்கிறான். ''நீ அடிச்சிப்போட்டுட்டு வந்திருக்கது யார?'

''அப்பாவுவத்தான்.''

''அவனையா? அவென் நல்லப்பயலாச்சே'' ''நீ அவனுக்கு நல்லதுதான சொல்லியிருக்க? அத விகற்பமா எடுத்திக் கிட்டாம்போலுக்கு... முட்டாப் பய''

''யாரு புத்திமதிச்சொன்னாலும் அவனுக்குப் புடிக்காது மாமா.''

''பய செத்திருப்பானா?''

''தெரியலியே மாமா''

''பக்கத்துல ஆசுபத்திரி இருக்கில்ல?''

''இருக்கு''

''அப்போ செத்திருக்க மாட்டான். செத்திருந்தா எனக்கு இதுக்குள்ள செய்தி வந்திருக்குமே. ஆனா அவன் செத்திருந்தா ஓம்பாடு சிக்கல்தான். எதுக்கும் ஒங்க வீட்ல விசயத்தச் சொல்லிருதென்''

செண்பகராஜனின் அப்பா பெரியசாமியிடம் கைப்பேசியில் பேசி னேன். முதலில் பதற்றப்பட்ட அவன், முடிவில் நிதானத்துக்கு வந்தான். அப்பாவு இறந்தது பற்றியொன்றும் தெருவில் செய்தி இல்லை என்று சிரமப்பட்டுப் பதில் சொன்னான். அவனுக்குத் தைரியத்தை ஊட்டி விட்டுப் பேச்சை நிறுத்திக்கொண்டேன்.

''அப்பா என்ன சொன்னாவா மாமா?''

''ஒன்னயப் பத்திரமா இருக்கச் சொன்னான். கோர்ட் கீர்ட்டுன்னு கேசு வந்தாப் பாத்துக்கிரலாமின்னு சொல்லியிருக்கான். நீ ஒண்ணும் பயப்படாத. முன்சாமீனு எதுக்கு இருக்கு? நாளைக்கே வக்கீலைப் பாத்துப் பேசி அதுக்கொரு வழிப்பண்ணிருவொம். சரியா?''

செண்பகராஜனின் முகம் இப்போதுதான் விகாசப்படத் துவங்கி யிருந்தது. தன் உதட்டிலிருந்து குறுஞ்சிரிப்பாணி உதிர, என்னையையும் செங்கமலத்தையும் கனிவுடன் பார்த்தான்.

''அவன நா அடிச்சிருக்க மாட்டென் மாமா... எடுத்த எடுப்பிலயே சாதிப் பெயரச் சொல்லி ஏசிப்புட்டாம் பாருங்க. அதான் எனக்கு ஜிவ்வுன்னு கோவம் ஏறிருச்சி''

செண்பகராஜன் வீறாப்புடன் சொல்லிச் சிரித்துக்கொண்டான். இப்போது அவன் பார்வை நிதானமான வீச்சில் அறையை மேய்ந்தது.

செங்கமலம் அவனைச் சாப்பிட அழைத்துக்கொண்டு போனாள். எப்போது சாப்பிட்ட வயிறோ! சாயந்தரம் ஒயின்ஷாப்பில் வைத்துக் குடித்திருந்த பிராந்தியின் வாசனைகூட இப்போது அவனிடம் அறவே இல்லாமல்போயிருந்தது. குடிகாரனுக்குரிய எந்த அறிகுறியும் அவனின் பேச்சிலோ நடவடிக்கையிலோ தோற்றத்திலோ இல்லை இப்போது. சாப் பிட்டுவிட்டு வந்து கையைக் கழுவினான் செண்பகராஜன். நிதானமாய் நடந்துவந்து மீண்டும் தன் பழைய இடத்திலே அமர்ந்துகொண்டான்.

''சரி மாப்ள. மாடியிலப் போயிப் படுத்துக்க. மத்தக் காரியங்கள காலையிலப் பாப்போம். நீ இப்போ அசதியா இருப்பெ''

சம்மதித்துக்கொண்டவனாய் எழுந்து மாடிக்குப் போனான் அவன். ஆயினும் அவன் நெஞ்சில் தன்னெழுச்சியானப் பதற்றமிருந்ததை அவனின் தளர்வான நடையிலிருந்து அனுமானமாகப் புரிந்து கொண் டேன் நான். கொலைக்கு ஈடான காரியத்தை அல்லவா அவன் செய்து விட்டு வந்திருக்கிறான். மேலத்தெருக்காரர்கள் அத்தனைச் சீக்கிரத்தில் சமாதானம் அடைந்துவிடுவார்களா என்ன? எப்போதடா அவனின் உயிரைப் பலி எடுப்பது என்றுதானே கதிகட்டிக்கொண்டு அலைவார்கள். ஆதிகாலத்திலிருந்த மாதிரியேதான் இப்போதும் அடாவடித்தனம் பண்ணிக்கொண்டு அலைகிறார்கள் சொந்தபந்தம் என்றுகூட எவர் மீதும் இரக்கம் பார்ப்பதில்லை. தங்களுக்கு ஆகாதவர்கள் என்றால் ஒரே வெட்டு... குத்துதான்.

அவர்களின் அட்டூழியங்களுக்குப் பயந்துதான் பதினைந்து வருடங் களுக்கு முன்னால் நான் குடும்பத்துடன் என் பெஞ்சாதி ஊருக்குப் பயணப்பட்டு வந்திருந்தேன். நானும் அந்தத் தெருக்காரன்தான் என்று யாரிடமும் சொல்லிக்கொள்வதில்லை. எனக்கே அங்கு உரிமை இல்லாதபோது அந்தத் தெருவை மட்டும் என்னுடையதாகச் சொல்லி கொள்வதில் என்னப் பெருமை இருக்கிறது எனக்கு? பங்காளிச் சண்டையில் என் உயிரைப் பணயம் வைக்கத் திட்டம்போட்டிருந் தார்கள். இரவோடு இரவாக இடம் மாறி வந்திருந்ததால்தான் என் குடும்பத்தைக் காப்பாற்ற முடிந்தது எனக்கு.

இப்போது கொஞ்ச காலமாகவே பகையை மறந்திருந்தார்கள்போல. அதனால்தான் ஊரில் நடக்கும் நல்லது பொல்லாததுக்கும் எனக்கு அழைப்புகள் வந்துகொண்டிருந்தன. நானும் குடும்பத்துடன் மிடுக்காகப் போய்வந்துகொண்டிருந்தேன். அத்தோடு, செண்பகராஜன் தெருவில் நடந்த கோயில் கொடைவிழாவுக்கும் குடும்பத்துடன் அலப்பறை இல்லாமல் போய்விட்டு வரமுடிந்தது எனக்கு.

செண்பகராஜனின் அப்பா பெரியசாமியும் நானும் ஒரே ஊர்க்காரர்கள் என்பதால் ஒரே பள்ளிக்கூடத்தில்தான் பத்தாம் வகுப்புவரைப் படித்தோம். அதற்குமேல் எங்கள் இருவருக்கும் படிப்பின்மேல் அக்கறை இல்லாமல்போனதுதான் துரதிருஷ்டம். கொஞ்ச நாட்கள் திருப்பூரில் ஒரு துணிக் கடையில் வேலை பார்த்தோம். ஒரே அறைவாசிகள். கடைவேலைப் பிடிக்காமல் ஊருக்கு வந்த பிறகும் நாங்கள் இருவரும் ஒன்று சேர்ந்துதான் தோட்டக்காடுகளுக்குக் கூலி வேலைகளுக்குப் போனோம். கல்யாணம் காட்சி ஆனப் பிறகும்கூட எங்கள் நட்பு தடங்கல்இல்லாமல் தொடந்துகொண்டுதானிருந்தது. பதினைந்து வருசங்களுக்கு முன்னால் நடந்திருந்த எங்கள் பங்காளிச் சண்டையிலிருந்து என்னையும் என் குடும்பத்தையும் பெரியசாமிதான் காப்பாற்றிப் பயப்பத்திரமாய் கூட்டிக்கொண்டுவந்து பஸ்ஸில் ஏற்றி அனுப்பிவைத்திருந்தான்.

பல வருடங்களுக்குப் பிறகுதான் மீண்டும் அவனை என்னால் பார்க்க முடிந்தது. என் வீட்டில் நடக்கும் விசேசங்களுக்கு அவனின் குடும்பமும் அவன் வீட்டில் நடக்கும் விசேசங்களுக்கு என் குடும்பமும் வந்து கலந்து சந்தோசப்பட்டுக்கொள்கிறோம் அவனின் பிள்ளைகள் எங்களை ‘மாமா அத்தை’ என்கவும், என் பிள்ளைகள் அவர்களை ‘மாமா அத்தை’ என்கவுமாக எங்களுக்குள் நெருக்கம் இன்னும் இறுக்கம்கொள்ளத் துவங்கியிருந்தது. சொந்தக்காரர்கள் என்ன சொந்தக்காரர்கள்! உண்மையாகப் பழகுகிறவர்கள்தான் நிஜமானச் சொந்தக்காரர்கள்.

இப்போது செண்பகராஜன் அடித்துப்போட்டுவிட்டு வந்திருக்கும் அப்பாவு எனக்குச் சொந்தக்காரன்தான். சித்தி மகன்...எனக்குத் தம்பி முறை வேண்டும். செண்பகராஜனுக்கும் அது தெரியாமல் இருக்காது. தெரிந்தும் என்னை நம்பி அடைக்கலம் கேட்டு வந்திருக்கிற செண்பகராஜனைத்தான் நான் காப்பாற்றியாக வேண்டும். என் ஆருயிர்

நண்பனின் மகன்வேறு. ‘‘என்னங்க...?’’ ‘‘என்ன?’’ ‘‘மாடி ரூமுலப் படுத்திருந்த செண்பகராஜனக் காணோமுங்க’’

‘‘காணோமா? எங்கப் போயிட்டான்? சொல்லாமக்கொள்ளாமப் போயிட்டானே? அப்படிப் போவமாட்டானே. என்ன விசியம்?’’

‘‘தெரியலிங்களே’’

‘‘நாந்தாம் எல்லாத்தையும் பாத்துக்கிராமின்னு சொல்லியிருந்தனே. சே, அவசரப்பட்டுட்டானே.’’

தூக்கத்திலிருந்து விழித்துப் பார்த்த எனக்கு எல்லாமே சூனிய மாகத் தெரிந்தது. அதறபதற வெறித்துக்கொண்டு நின்றிருந்த செங்க மலமே என் விழி முழுவதும் நிறைந்திருந்தாள். இன்னும் முற்றாக விடிந் திருக்கவில்லைபோல. வாசலுக்கு வெளியே வெளிறிய சாம்பல் நிறத்தில் இருள் படர்ந்து நின்றிருந்தது தெரிந்தது.

பரிமாற்றத்தின் இடைவெளி

ஒருவாரத்திற்கு முன்பு பக்கத்து வீட்டு ராஜேஸ்வரி ஒரு கிளாஸில் பாயசம் கொண்டுவந்து தந்துவிட்டுப் போனதிலிருந்தே அமுதன் அப்படி அடம்பிடிக்கத் துவங்கியிருந்தான்... அவனுக்கு நிறையப் பாயசம் வேண்டுமாம். ஒரு கிளாஸில் தந்தப் பாயாசம் எத்தனை ஜீவன் களுக்குக் கட்டுப்பட்டு வரும்? கலைவாணி அதைக் கையில் ஊற்றி ருசிப் பார்ப்பதற்குக்கூடப் போதுமானதாக இருக்கவில்லை. மூன்று குழந்தை களுக்கும் தேக்கரண்டி அளவுக்கு ஊற்றிக் கொடுத்து ருசிப் பார்க்கத்தான் கொடுத்திருந்தாள். அமுதனுக்கு அதில் திருப்தி ஆகியிருக்கவில்லை. இன்னும் வேண்டும் என்று முறையிட்டான். 'அடுத்த வாரம் ஒனக்கு பிறந்தநாள் வருதில்லாடா... அன்னிக்கு நெறைய வச்சித் தாரென்...' சமாதானப்படுத்தியிருந்தாள் கலைவாணி.

பக்கத்து வீட்டுக்காரி என்பதால் ஏதோ பழக்கத் தோசத்தில் நாகரிகத் துக்கு ஒரு தம்ளரில் பாயாசம் தந்திருந்தாள் ராஜேஸ்வரி. 'இது காணாது... எம் புள்ளைக்கு இன்னும் கொஞ்சம் கொடு...' என்றா போய் வம்படியாய் கேட்டுக்கொண்டு நிற்கமுடியும்? வேடிக்கையாக நினைத்துப் பார்த்தாள் கலைவாணி... சிரிப்புதான் வந்தது.

அது நிர்வாகம் கட்டித் தந்திருந்த குடியிருப்புப் பகுதி. நூறுசொச்சம் வீடுகளைக் கொண்டிருந்தது. கணக்குப் பிரிவில் உயர்நிலை எழுத்தராக ராஜதுரை பணிசெய்து கொண்டிருந்தான். அவனின் செக்ஸனில் சிப்பந் தியாகப் பணிசெய்து கொண்டிருந்த சுந்தரம் குடியிருப்புப் பகுதியிலும் பக்கத்து வீட்டில் ஒதுக்கீடு பெற்று குடியேறி வந்திருந்தது, பழக்கத் திற்குத் தோதாகப்போயிருந்தது. இரண்டு குடும்பங்களும் சிநேகமாகப் பழகிக்கொண்டன. பேச்சுப் பழக்கத்தோடு அவ்வப்போது தங்கள் பணப் பற்றாக்குறைகளையும் சரிப்படுத்திக்கொண்டனர். மற்றபடி சமையல் வகைகளை எல்லாம் அவர்கள் சகஜமாகப் பரிவர்த்தனை செய்யத் துவங்கியிருக்கவில்லை. ஒருவாரத்திற்கு முன் ராஜேஸ்வரி பாயாசம் வைத்து கலைவாணியிடம் கொண்டுவந்து தந்ததுதான் முதல் பரிவர்த்தனை.

ஒரு வாரம் கழிந்த முதல்நாளே அமுதனுக்குப் பிறந்த நாள் வந்தது. காலையிலே அவனின் கைநிறைய சாக்லெட்டுகளை அள்ளிக் கொடுத்து விட்டாள் கலைவாணி. பள்ளிக்கூடத்தில் அவனின் நண்பர்களுக்கும், ஆசிரியை, ஆசிரியர்களுக்கும் கொடுத்துவிட்டு வந்தான். பள்ளிக்

கூடம் முடிந்து வீட்டுக்கு வந்ததும் அந்த சாயந்தரக் குளுமையில் தன் நண்பர்களுடன் சேர்ந்து பக்கத்திலிருந்த பூங்காவுக்கு விளையாடப் போனான். அந்தியில் கருக்கத் துவங்கியதும் தன் நண்பன் மகேசுடன் சேர்ந்து வீட்டுக்கு வந்தான். சுந்தரத்தின் கடைக்குட்டி மகன் மகேசு. அமுதனுடன் ஒன்றாம் வகுப்புப் படித்துக்கொண்டிருந்தான். பள்ளிக் கூடத்தில்வைத்தும் சரி, தெருவில்வைத்தும் சரி, இருவரும் இணைப்பிரியாத நட்பில் உறவாடிக்கொண்டிருந்தனர்.

பாயசம் வைத்து இறக்கியிருந்தாள் கலைவாணி. ஏலக்காயின் நறுமணம், சூட்டுத் தகிப்போடு வீடெங்கும் ஆவியாய் பரவி நின்றது.

''மம்மி, பாயசத்த மகேசுக்கும் குடு''

''குடுப்பன்டா. ஏம் பறக்கிற?''

அமுதனும் மகேசும் அசடு வழிய சிரித்துக்கொண்டு முன்னறை சோபாவில் வந்து உட்கார்ந்தனர். சுவரில் விரல் பதித்துப் பொத்தானைத் தட்டிவிட்டாள் கலைவாணி. அறைக்குள் கமுக்கமாய் மூடாக்குப் போட்டிருந்த இருள் விலகி வெள்ளி இழைகளாய் வெளிச்சம் பரவிக் கொண்டது. மூத்ததுகள் இரண்டும் உள்ளறையில் கிடந்து வீட்டுப் பாடங்களை எழுதிக்கொண்டிருந்தன. ''மம்மி.. எங்களுக்கும் பாயசம்''. அங்கிருந்தே பெருங்குரலெடுத்து சத்தம்போட்டுக்கொண்டன. ''ஆறட்டும்.. கொண்டு வாரென்''. முன்னறையிலிருந்தே பதிலிறுத்துக்கொண்டாள் கலைவாணி. பாயசம் என்றால் எத்தனைப் பரவசம் குழந்தைகளுக்கு! இனிப்பு என்றால் எந்தக் குழந்தைதான் இளகிவிடாது?

முன்னறையின்நடுவில்எவர்சில்வர்சட்டியைக்கொண்டுவந்துஇறக்கி வைத்தாள். மேலே தலைதெறிக்க சுழன்றுகொண்டிருந்தது மின்விசிறி. சட்டிக்குள்ளிருந்து கும்பலாய் எழுந்த புகை மூட்டங்கள் மின்விசிறியின் இறக்கைகளில் மோதி அறையெங்கும் சிதறி விழுந்தன. கண் கொட்டாமல் பாயசச் சட்டியையே வெறித்துக்கொண்டிருந்தான் அமுதன். அவனின் நாசியில் மோதிய வாசனைக் கீற்றுகள் நாக்கில் இறங்கி எச்சிலை ஊறவைத்தன. இன்று அவனுக்கு ஆறாவது பிறந்த நாள். அவனின் ஒவ்வொரு பிறந்த நாளிலும் ஏதாவதொரு இனிப்பைச் சமைத்து வழங்கிக்கொண்டிருந்தாள் கலைவாணி. இந்தப் பிறந்த நாளுக்கு அவனின் விருப்பப்படியே பாயசம் வைத்து இறக்கியிருக்கிறாள். பிள்ளைகளின் விருப்பமே பெற்றோரின் விருப்பமும். 'ஹேப்பி பெர்த்டே டூ யூ அமுதன்!'

அலுவலகத்திலிருந்து இன்னும் ராஜதுரை வந்திருக்கவில்லை. சுந்தரத்தின் நிலைமையும் அதுவாகத்தான் இருக்கவேண்டும். செக்ஸனில் இன்று அதிகமான வேலைகள் இருக்கலாம் என்று நினைத்தாள். ஓவர் டைம் வேலைகள் என்று கூறி இப்படித்தான் அநேக நாட்கள் தங்கள் வரவைத் தாமதப்படுத்திக்கொண்டிருந்தார்கள். பையனின் பிறந்த நாளுக்காவது சீக்கிரமாய் வீட்டுக்கு வர வேண்டாமா என்று நினைத்து ராஜதுரையின்மேல் சன்னமாய் விசனப்பட்டுக்கொண்டாள்.

நிதானமாக அடுக்களைக்குள் சென்று நான்கு தம்ளர்களைத் தூக்கிக் கொண்டு வந்தாள். நான்கிலும் விளிம்பு முட்டப் பாயசத்தை ஊற்றி நிரப்பினாள். உள்ளறையிலிருந்த குழந்தைகளிரண்டும் மூக்கு வியர்த்து முன்னறைக்கு ஓடிவந்தன. நான்கு பேர்களின் கைகளிலும் ஒவ்வொரு தம்ளரைத் தந்து, ‘‘சூடு ஆறுனப் பிறகுக் குடிங்க’’ என்றாள். மீண்டும் அடுக்களைக்குள் சென்று அவளின் பங்குக்கும் ஒரு தம்ளரை எடுத்துவந்து அதில் பாயசத்தை ஊற்றி நிரப்பிக்கொண்டு ரசனையுடன் உறிந்து குடிக்கத்தொடங்கினாள்.

நல்ல சுவையுடன் தித்தித்தது பாயசம். இனிப்பு அதிகம் இல்லை... போதுமான அளவு இருந்தது. முந்திரிப் பருப்பும், காய்ந்தத் திராட்சையும் சரியானக் கலவையில் கூடியிருந்தன. அவளின் உதடுகளை ஸ்பரிசித்து உள்ளிறங்கிய சேமியா இழைகள் சீராக வெந்திருந்தன. பாலின் அளவை மட்டும் கொஞ்சம் குறைத்திருக்கலாம் என்று தோன்றியது. இருந்தாலும் மோசமில்லை.

‘‘பாயசம் நல்லாருக்காடா?’’

‘‘சூப்பரா இருக்கு மம்மி.’’

‘‘மகேசுக்கு?’’

‘‘எனக்கும் சூப்பரா இருக்கு ஆன்ட்டி.’’

பிள்ளைகளின் சந்தோசமே பெரியவர்களுக்கு வரப்பிரசாதம். அவளுக்கு நெகிழ்ச்சியாய் இருந்தது. சந்தோசத்தின் வெளிப்பாடாய் அவளின் இதழ்க் கடையில் மென்மையாகப் புன்னகை அரும்பி நின்றது. பிள்ளைகளின் பிறந்த நாளை வீட்டோடு மட்டும் கொண்டாடிக் கொண்டு நிறுத்தி விடுவது உகந்ததல்ல. தனக்கு வேண்டியவர்களுக்கும் தங்களோடு பழகியவர்களுக்கும் அந்த மகிழ்ச்சியைப் பகிர்ந்தளித்துப் பெருமைப்பட்டுக் கொள்வதே பெரும்கொண்டாட்டமாகும். விசுக் கென எழுந்து அடுக்களைக்குள் போய் பருமனான சொம்பொன்றை எடுத்துகொண்டு வந்தாள். ‘‘ராஜேஸ்வரியக்கா...’’

‘‘யாரு? கலைவாணியா? வா. என்ன கலைவாணி?’’

‘‘அமுதனுக்கு இன்னிக்குப் பொறந்த நாள். பாயசம் வச்சென். இந்தாங்க ஒங்களுக்கு.’’

‘‘பாயசமா? என்னப் பாயசம்?’’

‘‘சேமியாப் பாயசம்க்கா.’’

‘‘அய்யோ, பாயசம் நாங்க சாப்டறதில்லயே, அவருக்கு சுகர் இருக்கு. எனக்கும் இனிப்பு ஒத்துக்காது’’

‘‘போனவாரம் மகேசின் பிறந்த நாளுக்குப் பாயசம் வச்சி எனக்குக் குடுத்திங்க’’

‘‘அது... அன்னிக்கு மகேசுக்குப் பொறந்த நாளுன்னதுனாலெ வச்சிக் குடுத்தென். நாங்க யாரும் அதச் சாப்பிடலையே’’

அவள் அநியாயமாய் பொய்சொல்கிறாள் என்பது புரிந்தது கலைவாணிக்கு. அகத்தின் அழகு முகத்தில். ராஜேஸ்வரியின் முகம் இருண்டு கிடந்தது தெரிந்தது.

கலைவாணியுடன் தன் வீட்டுக்கு வந்திருந்த மகேசு சந்தடிச் சாக்கில் தன் அம்மாவின் அருகில்போய் நின்றுகொண்டான். கலைவாணியைப் பார்த்துப் பேந்தப்பேந்த விழித்தான்.

கலைவாணியின் உள்மனசில் எறும்பு கடித்ததுபோல உறுத்தியது. பெருஞ்சுமை ஒன்று அழுத்தியதால் இம்சைபட்டுக் கடிக்கிறது எறும்பு. அந்தச் சுமையை இறக்கி வைப்பதற்கு எறும்புக்கு விருப்பம் இல்லை. சுமையோடு இம்சைப்படுவதே சுகமென்று நினைக்கிறது. மேட்டுக் குடி எறும்பு அது. அவ்வளவு சுலபத்தில் சாதிச் சுமையை இறக்கிவைத்து விடாது.

''மகேசுக்காவது குடுங்கக்கா'' வாசலில் நின்றுகொண்டே சொம்பை உள்ளே நீட்டினாள் கலைவாணி. வாசல் முகப்பில் திண்ணென்று ஒளிர்ந்துகொண்டிருந்த குமிழ் விளக்கின் வெளிச்சத்தில் கலைவாணியின் தளிர்முகம் தளர்ச்சி அடைந்திருந்ததுபோலத் தெரிந்தது. கண்களில் யாசிப்பின் பணிவானப் பார்வை. தெருவில் தன்போக்கில் வீசிக் கொண்டிருந்த குளிர்காற்றில் சன்னமாய் வெடவெடக்கத் துவங்கியது, ஒடிசலான அவள் தேகம்.

தன் கால்மாட்டில் நின்றிருந்த மகேசை மிரட்டுகிறப் பாவனையில் பார்த்தாள் ராஜேஸ்வரி. எந்தவொரு கற்பிதங்களுக்கும் இடம் கொடுத்திராதிருந்த அந்தப் பிஞ்சுமுகம் அம்மாவின் விகற்பமானப் பார்வையைக் கண்டு பேதலித்துப்போய்விடவில்லை.

சட்டென்று ராஜேஸ்வரியே முடிவுக்கு வந்திருந்தாள். ''அவனுக்கு சேமியாப் பாயசம் பிடிக்காது. பாசிப் பயறுலப் பண்ணுனப் பாயசந்தா விரும்பிச் சாப்புடுவான். வேண்டாம். இதக் கொண்டுபோயி ஓம் புள்ளைங்களுக்குக் குடு. சொம்பு நெறைய ஊத்திக்கிட்டு வந்திருக்கியே. பாவம்... அதுகளாவது வயிறு நெறைய சாப்பிடட்டும்.''

கலைவாணிக்கு 'ச்சீ' என்று ஆனது. எவ்வளவு தந்திரமாய்ப் பேசித் தட்டிக்கழிக்கிறாள் ராஜேஸ்வரி. இப்படியெல்லாம் லாவகமாய் வார்த்தைகளைப்போட்டுப் பேச இவள் எங்குதான் பயிற்சி எடுத்தாளோ என்று நினைத்து ஆச்சரியப்பட்டாள். அவளுக்கு வெறுமைதட்டிப் போயிற்று. இவர்கள் எல்லாம் பேச்சளவில்தான் சக மனிதர்களாகப் பாவனை செய்துகொள்கிறார்கள். செயல் என்று வரும்போது தங்கள் சுயரூபத்தைக் காட்டி அந்நியப்பட்டு நிற்கவே விரும்புகிறார்கள். நம் வீட்டில் தயாரித்தப் பண்டங்களைச் சாப்பிடுவதால் அவர்களின் கவுரவம் குறைந்துவிடும் என்றால் அவர்கள் வீட்டில் தயாரித்தப் பண்டங்களை ஏன் நம்மிடம் கொண்டுவந்து தருகிறார்கள்? அவர்கள் கொடுக்கப் பிறந்தவர்களும் நாம் வாங்கப் பிறந்தவர்களும் என்ற மேட்டுக்குடி நினைப்பா? இப்படித் தெரிந்திருந்தால் அவள் தந்தப் பாயசத்தை

வாங்கியிருக்கவேமாட்டேனே. நினைத்து நினைத்து வருத்தப்பட்டாள் கலைவாணி.

''மம்மி. நா ஆன்ட்டி வீட்ல பாயசம் குடிச்சென். சூப்பர் டேஸ்ட் மம்மி. ஆன்ட்டிகிட்டயிருந்து அத வாங்கிக்குங்க மம்மி. பிறகு நாக் குடிக் கறன் ''

குழந்தைத்தனமாய் ராஜேஸ்வரியின் கையைப் பிடித்துக்கொண்டு மகேசு அடம்பிடித்தான். கெஞ்சலும் அழுகையுமான அடம்.

அவன் கையைத் தட்டித்தட்டி விட்டாள் ராஜேஸ்வரி. ''வேண்டாம்டா. விடுடா. ஒனக்குப் பாசிப் பயறுலப் பாயசம் செஞ்சித் தரேண்டா''

அவள் வாங்கிக்கொள்வது உறுதியில்லை என்பது புரிந்தது கலை வாணிக்கு. விரக்தியாகப்போயிற்று. ''சரிக்கா, நா வாரேன்''

வாசற்படிகளிலிருந்து இறங்கி தரையில் கால்பதித்திருந்தாள் கலைவாணி. மகேசின் அரற்றலைத் தொடர்ந்து அதிர்வுடன் கேட்ட ராஜேஸ்வரியின் அதட்டல்தொனியில் சற்று பதற்றம் அடைந்துபோனாள்.

''தராதரம் இல்லாம யார் வீட்லயும் எதையும் வாங்கிக் குடிக்கக் கூடாதுன்னு சொல்லியிருக்கேன்ல? எச்சிக்கல நாயெ. வாயத் தொங்கப் போட்டுக்கிட்டு அலையுதியா? ஒன் நாக்கு அப்பிடிக் கேக்குதோ? வா... அந்த நாக்குல சூடு போட்டாத்தான் நீ சொல்வார்த்தக் கேப்ப''

''வேண்டாம் மம்மி. இனி அப்படிச் சாப்பிடமாட்டேன் மம்மி.''

ராஜேஸ்வரி வீட்டின் படுக்கை அறைக்குள்ளிருந்து அதட்டலும் அழுகையுமாய் மாறிமாறிக் கேட்டன.

கலைவாணியின் மனம் வேதனையில் உழன்றுகொண்டிருந்தது. நடைகூடத் தளர்வடைந்ததுபோலத் தோன்றியது. ராஜேஸ்வரியின் வீட்டுக்குக் கொண்டுசென்றபொழுது கலைவாணியின் கையில் லெகுவாக இருந்த சொம்பு, இப்போது அவள் வீட்டைவிட்டுத் திரும்பி வந்து கொண்டிருந்தபொழுது பெரும்பாரமாய் கனத்ததுபோலத் தோன்றியது. உள்ளே கிடந்திருந்தது அதே அளவுப் பாயசம்தான்.

அவமதிக்கப்பட்ட சிநேகம்

விசயம் என்னவோ உப்புப் பெறாத விசயந்தான்...

செக்ஸன் சூப்பிரெண்டெண்டெண்ட் நீலாவதி தினமும் மதியச் சாப் பாட்டிற்குப்பின் சவைப்பதற்காக அவளின் செக்சனில் இளநிலை எழுத் தராயிருந்த கார்த்திக்செல்வன் தினமும் காலையில் பணிக்கு வந்து கொண்டிருந்தபோது நகரத்திலிருந்த கடையிலிருந்து வெற்றிலைச் சீவலை வாங்கிக்கொண்டு வந்து தந்தான். அதைத்தான் அலுவலகப் பணியாளர்கள் எல்லாரும் அநாகரிமானச் செயல் என்று பழியாய் குறை சொல்லிக்கொண்டிருந்தனர்.

கடற்கரை ஓரத்தில் அலுவலகம் இருந்தது. ஆத்திர அவசரத்திற்குப் பொருட்கள் வாங்கவேண்டும் என்றால் பக்கத்தில் கடைகள் கிடையாது. அங்கிருந்து எட்டு கிலோமீட்டர் தூரத்திலிருந்த நகரத்திற்குத்தான் போயாக வேண்டும். கார்த்திக்செல்வன் நகரத்தில்தான் வாடகைக்கு அறை எடுத்துத் தங்கிக்கொண்டிருந்தான். அலுவலகத்திற்குத் தினமும் நகரப் பேருந்தில் அவனின் பயணம். அலுவலத்திற்குப் பக்கத்திலிருந்த நிர்வாகக் குடியிருப்புப் பகுதியில் நீலாவதி தங்கியிருந்தாள், தன் குடும்பத்துடன். கார்த்திக்செல்வன் மீது நீலாவதிவுக்கு அன்னியோன் யமான அன்பிருந்ததால் தன் தேவையை அவனிடம் தாராளமாகச் சொல்ல... அவனும் மாச்சல் பார்க்காமல் செய்தான்.

அவளின் செக்ஸனில் பணிபுரிந்த ஏழு எழுத்தர்களிலும் கார்த்திக் செல்வன் மிகத் திறமைசாலியாக இருந்ததே நீலாவதிக்கு அவன்மேல் பிரியம்வைக்க முதன்மையானக்காரணம். பெரிய சுமையோடு அவனுக்கு முன்வந்து கிடந்த எந்தத் தாட்களுக்கும் மிக எளிதாக 'நோட்' எழுதி – 'டிராப்ட்'டும் எழுதி – பணியைக் கச்சிதமாக முடித்தான். அற்ப சொற்பமாய் அவளுக்கும்கூட அவன் 'டிராப்ட்' எழுதுவதற்கு உதவிப் பண்ணியிருந்தான். எதையும் யாரிடமிருந்தும் தெரிந்துகொண்டு பணி களைச் சுளுவாகச் செய்துமுடிக்கும் ஆர்வமிருந்தது அவனுக்கு. அவன் படித்துக்கொண்டுருந்த காலத்தில் வகுப்பில் எப்போதும் முதல் மாணவனாம். கவுரவம் பார்த்ததில்லை அவன்.

அனேகமாக நீலாவதியிடம் பேச்சுக் கொடுத்தவாறேதான் தன் பணிகளைச் செய்துகொண்டிருந்தான். ஒழிந்த நேரங்களில் அவளும் அவனை அருகில் அழைத்து உட்காரவைத்துக்கொண்டு அன்னியோன்ய

மாய்பேசிக்கொண்டிருந்தாள். அவ்வப்போது அவர்களின் மத்தியிலிருந்து பலமாய் சிரிப்புகள் வெடித்தன, குண்டுகள் விழுந்து பாறைகள் தெறித்த மாதிரி. அவையே மற்றவர்களின் கண்களைக் காயப்படுத்தின. மதிய நேரங்களில் இருவரும் அருகருகே அமர்ந்துகொண்டு சாப்பிட்டது வேறு மற்றவர்களின் இதயங்களைக் குத்திக் கிழித்து ரத்தம் வடிய வைத்திருந்தது. ''என்னப்பா, இன்னிக்கு ஒன் வீட்டுல ஃபிஷ்ஷா? பாத்திரத்த ஓப்பன் பண்ணதுமே 'சுகந்தமா' வாசன வருதே''

''கொஞ்சம் சாப்பிடுறீங்களா மேடம்?''

''டேய் டேய்... எம் பாத்திரத்துல வச்சிராத. நா சாப்பிடமாட்டென்னு தெரியுமில்ல?''

''அதான் மேடம்... ஒங்கப் பக்கத்துல ஒக்காந்து நான்வெஜ் சாப் பிடவே கொஞ்சம் 'ஹெசிடேஸனா' இருக்கு''

''அதனால ஒண்ணுமில்ல. மீன்கொளம்ப நீதானச் சாப்பிடப்போற... நா இல்லயே. தெரியும்... நா ஒங்கிட்டயிருந்து 'டிஷ்' எதையும் கேட்டிரக் கூடாதுன்னுதான தெனமும் நீ மீனு, ஆடு, கோழின்னு கொண்டுட்டு வர்ற.''

''அப்படி எல்லாம் இல்ல மேடம். அதுகதான் எங்களுக்குப் பிடிக்குது. அது சரி, இன்னிக்கு ஒங்கக்கிட்ட ஸ்பெஷல்...?''

''வழக்கம்போலத்தான். தயிர்ச் சோறு... அதுக்குத் தொட்டுக்க மாங்க ஊறுகா''

''ஒரு துண்டு மாங்காவ எங்கிட்டத் தள்ளுங்க மேடம்''

''விடமாட்டியே. இந்தா... உள்நாக்குல வச்சா உச்சி மண்டவரைக்கும் உறைக்கும்''

''அதான் வேணும். தாங்க''

''கவிச்சி இல்லாம சாப்பிட முடியாதாப்பா ஒங்களுக்கு? அநியாயமா உயிரைக் கொல்லுறீங்களே''

''கொன்றால் பாவம், தின்றால் தீருமின்னு யாரோ சொல்லியிருக் காங்க மேடம். படைப்பெல்லாம் மனுசனுக்காக''

''ஒங்கிட்டப் பேசிச் செயிக்க முடியாதுப்பா.''

இருவரும் சாப்பிட்டு முடித்திருந்தார்கள். வெளிவராந்தாவில் அவர வருக்கிருந்த பாத்ரூம்களுக்குச் சென்று பாத்திரங்களைக் கழுவி விட்டு வந்தார்கள். அவரவர் மேசையின் ஓரத்தில் பாத்திரங்களைக் கவிழ்த்திக் காயவைத்துவிட்டு அவரவர் இருக்கையில் சுவாரஸ்யமாய் அமர்ந்து கொண்டனர். நீலாவதிக்கு - எதிரில் மிகஅருகில்தான் - கார்த்திக்செல் வனின் இருக்கை இருந்தது. அடிக்கடிப் பேசிக்கொள்ளத் தோதான இடம்.

அந்த அலுவலகத்தில் மொத்தம் ஏழு செக்ஸன்கள். நீலாவதிக்குக் 'கமர்சியல்' செக்ஸன். போக்குவரத்து... ஜெனரல்...எஷ்டாப்ளிஷ் மென்ட்...இத்யாதி ...இத்யாதி மற்ற ஆறு செக்ஸன்கள். ஒவ்வொரு செக்சனுக்கும் ஒரு சூப்பிரின்டெண்டென்ட் – நீலாவதியைப்போல. ஒவ்வொருவரின் தலைமையிலும் செக்சனுக்கு சராசரியாக ஏழு எழுத்தர்கள், ஆண்கள் பெண்கள் கலவையாய். அவர்களில் உயர்நிலை, இளநிலை என்ற படிநிலைப் பதவிகளும் இருந்தன. எல்லா பணியாளர் களின் மேசைகளின்மீதும் நெஞ்சை நிமிர்த்திக்கொண்டு கம்பீரமாய் கணினிகள் உட்கார்ந்திருந்தன. அவற்றின் பக்கத்தில் பம்மலாய் பதுங்கிக் கிடந்தன கோப்புகள். மேலே மின்விசிறிகளின் ராட்டினச் சுற்றல்.

''சாப்பிட்ட வாய்க்கு வெத்தலப் போட்டா நல்லா இருக்குமில்ல?''

''நா வேண்ணா நாளைக் காலையில கடையிலயிருந்து வாங்கிட்டு வரட்டுமா மேடம்?''

''வேண்டாம்ப்பா. ஒனக்கெதுக்கு அந்தச் சிரமம்?''

''இல்ல, வாங்கிட்டு வாரென். உடம்புக்கு நல்லதுதான? அப்புறம் என்ன?''

அன்றிலிருந்து தொடங்கியதுதான் இந்தப் பழக்கம். ''புருசனுக்குத் தான் பொண்டாட்டி வெத்தலப் பாக்கு வாங்கிக் கொண்டுவந்து குடுப்பா. இங்கப் பாரு, நீலாவதிக்குக் கார்த்திக் பய வாங்கிக்கொண்டு வந்துக் குடுக்குறத. காலக் கொடுமதான?''

கழிவறைக்குப் போகும் வழியில் நின்று வைரமுத்துவிடம் வக்கணை யாகப் பேசிச் சிரித்துக்கொண்டு நின்றிருந்தான் செல்லப்பன். இருவரும் நீலாவதி செக்சனில் உயர்நிலை எழுத்தர்களாக இருந்தார்கள். வருகை யிலும் வேலையிலும் கறார் தன்மையைக் கைநழுவ விடுகிறவர்கள். பணியின் குறைபாடுகள் காரணமாக நீலாவதி அடிக்கடி அவர்களை எச்சரிக்கைச் செய்துகொண்டிருந்ததால் அவள்மீது எரிச்சல் அவர்களுக்கு.

அவசரமாகக் கழிவறைக்குள் சென்றுகொண்டிருந்த ஊழியர்களும் அவர்களின் பரிகாச வார்த்தைகளுக்குச் செவிமடுத்துச் சிரித்துவிட்டுப் போனார்கள்.

''அதான. கொஞ்சமும் வயசுப் பொருத்தம் வேண்டாமா? அந்தம்மா இன்னும் சீக்கிரத்துல ரிட்டயர்டு ஆகப்போறவங்க. அவன் இப்போ தான் வேலைக்கு வந்திருக்கான்...ரெண்டு வருசமாச்சி. என்னடா கொடும இது! அந்தம்மா இவன அடிக்கடி கிட்டக் கூப்பிட்டு வச்சிக் கிட்டு கிண்டலடிச்சிப் பேசுறதும், இவனும் நாகரிகம் இல்லாம அந்தம் மாக்கிட்ட நெருங்கி உக்கார்ந்து நெளியிறதும்... சே, இதென்ன ஆபீசா? இல்லன்னா லவ்வர்ஸ் பார்க்கா?'' செல்லப்பன் தனக்குத் தெரிந்த மேதாவிலாசத்தில் பேசிச் சிரித்துக்கொண்டான்.

பலதரப்பட்ட குணபாவங்களை உடைய மனிதர்களின் சங்கமக் கூடாரமாக அந்த அலுவலகம் இருந்தது. உண்மையாய் வேலைசெய்து சம்பளம் வாங்கும் ஊழியர்களைப்போல, ஒப்புக்கு வேலைகள் செய்து விட்டு மாதக் கடைசியில் வெட்கமே இல்லாமல் சம்பளம் பெற்றுக் கொள்ளும் ஊழியர்களும் மெட்டுவிடாமல் உலாவிக் கொண்டு தானிருந்தார்கள். இரு பிரிவினரிலும் சேர்மானம் ஆகாமல் கோள், குறை சொல்வதற்கென்றே பிரத்தியேகமாய் சில ஊழியர்கள் வேலைக்கு வந்தார்கள்.

''டாய்லெட் வாசல் பக்கம் நின்னுட்டு உன்னையப் பற்றிக் கேலிப் பண்ணிச் சிரிக்கிறாங்க. எனக்குக் கஷ்டமாப் போச்சி. கார்த்திக் செல்வன் உனக்கு வெத்தல வாங்கிக்கொண்டு வந்து தர்றதையும், அவங் கிட்ட நீ வேடிக்கையாப் பேசிச் சிரிக்கிறதையும் நிப்பாட்டிரு. என்ன இருந்தாலும் நீ என் சாதிக்காரி இல்லையா? அந்த உரிமையில வந்து சொல்றென்.''

கார்த்திக்செல்வன் இருக்கையில் இல்லாதிருந்த சமயம் பார்த்து இளங் கோவன் வந்து நீலாவதியின் காதில் கமுக்கமாய் போட்டுவைத்தார். அவர் ஜெனரல் செக்சன் சூப்பிரெண்டென்டென்ட். தூரத்தில் நீலாவ திக்கு உறவுக்காரரும்கூட.... அண்ணன் முறை.

நீலாவதி அதிர்ச்சியடைந்திருக்கவில்லை. பச்சைக் குழந்தையைப் போல வெள்ளந்தியாய் சிரித்துக்கொண்டாள். ''தகுதி இல்லாதவனுங் கதான் மத்தவங்கள கொற சொல்லுவானுங்க. எவனும் எதையும் சொல்லிட்டுப்போறான். நாய்கக் கொரச்சா சூரியன் மறையப்போவுது? அநியாயமாப் பேசினா, அவனுங்க வாய்தான் அழுகிப்போகும்.''

''என்னமோ எனக்குத் தெரிஞ்சத ஒங்கிட்ட சொல்லிட்டேன். ஆபிசு முழுசுமே ஒங்க ரெண்டுபேரையும் எணச்சி ஒருமாதிரியாத்தான் பேசு றாங்க. இந்த வயசில இது ஒனக்கு வேணுமா? கொஞ்சம் யோசிச்சுப் பாரு''

இளங்கோவன் சலிப்புடன் எழுந்து போய்விட்டார். தொப்பைச் சரிந்த மனிதர். எழுந்து போனபோது மூச்சிரைத்தது அவருக்கு.

அலுவலகத்தில் புரளி பரவலாகப் பரவிக்கொண்டிருந்ததை நினைத்து நீலாவதியும் கார்த்திக்செல்வனும் கலக்கம் கொள்ளவில்லை. அது குறித்துப்பேசிச் சிரித்து சந்தோசப்பட்டு கொண்டார்கள். ஓர் ஆணும் ஒரு பெண்ணும்சிநேகமாகப் பழகினால் அதை ஆபாசமான அர்த்தத் தால் எடை போட்டுக்கொள்வதா? அட அநியாயமே...கதைக்கட்டு வதற்கு அவளின் வயதுமா தடைப்போட்டிருக்கவில்லை? தறுதலைகள். அவர் களைப் பற்றி வேறென்ன நினைத்துவிட முடியும் அவளால்? அன்று காலையிலும் அவன் வழக்கம்போல தாலுகா ஆபிஸ் முன்னிருந்த பெட்டிக்கடையில் நின்று வெத்தலை, பாக்கு, சுண்ணாம்பு என்று வரிசையாய் வாங்கி ஒரு பேப்பர் கவருக்குள் போட்டுக்கொண்டு பணிக்கு வந்தான்.

அலுவலகத்திற்கு வந்ததும் மறக்காமல் நீலாவதியிடம் தந்துவிட்டு தன் இருக்கையில் போய் அமர்ந்துகொண்டான். எல்லா ஊழியர்களும் பரிகாசமாகச் சிரித்துக்கொண்டது சந்தடிவாக்கில் அவனுக்குக் கேட்காமல் இல்லை.

''ரொம்ப ஓவராத்தான் போய்க்கிட்டிருக்குப்போல''. அடுத்த செக்சனிலிருந்த வைரமுத்து ஆற்றாமையால் முணுமுணுத்தான்.

''அவன்தான் சின்னப்பய... வாலிப முறுக்கு. அவளுக்கு ஏன் புத்தி இப்படிப் போகுது... விவஸ்தையே இல்லாம?''. ரொம்பவும் இரக்கப்பட்ட ஜீவனைப்போல செல்லப்பன் பாசாங்குவைத்துச் சொன்னதும் கேட்டது. அவனின் வார்த்தைகளுக்கு இசைவாய் மற்றவர்கள் கமுக்கமாகச் சிரித்துக்கொண்டார்கள்...நமுட்டுச் சிரிப்பு.

''சீனிக் கெழங்குத் தின்னப் பன்னி செவி அறுத்தாலும் நிக்கா தாம்... தெரியுமா? அவுங்க ருசி கண்டவங்க. நாம என்ன சொன்னாலும் கேக்கவாப் போறாங்க? ச்சே... ஆபிசுக்குரிய டெக்கோரமே கெட்டுப் போச்சி''

மதியம் நீலாவதியும் கார்த்திக்செல்வனும் வழக்கம்போல அருகிலிருந்தே சாப்பிட்டனர். பாத்திரங்களைக் கழுவதற்காக தத்தம் பாத்ரூமுக்குச் சென்றனர். நீலாவதி மட்டும் சற்று நேரத்தில் தான் கழுவியப் பாத்திரங்களோடு திரும்பிவந்து தன் மேசையின் ஓரத்தில் அவற்றைக் கவிழ்த்திக் காயவைத்தாள். கார்த்திக்செல்வன் தன் இருக்கைக்கு இன்னும் வந்திருக்கவில்லை. தாமதமாக வரலாம் என்று தன்மையாக நினைத்துக் கொண்டாள்.

அலுவலகத்தில் அனாயாசமாய் கிளம்பிக்கொண்டிருந்த அவதூறுகளை நினைத்துப்பார்க்கவே அவளுக்கு அருவெறுப்பாக இருந்தது. எதற்கும் ஒரு இங்கிதம் வேண்டாமா என்று நினைத்தாள். இருவரின் வயசுகளுக்கும் எவ்வளவு வித்தியாசம்!

இருக்கையில் அமர்ந்துகொண்டு வெற்றிலைச் சீவலை எடுக்கும் முனைப்பில் நிதானமாய் டிராயரைத் திறந்தாள் நீலாவதி. அவளுக்குப் 'பகீர்' என்றது. உள்மனம் 'திடுக்திடுக்' என்று வேகமாய் அடித்துக் கொண்டது. காலையில் கார்த்திக்செல்வன் தந்திருந்த பேப்பர் கவரை டிராயரின் வடக்கு மூலையில்தான் அவள் வைத்திருந்தாள். இப்போது அவள் விரல்களில் வெற்றிடம் மட்டுமே தட்டுப்பட்டது. வைத்த இடத்தை மறந்துவிட்டோமோ என்று நினைத்து தெற்கு மூலையிலும் விரல் நுழைத்துப் பார்த்தாள். அங்கேயும் வெற்றிடம்தான் தட்டுப்பட்டது. அவளுக்குப் பொறுமையில்லாமல் போயிற்று. மேசையைவிட்டு டிராயரை சடக்கென்று வெளியே உருவி எடுத்து நன்றாகத் தேடிப்பார்த்தாள். ஒரு பேனாவும், இரண்டு பென்சில்களும், சில 'டின்டேக்' கட்டுக்களையும் தவிர வேறொன்றும் இல்லை. எங்கே போய் தொலைந்திருக்கும் வெற்றிலைப் பொட்டலம்? அதறப்பதற பக்கவாட்டில் நோட்டம் விட்டாள்.

சிரமப்பட்டு கீழேயும் குனிந்து பார்த்தாள். எங்கேயும் பொட்டலத்தின் தோற்றம் இல்லை.

விரக்தியுடன் அவள் நிமிர்ந்து நின்றபோது அலுவலகத்தில் எல்லோரும் தன்னை இளப்பமாய் பார்த்துக்கொண்டிருந்ததைத் தெரிந்துகொண்டாள். அவர்களுக்குத் தான் வேடிக்கைப் பொருளாகிப்போனதை நினைத்து வெப்புராளப்பட்டாள். 'ச்சே. எங்கப்போயித் தொலஞ்சிருக்கும் இந்த வெத்தலப் பொட்டலம்?'. மறுகிமறுகி நினைத்துப்பார்த்தாள். யோசனையில் தட்டுப்பட மறுத்தது. உடல் குறுகிப்போனது அவளுக்கு. முட்டிக்கொண்டு அழுகை வந்துவிடும்போலத் தோன்றியது. ''என்ன மேடம். பேயறஞ்ச மாதிரி நிக்கறீங்க? வெத்தலப் போட லையா?''

பாத்ரூமிலிருந்து வந்த கார்த்திக்செல்வன் தனக்கே உரித்தான நகைச்சுவையில் கேட்டுக்கொண்டு பாத்திரங்களை வரிசைக்கிரமமாக தன் மேசை விளிம்பில் கவிழ்த்திவைத்தான். சற்றைக்கெல்லாம் அவளின் அருகில் கிடந்திருந்த நாற்காலியில்போய் உட்கார்ந்துகொண்டான். ''இருந்தாத்தானப்பாப் போடமுடியும்? டிராயருக்குள்ளதான இருந்தது? இப்போ பாத்தா, காணலையே. யாரும் எடுத்திருப்பாங்களா? எல்லாம் களவாணிப் பசங்க. ஒருவனையும் நம்ப முடியல''. அவளின் கரகரப் பானக் குரல் தடதடத்து ஒலித்தது.

''யாரு எடுத்திருப்பாங்க? அதுவும் வெத்தலைப் பாக்கையா எடுத்துக் கப் போறாங்க? நல்லாத் தேடிப் பாருங்க''

ஊழியர்களின் பார்வைகள் அவர்கள் இருவரையும் ஆர்வமாய் மேய்ந்துகொண்டிருந்தது தெரிந்தது. ஊழியர்கள் தங்கள் கண்களில் கோபத்தையும் மனசுகளில் பொறாமையையும் ஏந்திக்கொண்டிருந்தனர். கோபம் – ஊழியர்கள் பரிகாசம்பண்ணிச் சிரிப்பது தெரிந்தும் இருவரும் சிநேகத்தை விடாமலிருந்தது பொறாமை – மற்றவர்கள் யாரிடமும் இல்லாதிருந்த சிநேகம் அவர்களிடம் இருந்தது.

நீலாவதிக்குப் பதற்றமாக இருந்தது. எந்தப் பொருளும் இல்லாமலே போயிருந்தால் எதிர்ப்பார்ப்பும் இருக்காது... ஏமாற்றமும் இருக்காது. இருந்தும், இல்லாமல் போயிருந்ததை நினைத்தால்தான் பெரிதாக இழந்ததுபோலத் தோன்றுகிறது... எரிச்சல் எரிச்சலாக வருகிறது.

நீலாவதியின் முகம் கலவரமடையத் துவங்கியிருந்தது. கலவரத்தில் ஏற்பட்ட காயங்களைப்போல நெற்றியிலும் முகத்திலும் வேர்வைகள் குமிழியிடத் துவங்கியிருந்தன. இப்படியே நீடித்துக்கொண்டு போனால் இந்த அம்மா அழுதுவிடுவாள் என்று உறுத்தியது கார்த்திக் செல்வனுக்கு. மென்மையாகச் சிரித்துக்கொண்டே இருக்கையைவிட்டு எழுந்துபோய் தன் மேசையின்முன் வந்து நின்றான். விசுக்கென்று மேசையின் டிராயரைத் திறந்து அதற்குள் விரல் நுழைத்துப் பொட்டலத்தை வெளியே எடுத்தான். காக்கி நிறத்தில் கரடுமுரடாய் கசங்கிப்போயிருந்தது வெற்றிலைப் பொட்டலம்.

“நீங்கக் கேன்டீனுக்குப் போனப்போ ஒங்க டிராயர்லயிருந்து பென்சில் எடுக்க வந்தென். அப்போ இது மேசைக்குக் கீழக் கெடந்தது. டிராயருக் குள்ள வைக்கிறதா நெனச்சி கீழப் போட்டிருக்கிங்க. ஒங்கள கொஞ்சம் வெளையாட்டுக் காட்டணுமின்னுதான் எடுத்துவச்சிருந்தேன்.’’

பரிகாசமாகச் சிரித்துக்கொண்டே நீலாவதியிடம் நெருங்கிவந்து பொட்டலத்தை நீட்டினான் கார்த்திக்செல்வன். நீலாவதிக்கு நெற்றிப் பொட்டில் சுத்தியால் அடித்தது மாதிரி வலித்தது. உயிர் போகிற வலி. வலியில் தேகம் ஆட்டம் கொண்டது மட்டும் அல்லாமல் அவ மானம்பட்டதுபோலவும் தோன்றியது. அவளால் நிதானத்துக்கு வரமுடிய வில்லை. கார்த்திக்செல்வன்மீது அவளுக்குக் கோபமே தலைக்கேறி நின்றது.

அவன் நீட்டியப் பொட்டலத்தை வாங்கி ஆவேசத்தில் தூரமாக விட்டெறிந்தாள். சிமெண்டு தளத்தில் வெற்றிலை, பாக்குகள், சுண்ணாம் புப் பாக்கெட் என்று அந்தரகொந்தரவாகச் சிதறி விழுந்தது அது.

‘‘உன் சாதிப் புத்தியக் காட்டிட்டியே...பாத்தியா? ஒங்களுக்கெல்லாம் மரியாதைன்னா என்னன்னுத் தெரியாதுல்ல? ஒன் வயசென்ன, என் வயசென்ன? என்னைய அவமானப்படுத்திட்டியே... ச்சே.’’

அவனைப் பார்த்து ஆவேசத்துடன் கத்தினாள். அவனை எரித்து விடுவதைப்போலவும் பார்த்தாள்.

கார்த்திக்செல்வனுக்கும் முகம் மாறிப்போனது. பார்வை வெறித்துக் கொண்டு நின்றது, அவளை நோக்கி. உதடுகள் படபடத்துக்கொண்டு வந்தன. கேட்டேவிட்டான் அவளிடம். ‘‘என்னங்க என்சாதிப் புத்தி? எனக்குத் தெரியல...சொல்லுங்க. தெரிஞ்சிக்கிடுறேன்’’ சற்று விசன மாகவே வார்த்தைகளை வீசினான்.

அவளுக்கும் ஆத்திரம் குறைந்த மாதிரித் தெரியவில்லை. ‘‘அதுவா? நம்ப வச்சிக் கழுத்த அறுக்கிறப் புத்தி. இப்பச் செஞ்சிருக்கியே...அதுக்கு என்னப் பேரு?’’

‘‘நா விளையாட்டுக்குத்தான அப்படிச் செஞ்சேன். வினயமா நெனச்சி செய்யலையே. அப்படிப் பாத்தா நீங்கதான் என்னைய நம்பவச்சி என் கழுத்த அறுத்திட்டீங்க’’

அவள் முகம் விகாரமாய் தடித்துப்போய்...கண்கள் இரத்தப் பாளங் களாய் சிவப்பேறி...

கார்த்திக்செல்வன் ஆடிப்போனான். தான் தவறு செய்துவிட்டோமோ என்று நினைத்துப் பார்த்துத் தவிதாயப்பட்டான். ஒரு சிறிய தடுமாற்றத் தைக்கூட அவளால் தாங்கிக்கொள்ள முடியவில்லையா என்று நினைத்து ஆத்திரப்பட்டான். இவளும் மற்றவர்களைப்போலத் தன் சாதியின்மீதே கைவைத்து விட்டாளே என்று நினைத்தபோது அவனுக்கு வேதனையாக இருந்தது.

“நீ சொல்றது எனக்குப் புரியல” முறைத்துக்கொண்டு கேட்டாள் அவனைப் பார்த்து அவள்.

“சாதி வித்தியாசம் பாக்காமத்தான என்கூடப் பழகினீங்க...பேசினீங்க? என்னையும் அப்படி நம்ப வச்சிருந்தீங்க. இப்ப என் சாதியக் கொறச்சிப் பேசுறீங்க. இத்தன வருசமும் உங்க மனசுலக் கெடந்திருந்த சாதி வன்மம்தான இப்ப தலநீட்டிப் பாத்திருக்கு? இதுக்குப் பேரு என்னவாம்? துரோகம்தான?” அழுத்தமாகக் கேட்டுக்கொண்டு நின்றிருந்தான். அவளை அற்பமாய் கணித்திருந்ததுபோல முறைப்பாய் நின்றிருந்தது அவன் பார்வை. அவன் அவளை அலட்சியப்படுத்தியதுபோலவும் இருந்தது.

தலைகவிழ்ந்துகொண்டவாறே தன் இருக்கைக்கு வந்து அமர்ந்தான். அவனுக்குப் பின்னிருந்து கண்ணாடிச் சிதறலாய் தெறித்த சிரிப்பொலிகள் அவனின் செவிப்பறைக்குள் விழுந்து சேதாரப்படுத்தின... மனசையும்தான். ‘இதைத்தானே நாங்கள் இத்தனை நாட்களும் எதிர்பார்த்துக்கொண்டிருந்தது’. அவர்கள் மனசுக்குள் சொல்லிக்கொண்டது அவனுக்கு அசரீரியாய் கேட்டதுபோலிருந்தது.

ஆயுள் தண்டனை

தளபதி சமுத்திரத்தைக்க கடந்து வள்ளியூரை நோக்கி அந்தப் பேருந்து வந்துகொண்டிருந்தது... மிதமான வேகம்தான். சாலையின் இருமருங்கிலும் புதர்களாய் சடைத்து நின்றிருந்த உடைமரங்களின் கிளைகள் காற்றில் வெறிப்பிடித்தது மாதிரி ஆடிக்கொண்டிருந்தன. பேருந்துக்குள் கூட்டம் அதிகமாக இல்லை. திருநெல்வேலியிருந்து புறப்பட்டு நாகர்கோயில் செல்லும் பேருந்து அது. மத்தியானவேளை என்பதால் வெயிலின் தாக்கம் உச்சத்தில் இருந்தது. பேருந்துக்குள் உட்கார்ந்திருந்தவர்களின் தொண்டைகள் காய்ந்து உதடுகள் உலர்ந்து போயிருந்தன. பாட்டில்களில் தண்ணீர் வைத்திருந்த ஒன்றிரண்டு பேர்கள் அவ்வப்போது பாட்டில்களைத் திறந்து நீரைக் கவிழ்த்தித் தொண்டைகளை நனைத்துக்கொண்டனர். இருக்கைகளும் அனலாய் தகித்தன. "என்ன... பேதியிலப் போவான் வெயிலு... இந்த வாட்டு வாட்டுது". ஆற்றாமையால் மனமுடைந்து பொருமிக்கொண்டார்கள் சிலர். நெற்றியிலும் கழுத்திலும் பொடித்திருந்த வேர்வைத் துளிகளை ஆண்கள் தங்கள் கைத்துண்டால் அழுத்தித் துடைத்துக்கொள்ள, பெண்கள் தங்கள் சேலைத்தலைப்பால் ஒற்றி ஒற்றி எடுத்துக்கொண்டிருந்தார்கள்.

பேருந்தின் இரண்டாவது இருக்கையில் வரிசையாக அமர்ந்திருந்த அந்த மூன்று பேர்களுக்கும் வெயிலின் தாக்கத்தைப் பற்றி அவ்வளவாக அக்கறை இருக்கவில்லை. வெளியிலிருந்து வீசிக்கொண்டிருந்த அனல் காற்றைவிட அவர்களின் மனசுக்குள் அனல் மூட்டம் எரிமலையாய் தகித்துக்கொண்டிருந்தது. தங்களுக்கு நிகழவிருக்கும் எத்தகையதொரு ஆபத்தையும் தைரியமாக எதிர்கொள்ளும் மனோதிடத்துடன் உறுதியாக அமர்ந்திருந்தனர். அந்த ஆபத்து அவர்களுக்கு அவர்கள் பேருந்தைவிட்டு இறங்கி தங்கள் தெருவுக்கு நடந்துபோகும் தூரத்தில் நிகழலாம் அல்லது இந்தப் பேருந்தில் இருக்கும்போதுகூட நிகழ்ந்துவிடலாம்.

எப்போது எந்த இடத்தில் நிகழ்ந்தாலும் அதைச்சந்திப்பதற்கு அவர்கள் தயாராக இருந்தார்கள். கண்களில் ஆவேசத்தின் கீற்றுகள் தீச்சுடரைப் பறக்கவிட்டுக்கொண்டிருந்தன. துருத்தியின் வாய்ப்பகுதியைப்போல முகங்கள் கோபத்தில் விரிந்து சுருங்கிக்கொண்டிருந்தன. அந்த மூவரின் தேகங்களுமே வேப்பம் விளாரைப்போல ஒடிசலாகத் தெரிந்தாலும்,

தேகங்களில் மினுங்கிய கறுப்பு நிறம் வேப்பம் விளாறுகளை வைரம் பாய்ந்தவைகளாக மாற்றியிருந்தது. பழுப்படித்த வெள்ளைநிறச் சட்டைகளையும் வேட்டிகளையும் அணிந்திருந்தார்கள் அவர்கள். மாவட்ட ஆட்சியரிடம் மனுக்கொடுப்பதற்காகக் காலையில் தங்கள் வீட்டைவிட்டுக் கிளம்பிச் செல்லும்போது, 'திரும்பி வரும்போது ஏதாவது அசம்பாவிதம் நிகழலாம்' என்று கணித்திருந்ததால் முன்னெச் சரிக்கையோடு தங்கள் இடுப்புக்களில் உறைக்கத்தியையும், பனியனின் புறக்கழுத்து வளைவில் வெட்டரிவாளையும் மறைத்துவைத்திருந்தனர். அவை அவர்களின் உழைப்புக் கருவிகள். வாழைத்தோட்டங்களில் இலைகளை அறுப்பதற்குக் கத்தியையும், மலைக்காட்டில் விறகுகள் தரிப்பதற்கு அரிவாளையும் பயன்படுத்திக்கொண்டிருந்தனர்.

அவர்கள் தைரியமாகத்தான் உட்கார்ந்துகொண்டிருந்தார்கள். அந்தத் தைரியந்தான் இந்த முறை அவர்களின் சாதிக்காக ஒதுக்கப்பட்டிருந்த ஊராட்சி மன்றத் தேர்தலில் அவர்களில் ஒருவனான பரஞ்சோதியை தலைவர் பதவிக்கு நிற்கவைத்திருந்தது.

மேல்சாதிக்காரர்கள் ஊர்க்கூட்டம் போட்டிருந்தார்கள். ஏழைச் சாதி களை வல்லடியாய் அழைத்துவந்து நிறுத்தினார்கள். பரஞ்சோதியை எல்லோரின் முன்னிலையிலும் எச்சரித்தனர். 'மருவாதியா போட்டிப் போடாம வெலகிரு.. இல்லன்னா நடக்கறதே வேற'. தங்கள் கண்களை உருட்டிக்கொண்டும் உதடுகளைக் கடித்துக்கொண்டும் மிரட்டினர்.

பரஞ்சோதியின் ரத்தச் சொந்தகளில் சிலர் பயந்துபோனார்கள். 'சின்னப்பய... சின்னத்தனமாப் போட்டில நிக்கானுய்யா. அவன நாங்க நிக்கவுடாமப் பண்ணுக்கிருதொம்... ஏதும் அழிமாட்டம் பண்ணிப் புடாதிய எசமான்களே...' கவலையுடன் முறையிட்டுவிட்டுப் பரஞ் சோதியைக் கவனமாக வீட்டுக்கு அழைத்துக்கொண்டு வந்தனர்.

பரஞ்சோதி பின்வாங்குவதற்கு விருப்பமில்லாமல் இருந்தான். அவனுக்கு 'சமூகக் கட்சி'யின் ஆதரவு இருந்தது. அடிக்கடி நகரத்தில் நடக்கும் அக்கட்சியின் கூட்டங்களுக்கு அக்கறையுடன் சென்று கலந்து விட்டு வந்தான். தன் தெரு இளசுகள் பலரையும் அக்கட்சியின் உறுப்பினர் களாக்கியிருந்தான். அவனுக்கு மாவட்டத்தின் துணைத்தலைவர் பொறுப்பு அளிக்கப்பட்டிருந்தது.

"அண்ணே... கிருஷ்ணா ஸ்கூலுப் பக்கம் நாலஞ்சித் தலைகத் தெரியுது பாரு"

இருக்கையின் ஓரத்திலிருந்த மதியழகன் பதற்றமாய் வாய் உளறினான். ரொம்பவும் நெடுக்குக்கொடுக்கான உருவம் அவன். கைகளும்கால்களும் சாட்டைகளாய் வளர்ந்திருந்தன... கருப்புநிறச் சாட்டைகள். இப்போது அவனின் நாளங்களில் ரத்தம் சூடேறி ஓடிக்கொண்டிருந்தது.

மத்தியில் அமர்ந்திருந்தான் பரஞ்சோதி. முன்னே தலையை நீட்டி உயர்த்திப் பார்த்துக்கொண்டான். கிருஷ்ணா பள்ளிக்கூடத்தின்

வெளிச்சுவரின் அருகில், கோணல்மாணலாய் வளைந்துக்கொண்டு நின்றிருந்த வேப்பமர நிழல் மறைவில் நாலைந்து தடியன்கள் விறைப்பாக நின்றுகொண்டிருந்தது தெரிந்தது. அவர்களின் முகங்கள் அவனுக்குப் பழக்கப்பட்டவையாகவே தெரிந்தன. அவர்களின் விழிகள் சாலையில் எதிர்வரும் வாகனங்களை வெறியோடு பார்த்துக்கொண்டிருந்தன. யாரையோ எதிர்பார்த்துக் காத்துக்கொண்டிருக்கிறார்கள் என்பதைத் துல்லியமாய் புரிந்துக்கொண்டான் அவன். அவர்களின் அரைகளில் லுங்கியும் வேட்டியுமாய் தொங்கிக்கொண்டிருக்க, மேலுக்கு சொல்லி வைத்தது மாதிரி வெள்ளை நிறத்தில் பளீரிடும் முழுக்கைச் சட்டைகளை அணிந்திருந்தார்கள். கைப்பகுதியைச் சுருட்டி மடக்கிவிட்டிருந்தார்கள்.

‘‘ஆமாண்ணே... மேலத் தெருக்காரவியத்தான் அண்ணே. மீசையை முறுக்கிக்கிட்டு மூக்கையன் நிக்காம் பாரு. அவன் பக்கத்துல கட்டக் குட்டையா முத்துப்பாண்டி நிக்கான். ஏதோ திட்டத்தோடத்தாம் நிக்கானுவண்ணே.’’ பரஞ்சோதிக்கு வலதுபக்கம் சன்னலையொட்டி அமர்ந்திருந்த சுந்தரம் படபடத்தான்.

‘‘எவனுவ நின்னாதா என்னல? நம்மக்கிட்ட மோதுனா நாமளும் எதுத்து மோதுவொம். இன்னொரு தடக்க நம்ம அம்மமாரு வயித்து லருந்து பொறக்கவா போறொம்? எதுக்கும் தயாராத்தான நாம ஆயுதங் களோட வந்திருக்கொம். பொறவு ஏம் பயப்படுத?’’

‘‘பயப்படலண்ணே. பயந்தா, ஒன்னய எலெக்ஸன்ல நிப்பாட்டி செயிக்கவச்சிருப்பமா? சொல்லுதன்’’

தேர்தலில் அவன் சாதிக்காரர்கள் மட்டுமே ஓட்டுப்போட்டிருந் தார்கள்... அதுவும் ஏகப்பட்ட போலீஸ் பாதுகாப்புடன். ஒத்தைச் செத்தையாய் வெளியே போகிற அப்புராணிகளை அடிப்பதும், இரவு நேரத்தில் ஏழைச் சாதிகளின் ஏதாவதொரு குடிசைக்குத் தீ வைப்பதும்... தொடுபிடியாய் அக்கிரமங்கள் நடந்துகொண்டிருந்தன. பொம்பளைகள் பயந்துச்செத்தார்கள். மேல்சாதிக்காரர்கள் அவர்களைத் தங்கள் வயற்காடுகளுக்கு வேலைக்குக் கூப்பிடுவதை நிறுத்தியிருந் தார்கள். அநேகமானவர்கள் பிழைப்புக்கு வழியில்லாமல் கூட்டமாக வெளியூர்கள் சென்று கூலி வேலைகள் பார்த்துவிட்டு வந்து தங்கள் அடுப்புகளில் உலையேற்றிக் கொண்டிருந்தனர்.

பரஞ்சோதிக்குத்தான் அச்சுறுத்தல் அதிகமாக இருந்தது. கண்ணில் கண்டதும் அவனின் ‘கதையை’ முடித்துவிடும் ஏற்பாட்டுடன் கதிகட்டிக் கொண்டு அலைந்தார்கள். நகரத்திலிருந்த கட்சி அலுவலகத்திற்கு ஒளிந்து ஓடிப்போய் ஒருவாரம் தஞ்சம் அடைந்திருந்தான். நேற்று தான் ஊர் அடங்கியிருந்த சாமத்தில் தெருவுக்குள் வந்தான். மனுவைத் தயாரித்து, தெரு மக்களிடம் கையெழுத்தையோ அல்லது கைநாட் டையோ வாங்கிக்கொண்டு காலையில் இரண்டு பேர்களோடு சேர்ந்து மாவட்ட ஆட்சியரைப் பார்த்துவிட்டு உடனே தன் ஊருக்குத் திரும்பிக்

கொண்டிருந்தான். ஆட்சியர் அளித்திருந்த உறுதிமொழி அவனுக்கு நம்பிக்கையைத் தந்திருந்தது. அரசாங்கம் தங்களுக்குச் சார்பாக இருக்கிறவரைக்கும் தங்கள் உயிருக்கு ஆபத்தில்லை என்கிற நம்பிக்கை.

'கிருஷ்ணா பள்ளிக்கூடத்'தைப் பேருந்து நெருங்கியதும் பழைய நியாபகங்கள் திடுமெனத் திரண்டெழுந்து பரஞ்சோதியின் மனதிற்குள் பாறாங்கற்களாய் இறங்கின. எட்டாம் வகுப்புகள்வரைக் கொண்டிருந்த நடுநிலைப் பள்ளிக்கூடம் அது. பரஞ்சோதியின் கூட்டாளிகளும் மூக்கையனின் கூட்டாளிகளும் அங்குதான் படித்துக் கரையேறியிருந் தார்கள். பரஞ்சோதியின் கூட்டாளிகள் தரையிலும், மூக்கையனின் கூட்டாளிகள் பெஞ்சுகளிலும் உட்கார்ந்து படிக்கவைக்கப்பட்டனர். உப்புச் சப்பில்லாதப் படிப்பு. எட்டாம் வகுப்பை முடித்துவிட்டு வெளியே வந்ததும் ஏதாவது ஒரு மேல்சாதிக்காரனின் வயற்காட்டுக்குக் கூலிவேலைக்குத்தான் போகவேண்டிய நிலைமை, பரஞ்சோதிக்கும் அவனின் கூட்டாளிகளுக்கும். மூக்கையன் முறைப்போடு நடுச்சா லைக்கு வந்துநின்று விறைப்பாகக் கையை நீட்டி மறித்தான். ஓட்டுநர் தடுமாறினார். அதில் நிறுத்தம் கிடையாது. அங்கிருந்து இன்னும் ஒருகிலோமீட்டர் தூரம் சென்றால் ஊர் வரும். அங்குதான் நிறுத்தம் இருந்தது. அந்த ஊர்தான் பரஞ்சோதி வகையறாக்களும் மூக்காண்டி வகையறாக்களும் வசிக்கும் தெருக்களைக் கொண்டிருந்தது.

ஏதோ வில்லங்கம் இருப்பது புரிந்தது ஓட்டுநருக்கு. பேருந்து தன் வேகத்தைக் குறைத்து பெருமூச்சு விட்டுக்கொண்டு நின்றது. அவர் கள் ஆறுபேர்கள் நின்றிருந்தார்கள். தடதடவென்று ஓசையெழ ஆவேசமாய் உள்ளே ஏறி வந்தார்கள். பரஞ்சோதியின் கூட்டாளிகள் சுதாரித்துக்கொண்டார்கள்.

"தாயோளியா... அவ்வளவ் திமிரால, கலெக்கட்டர்கிட்டப் போயி மனுக் கொடுத்துட்டு வரதுக்கு? சாவுங்கள, நாய்களா..."

ஆச்சரியம்... அவர்கள் ஆவேசமாய் கத்திக்கொண்டே தங்கள் புற முதுகுகளில் தொங்கவிட்டிருந்த அரிவாள்களை உருவி எடுப்பதற்குள், "என்னல தேவடியா மக்கா.ஒங்க அருவாத்தாம் வெட்டுமால?" என்று பரஞ்சோதியும் அவனின் கூட்டாளிகளும் தங்கள் ஆயுதங்களை விரைசலாய் வெளியே எடுத்திருந்தனர்.

பரஞ்சோதியின் அரிவாள் எடுத்த எடுப்பில் திரவியத்தின் தலையைத் துண்டாக்கியது. கழுத்திலிருந்து விடுபட்ட தலை, ஓட்டுநரின் கால் மாட்டில்போய் சடக்கென்று விழுந்து துடித்தது. சற்றைக்கெல்லாம் அது சன்னம்சன்னமாய் அடங்கியும் போனது.

ஓட்டுநர் கதிகலங்கிப் போனார். தடாலென்று கதவைத் திறந்து கொண்டு தபக்கென்று கீழே குதித்தார். நடத்துநரும் மற்ற பயணிகளும் அதறபதற வெளியே இறங்கி குலைப் பதற்றத்தில் ஓட்டம்பிடித்தனர்.

மதியழகனும் பலியாகியிருந்தான். எவனோ ஒருத்தன் பாய்ச்சிய அரிவாளில் அவனின் குடல் சரிந்து ரத்தச் சகதியில் கிடந்தான். அவன் இருக்கையின் நிறம் சிவப்பாக மாறியிருந்தது. சுந்தரத்தின் வீச்சரிவாள் முத்துப்பாண்டியை கீழே சரித்திருந்தது. அவனுக்குப் பின்னாலிருந்து விழுந்த வீச்சின் மறுகணத்தில் சுந்தரமும் இரு துண்டுகளாக விழுந்தான். எதிரிகளில் மூன்றுபேர்கள் மீந்திருந்தனர். இங்கே பரஞ்சோதி மட்டுமே தனித்திருந்தான். இனி அவர்களிடமிருந்து தப்பித்துவிட முடியாது என்பது அவனுக்கு உறுதியாகப் புரிந்தது. முடிந்தமட்டும் இன்னும் ஒருவனைக் காலிப்பண்ணிவிடவேண்டும் என்று முடிவெடுத்தான். தனக்குப் பக்கவாட்டில் பாய்ந்து வந்த மூக்கையனை நோக்கி அரிவாளைப் பாய்ச்சினான். அவன் வசக்குறைவாய் ஒதுங்கியதில் அவனின் கழுத்துக் குக் குறிவைத்துப் பாய்ந்த அரிவாள் விசுக்கெனக் கீழிறங்கி வலது தோளின் விளிம்பில் விழுந்தது. அவ்வளவுதான்...தோளிலிருந்து கையைப் பாளமாய் துண்டித்து எடுத்தது அரிவாள். அதேவேகத்தில் பரஞ் சோதியின் விலாவில் பொன்னுத்துரையின் அரிவாள்முனை இறங்கிக் குடலை வெளியே உருவி எடுத்துச் சரியவைத்தது. துள்ளத்துடிக்கக் கீழே விழுந்தான் பரஞ்சோதி. ஒரு கையால் வயிற்றைப் பிடித்துக்கொண்டு குடலை உள்ளே தள்ளிக்கொள்ள முயற்சித்தான். பொன்னுத்துரை அவனை விடுவதாயில்லை.பசக்கென்று பரஞ்சோதியின் தலையைத் துண்டித்து எடுத்துக்கொண்டான். அதன் முடியைக் கொத்தாகப் பிடித்துத் தூக்கிக்கொண்டு அதிலிருந்து ரத்தம் சொட்டச்சொட்ட பேருந்தைவிட்டுக் கீழே இறங்கினான். கண்களில் கொலைவெறி. முகத்தில் பெருமிதத்தின் கொண்டாட்டம். ‘‘தலைவராம்... தலைவரு. தலை இருந்தாத்தானல தலைவரு? யாருகிட்டல வாலாட்டுதிய? செருக்கியுள்ளேளா...’’ வீறாப்பாய் சொல்லிக்கொண்டு தார்ச் சாலை யில் நடைப்போட்டு வந்தான். மிஞ்சியிருந்த இருவரும் தங்கள் அரிவாள் களில் ரத்தம் மின்ன அவற்றைத் தூக்கிப்பிடித்துக்கொண்டு அவனுக்குப் பின்னே வந்துகொண்டிருந்தனர். தன் வலதுதோளில் தலைத்துண்டை அவிழ்த்து பந்தாய் சுருட்டி அமுக்கிக்கொண்டு வந்தான் மூக்கையன். ‘‘தாயோளி.. என் கைய வெட்டிட்டானே. இருக்கட்டும். அவனோடக் குடும்பத்தையே கருவறுத்துப்புடுதென்’’. வலி தாளாமல் புலம்பிக் கொண்டான். தோளில் அழுத்திப் பிடித்திருந்த துண்டின் அணைப் பையும் மீறி ரத்தம் வெளியேறிக்கொண்டிருந்ததில் அவனின் வயிற்றிலும் வேட்டியிலும் பட்டைகளாய் விரிந்திருந்தன...ரத்தப் பட்டைகள்.

சிறிது தூரம் வந்ததும் பரஞ்சோதியின் தலையை ஓர் உடைமர மூட்டை நோக்கி வீசினான் பொன்னுத்துரை. உருண்டுபோய் விழுந்தத் தலை புதர்மறைவில் தன் முழு உருவத்தையும் மறைத்துக்கொண்டது.

கால்மணி நேரத்தில் ஒரு யுத்தம் நடந்து முடிந்திருந்தது. மதிய நேரமாயிருந்ததால் - அதுவும் தீயாய் சுட்டெரிக்கும் வெயில் காலத்தில் - சனங்களின் நடமாட்டம் அதிகமில்லாதிருந்தது. அதுவே யுத்தம் நிகழ்

வதற்குச் சாதகமாகவும் போயிற்று. அரசல்புரசலாய் சாலையில் போனவர் களும் தங்களுக்கு ஆபத்து நேர்ந்துவிடக்கூடாது என்ற எச்சரிக்கையில் பிடறியில் கால்கள்பட அடித்துப்பிடித்து ஓடியிருந்தார்கள்.

பேருந்திலிருந்து பதறியடித்துக்கொண்டு இறங்கியிருந்த ஓட்டுநரும் நடத்துநரும் பயணிகளோடு சேர்ந்து ஓடிப்போய் ஒருகிலோ மீட்டர் தூரத்திலிருந்த ஊரில் தஞ்சம் அடைந்திருந்தார்கள். கடையொன்றின் முன்னிருந்த பொதுதொலைப்பேசியில் நிர்வாகத்திற்கும் காவல்துறைக் கும் தகவலைச் சொல்லியிருந்தார் நடத்துநர்.

மேலத்தெருவில் ஐந்தாறு பேர்களை – அவர்களில் மூக்கையனும் பொன்னுத்துரையும் இருந்தார்கள் –போலீஸ் வந்து இழுத்துக்கொண்டு போனது. கீழத்தெருவில் அதில் சம்பந்தப்பட்டவர்கள் யாரும் இல்லாத தால் அங்கு யாரையும் கைது செய்யவேண்டிய அவசியம் இல்லாமல் போயிற்று.

ஒருமாதம் சிறைக்குள் கிடந்துவிட்டு பிணையில் வெளியே வந்திருந் தார்கள்.

வழக்கு நடந்துகொண்டிருந்தது. வாய் வலிக்காமல் வாய்தாப் போட்டுக்கொண்டிருந்தார் நீதிபதி.

இரண்டு வருடங்களை ரொம்பவும் அறிபறியாய் விழுங்கியிருந்தது நீதிமன்றம்.

சட்டப்படி ஆறுமாதத்தில் பஞ்சாயத்துத் தேர்தலை நடத்தியாக வேண்டும். இதுவரைநான்கு ஆறுமாதங்கள் தள்ளிவைக்கப்பட்டிருந்தன, தேர்தல் ஆணையத்தால்.

யாரோ ஒருவர் கோர்ட்டில் பொதுநல வழக்குப்போட்டிருந்தார். இந்த ஆறாவது மாதத்தில் கட்டாயம் தேர்தலை நடத்தியாகவேண்டும் என்று கோர்ட்டிலிருந்து உத்தரவாகியிருந்தது. காலம் நெருங்கி விட்டிருந்தது...தேர்தலை நடத்த இன்னும் ஒரு மாதமே பாக்கி இருந்தது. அன்று கருக்கல் நேரம். சூரியன் மேற்கில் இறங்கி இருளைப் பூமிக்கு அனுப்பும் சமயம். வழக்கம்போல, தங்கள் தெருவின் மேலற்றத்தில் கிளைகள் பரப்பி நின்றிருந்த ஆலமரத்தின் அடியில் கிடந்திருந்த குத்துக் கற்களில் உட்கார்ந்து வம்பளந்துகொண்டிருந்தனர் மேலத்தெருக் காரர்கள். அவர்களில் மூக்கையனும் ஒருவனாக இருந்தான். பெரியப் பாராங்கல்லின் மீது மிடுக்காக உட்கார்ந்திருந்தான். பாதுகாப்பாய் அவனின் வலதுதோளில் துண்டைப்போட்டு மறைத்திருந்தான். அவனின் துரதிர்ஷ்டம், அவ்வப்போது விசிறியடித்தக் காற்றுக்குத் தாக்குப் பிடிக்க முடியாமல் தோளிலிருந்து துண்டு விலகி அடிக்கடி கீழே விழுந்து கொண்டிருந்தது. மீண்டும் மீண்டும் குனிந்து துண்டை எடுத்துத் தோளில் போட்டுக்கொள்வதற்கு அவன் ரொம்பவும் சிரமப்பட்டான். அவனின் தோள் காயம் இன்னும் முழுசாய் ஆறியிருக்கவில்லை.

என்ன செய்ய... தோளோடு கையைப் பொருத்திக்கொள்ள முடியாமல் தோற்றுப்போயிருந்தது மருத்துவம். ஆனாலும் அவனின் வாய் மட்டும் குறைந்துவிடாமல் பெருத்துப்போய்தான் இருந்தது...இப்போதும் வீராப் பாய் பீற்றிக்கொண்டிருந்தான்.

''அடுத்த மாசம் நடக்கப்போற எலெக்ஸன்ல எந்தப் பய வந்து நிக்கான்னுப் பாப்பொமெ. அப்படி வந்தாமின்னா அவனுவளுக்கும் பரஞ்சோதி கெதிதானக் கெடைக்கும்'' ''கெக்கே பெக்கே'' என்று குலுங்கிக் குலுங்கிச் சிரித்துக்கொண்டான் மூக்கையன்.

''அதான? நம்மள என்ன கேணப் பயலுவன்னு நெனச்சானுவளா? எரப்பாளி நாய்க''. மூக்கையனின் சிரிப்புக்கு அங்கிருந்த மற்றவர்களும் 'கெக்கேபெக்கே'தான்.

காற்று விட்டுவிட்டு வீசிக்கொண்டிருந்தது, வெறுப்புடன்.

தூரத்தில் உட்கார்ந்திருந்த முனியசாமிக் கிழவர் மட்டும் நிதானத்தை இழக்காமல் மூக்கையனைப் பார்த்து மவுனமாய் முறுவலித்துக் கொண்டிருந்தார். நல்லத் தாட்டியமாக இருந்தார். கிடா மீசை. குறுந்தாடி முகம். கூர்ந்தப் பார்வை. மூக்கையனுக்கு மாமன்முறை வேண்டும் அவர். தூத்துக்குடி துறைமுகத்தில் சீனியர் மெக்கானிக்காகப் பணிபுரிந்து ஓய்வுப் பெற்றுவிட்டு குடும்பத்துடன் தன் சொந்த ஊருக்கு வந்து வாசம்செய்துகொண்டிருந்தார். தொழிற்சங்கம் ஒன்றில் முன்னி லைப் பொறுப்பேற்று சாதி சமய வித்தியாசமின்றி தொழிலாளர்களின் உரிமைக்காக சமரசமற்று போராடியிருந்தார். மூக்கையனின் வீறாப் பான வார்த்தைகளைக் கேட்டதும் அவருக்கு வெப்புராளப்படத் தான் தோன்றியது

''ரொம்பவும் துள்ளாத மூக்கையா. அடாவடித்தனம் ரொம்பக் காலம் நெலைக்காது. அவனுவளும் ஒங்களக் கெணக்கா அருவாளத் தூக்க ஆரம்பிச்சிட்டானுவ... அவனுவ அருவாளும் வெட்டும். பஸ்ஸூல வச்சி அதான நடந்துச்சி..''

''அதுக்காவ அவனுவளும் நாமளும் ஒண்ணா? நம்மக்கிட்ட அடிம வேலப் பாத்தப் பயலுவ. அவனுவளக் கொப்புல ஏத்தி வச்சிட்டு நாம அவனுவளுக்குக் கும்பிடுப் போட்டுக்கிட்டு நிக்கமுடியுமா? அதவிடப் பெருத்த அவமானம் வேற என்ன இருக்கு?''

''இப்போ மட்டும் என்ன வாழுதாம்? ஒன்னயப் பீத்தக் கையால சோறுத் திங்க வச்சிட்டானுவளே... நீ சாவுற மட்டும் அந்த அவமானம் ஒன்னையவிட்டுப் போவுமா சொல்லு? நீங்க அவனுவள்ல நாலுபேர வெட்டுறதும் சரி... அவுங்க உங்கள்ல ஒரு ஆளக் கொறப்படுத்துறதும் சரி. வேண்டா. இந்த அருவாத் தூக்கறத விட்டிருங்க. காலம் மாறிப்போச்சி''

''இப்போ நீரு எங்கிட்ட வெட்டுப்படப் போறேரு''

''நல்ல ஆம்பளையா இருந்தா எந்திரிச்சி வால. ஒங் இன்னொரு கையையும் திருக்கி எடுத்துருதன்''

கூட்டத்திலிருந்த நடுத்தர வயதுக்காரர் ஒருவர் சுதாரித்துக்கொண்டு எழுந்து நின்றார். ‘‘சேச்சே.. என்ன இது? ஒங்களப் பாத்தா மாமனும் மருமவனுமா தெரியலியே. பங்காளிங்க மாதிரில்லா சண்டப் போட்டுக் கிட்டிருக்கிய. ஒங்க சண்டைய இத்தோடு வுடுங்க. இல்லன்னா நீங்க சண்டப் போடுங்க... நாங்கள்லாம் எந்திரிச்சி வூட்டுக்குப் போயிருதொம்’’

இருவரும் அமைதியானார்கள். மற்றவர்கள் ஆற்றாமையால் முனகிக் கொண்டிருந்தார்கள். முனியசாமியின் அறிவுரை அவர்களுக்கு எரிச்சலைத் தந்திருக்கவேண்டும்.

ஆலமரத்திலிருந்து அவ்வப்போது இலைகள் உதிர்ந்து விழுந்து கொண்டிருந்தன. அவற்றில் ஒன்றிரண்டு மூக்கையனின் தோள்துண்டிலும் விழுந்தன. இதுவரையிலும் வலிக்காதிருந்த தோள் இப்போது வலிப்பதாகத் தோன்றியது அவனுக்கு. இலைகள் விழுந்ததால் மட்டும் அந்த வலி இல்லை என்பதை மானசீகமாகப் புரிந்துகொண்டான்.

உபதேசிகள்

பிற்பகல் காட்சி முடிந்ததும் திரையரங்கைவிட்டுச் சனங்கள் பொல பொலவென்று வெளியேறி வந்தார்கள். பெருந்திரளான சனங்கள். அனைவரும் வெளியேறுவதற்கு அரைமணி நேரம் பிடித்தது. சூரியனும் படம்பார்க்க வந்திருந்ததுபோல! சனங்களைப்போலவே – ஆனால் வானத் தின் மேற்குத் திசைநோக்கி – நிதானமாய் போய்க்கொண்டிருந்தது அது. நேரம் ஐந்துமணியைத் தாண்டியிருக்கவேண்டும். வெக்கையின் வீரியம் குறைந்து இதமாய் காற்று வீசத் துவங்கியிருந்தது. சாலைக்கு வந்திருந்த சனங்கள் தங்கள் வீடுகளைத் தேடிக் கிளைபிரிந்துப் போயினர். முதியவர்களின் கூட்டத்தைவிட இளைஞர்கள் மற்றும் விடலைகளின் கூட்டமே அதிகமாய் இருந்தது. காரணம் இல்லாமல் இல்லை. அவர்களின் மானசீக நடிகரின் திரைப்படம் இன்று ஐந்தாவது நாளாக் தியேட்டரில் ஓடிக்கொண்டிருந்தது!

நயினாரும் கோமதிசுப்பிரமணியனும் திரையங்கின் வாசலைக் கடந் திருந்தனர். சாலையின் மறுகரைக்கு வரவேண்டும் அவர்கள். அங்கிருந்து தான் அவர்களின் வீடுகளுக்குச் செல்லவேண்டியதிருந்தது. சாலை நிறைய சனங்களின் நெரிசல். நெரிசல் குறையட்டும் என்று காத்துக்கொண்டு நின்றார்கள்.

நயினாருக்கு இன்றுதான் அந்தப் படத்தைப் பார்ப்பதற்குரிய அதிர்ஷ்டம் வாய்த்திருந்தது. நான்கு நாட்களாக அம்மாவிடம் காசுக் கேட்டு கண்ணீர்விட்டுப் பார்த்திருந்தான். அவனின் 'பாச்சா' அவளிடம் பலிக்காமல் போயிருந்தது. அன்றாடம் கூலிவேலைப் பார்த்து நான்குப் பேர் கொண்ட குடும்பத்தின் வயிற்றுப்பாட்டைக் கழிக்கவைப்பதற்கே அம்மா அல்லோலகல்லோலப் பட்டுக்கொண்டிருந்தாள். அந்தக் கொள் ளையில் அவன் திரைப்படம் பார்ப்பதற்கென்று அவளிடம் காசுக் கேட்டு நச்சரித்தால் காசுக்கு அவள் எங்கே போவாள்?

ஆம்பளை இல்லாத குடும்பம். ஐந்து வருடங்களுக்கு முன்னால் ஒருநாள் மதியம் அறுப்படிப்புக் களத்தில்வைத்து வைக்கோல் பார வண்டிக் குடைசாய்ந்து விழுந்ததில் அவனின் அப்பா மரணம் அடைந் திருந்தார். அப்பா உயிரோடிருந்த காலத்தில் படம் பார்ப் பதற்கென்று

இப்படித் 'தொன்னம்பாரி'க்கொண்டு அலைந்ததில்லை அவன். அவன் கேட்டதும் தன் மடி அவிழ்த்தி வெத்தலைப் பையை விரித்துத் திறந்து காசெடுத்துத் தருவார் அப்பா. அவனென்றால் அத்தனைப் பிரியம் அவருக்கு. நயினாரும் தன் மானசீக நடிகரின் படத்துக்கு முதல்நாள் முதல் காட்சிக்குத் தியேட்டரில்போய் நின்றான். இப்போது நான்காவது நாளில்கூடப் படம் பார்க்கமுடியாமல் விழிப் பிதுங்கிக்கொண்டு நிற்கவேண்டியதிருந்தது அவனுக்கு.

படத்திற்கு ஐந்தாம் நாள் இன்று. வகுப்பில் தன் பக்கத்து இருக்கை நண்பனான கோமதிசுப்பிரமணியனின் மூலம் நயினாருக்கு அந்த 'அதிர்ஷ்டம்' அடித்தது. ஊரில் செல்வாக்கோடு வாழ்ந்துகொண்டிருந்த அரிசிக் கடைக்காரர் பச்சைமுத்துவின் அருமந்தப் புத்திரன் அவன். படிப்பில் கெட்டியில்லை என்றாலும் அவன் கையில் எப்போதும் பணம் தாராளமாய் புரண்டுகொண்டிருந்தது. வீட்டிலிருந்து தெரிந்தோ தெரியாமலோ எடுத்துக்கொண்டு வந்திருந்தப் பணமாக இருக்கலாம். அவன்தான் நயினாரைக் காலையிலிருந்தே உசுப்பேற்றிக் கொண்டிருந் தான். அவனே நயினாருக்குக் காசுப்போடவும் தயாராயிருந்தான். நயினாருக்கு இலவசமாய் கரும்புத் தின்னக் கசக்குமா என்ன?

கோ. சுப்பிரமணியனும் நயினாரைப்போல அந்த நடிகரின் தீவிர ரசிகன்தான். தன் குடும்ப உறுப்பினர்களுடன் இதுவரை இரண்டுமுறை அந்தப் படத்தைப் பார்த்துவிட்டிருந்தானாம்... ஆனாலும் அவனின் ஆவல் இன்னும் தீர்ந்திருக்கவில்லை. மானசீக நடிகர் ரொம்பப் பிரமாத மாக நடித்திருக்கிறாராம். சண்டைக் காட்சிகள் மற்றும் பாடல் காட்சி களில் வெளுத்து வாங்குகிறாராம். எத்தனை முறை வேண்டுமானாலும் படத்தைப் பார்த்து ரசிக்கலாமாம். 'பாக்கப் பாக்கத்தான்' ரொம்பப் பிடிக்குமாம்.

மதியத்திற்குப் பிறகான கணக்கு வகுப்பிற்கு தாமோதரன்சார் வந்திருக் கவில்லை. அதற்கு அடுத்தும் விளையாட்டு வகுப்பாய்ப் போயிருந்தது, அவர்களுக்குத் தோதாகப் போயிற்று. விளையாட்டு வாத்தியார் மாணவர்களின் வருகைப் பதிவேட்டைக் கண்டு கொள்வதில்லை. சூழல் அவர்களுக்குச் சாதகமாய் இருந்தது. திரைப்படத்தின் ஆரம்பக் காட்சிகள் முடிந்திருந்தாலும் பரவாயில்லை. அதைத் தொடர்ந்து வரும் காட்சிகள்தான் ரொம்பவும் சுவாரஸ்யமானவை என்று கோ. சுப்பிர மணியன் சொன்னான். தற்போது கிடைத்திருந்த சந்தர்ப்பத்தைத் தவற விட அவர்கள் விரும்பவில்லை. சக மாணவர்களின் கண்களில் 'மண்ணள் ளிப் போட்டுவிட்டு'இருவரும் மறைமுகமாய் திரையரங்கிற்குவந்திருந் தனர். பொடிநடையாய் வந்தால் பத்து நிமிசப் பயணத் தூரத்தில் தியேட்டர் இருந்தது. கூட்டத்திலிருந்து நயினாரும் கோ.சுப்பிரமணியும் தங்களை விடுவித்துக்கொண்டு சாலையின் விளிம்பிற்கு வந்து நின்றனர். அவர்கள் நிமிர்ந்தபோது, எதிரில் சிகாமணி தட்டுப்பட்டான். அவர்களின் வகுப்பு நண்பன். அவனின் குச்சிக் கையில் திண்ணமாய்

மஞ்சள்நிறத் துணிப்பை இருந்தது. திரையங்கிற்கு மேற்கிலிருந்த பலசரக்குக் கடையில் சில்ல றைச் சாமான்கள் வாங்கிக்கொண்டு போகும் அவசரத்தில் அவன் வந்திருக்கவேண்டும். சாலையின் வலது பக்கமிருந்த விசாலமானத் தெருவின் மத்தியில்தான் சிகாமணியின் வீடு. வெள்ளையாய் மினுங்கும் சுவர்களைக்கொண்ட கான்கிரீட் கூரைப்போட்ட வீடு... நயினாரின் வீட்டைப்போலக் குடிசை அல்ல.

சிகப்பு வண்ணத்தில் அரைக்கால் சட்டையும், கறுப்புப் புள்ளிகள் போட்ட வெள்ளை அரைக்கைச் சட்டையும் அணிந்திருந்தான் சிகாமணி. நயினாருக்கும் கோ. சுப்பிரமணியனுக்கும் தத்தம் உடுப்புக் களைப் பார்த்து அருவருப்பாயிருந்தது. அந்தப் பெருந்திரள் கூட்டத்தில் அவர்கள் இருவர் மட்டுமே விகற்பமாய் தெரிந்தார்கள். அவர்களின் சீருடைகளானப் பச்சைநிற அரைக்கால் டவுசரும், வெள்ளைநிற அரைக் கைச் சட்டையும் அந்தக் கூட்டத்தில் அவர்களை அந்நியர்களாகக் காட்டிக்கொண்டிருந்தன. போதாக்குறைக்கு இருவரின் முதுகிலும் பாரமாய்க் கிடந்து அழுத்திக்கொண்டிருந்த புத்தகப் பை வேறு அவர் களைப் பரிதாபத்திற்குரியவர்களாகக் காட்டியது. திசைமாறி வந்த ஆட்டுக்குட்டிகளாய் தங்களை நினைத்துக்கொண்டார்கள். சிலர் அவர்களைப் பார்த்துப் பரிகாசமாய் சிரித்துக்கொண்டதும் தெரிந்தது.

''ஏலே சிகாமணி...'' நயினார்தான் அவனைச் சத்தம்போட்டு அழைத் தான்.

அவர்களைக் கண்டதும் அதிர்ந்துபோய் பக்கத்தில் வந்தான் சிகாமணி. வந்ததும் அவர்கள்முன் பெரிய குண்டு ஒன்றைத் தூக்கிப்போட்டான்... எச்சரிக்கைக் குண்டை. ''லேலே! ஆனந்த்சாருகிட்ட நீங்க ரெண்டுபேரும் வசமா மாட்டிக்கிட்டியலெ?''.

நயினாருக்குக் குலை நடுங்கிற்று. ''எல ஈக்குச்சி! எதுக்குல?'' எரிச்சல் தகிக்கக் கேட்டான்.

ஈர்க்குக் குச்சியைப்போல ஒடிசலானத் தேகம் சிகாமணிக்கு. வகுப்பில் சக மாணவர்கள் அவனை ஈக்குச்சி என்றே எளப்பமாய் அழைத்தனர். ஒவ்வொருவருக்கும் ஒவ்வொரு விதமானப் பட்டப்பெயர் இருந்தது. அதைச் சொல்லி அழைப்பதில்தான் அவர்கள் பிரியப்பட்டார்கள்.

மீண்டும் அவனே தன் பொக்கை வாயைத் திறந்து பொடுபொடு வென்று சொன்னான்: ''ஓங்களப் பத்தி ஆனந்த் சாருகிட்ட யாரோ போட்டுக் குடுத்திருக்காவல. நீங்கப் போன ஒடனே அவரு வகுப்புக்கு வந்து, எல்லாருப் பேரையும், வாசிச்சி அட்டென்ஸ் எடுத்துக்கிட்டுப் போயிருக்காரு''.

''அப்பிடியா? செத்தோம். வேற ஏதாச்சும் சொன்னாராலெ?''

''நாளைக்குக் காலையில நீங்க ரெண்டுபேரும் ஆபிசு ரூமுக்குப் போயி அவரப் பாக்கணுமாம். ஓங்கக்கிட்ட எங்கள சொல்லச் சொன்னாரு.''

சொல்லிவிட்டு 'ஈர்க்குச்சி' விரைசலாய் ஓடிப்போனான். வீட்டில் என்ன அவசர வேலையோ அவனுக்கு!

நாளைக் காலையில என்ன நடக்கும் என்பதை இப்போதே தன் மனக் கண்ணில் படமாய் ஓடவிட்டுப் பார்த்தான் நயினார். சற்று முன்பு திரையில் பார்த்திருந்த படத்தின் காட்சிகளைவிட நாளை நடக்க விருக்கிற காட்சிகள் இரத்தத்தை உறையவைக்கும் தீவிரத்தைக் கொண்ட தாகத் தோன்றின அவனுக்கு.

ஆனந்த்சாரை நினைத்து இருவரின் தேகங்களும் தீயாய்க் காந்தின. அவர்களின் உள்ளங்கைகளில் வேப்பங்குச்சிகள் வேகமாய் பாய்ந்து உடைந்து சிதறிவிழும் தந்திரக் காட்சிகள் இப்போதே அவர்களின் மனக் கண்களில் தத்ரூபமாகத் தோன்றின. கண் மூக்குப் பாராமல் விளாசித் தள்ளிவிடுவார் மனிதர். அவரிடம் வகுப்பறையில் வாங்கியிருந்த பிரம்படிகள் இப்போது அவர்களின் நினைவுக்கு வந்துநின்று பயங் காட்டின.

அவர்கள் ஒன்பதாம் வகுப்புப் படித்துக்கொண்டிருந்தார்கள். ஆங்கிலப் பாடம் எடுக்க வந்துகொண்டிருந்தார் ஆனந்த்சார். வகுப்புக்கு அவர் வரும் முன்னரே வீச்சரிவாள்களைப்போல இரண்டு மூன்று வேப்பங் குச்சிகள் பியூனால் கொண்டுவரப்பட்டு மேசையின்மேல் வைக்கப் படுவது வழக்கமாயிருந்தது. ஆங்கில உச்சரிப்பில் சின்னக் குழறுபடி என்றாலும் போதும், மாணவர்களின் உள்ளங்கைகள் சிவக்க உரித்து எடுத்துவிடுவார். உதவித் தலைமை ஆசிரியர் என்ற பந்தா வேறு அவருக்கு வானளாவிய அதிகாரத்தைத் தந்திருந்தது. தலைமை ஆசிரியர் பாவம். தினமும் நாகர்கோயிலிருந்து மிகவும் சிரமப்பட்டு பேருந்தில் வந்துகொண்டிருந்தார். ஆனந்த்சாருக்கு உள்ளூராய் இருந்ததால் அவரால் மிகச் சுலபமா – அதுவும் சீக்கிரத்தில் – பள்ளிக்கூடத்திற்கு வர முடிந்தது. தலைமை ஆசிரியர் வருவதற்குத் தாமதமான நேரங்களில் ஆனந்த்சார்தான் பள்ளிக்கூடத்தின் தலைமை அதிகாரத்தைப் பகிரங் கமாக தன் கைகளில் எடுத்துக்கொண்டார். "சார்..."

"நாய்களா உள்ள வாங்கல."

இரு 'நாய்களும்' அடக்கம் ஒடுக்கமாய் அலுவலக அறைக்குள் வந்து நின்றன.

பணிக்கு வந்திருந்த ஆசிரியர்கள் அலுவலக அறைக்குள் நுழைந்து பதிவேட்டில் கையெழுத்துப்போடவும், கணப்பொழுதில் வெளியேற வுமாக அவசரம்காட்டிக்கொண்டிருந்தனர். வழக்கம்போல தலைமை ஆசிரியர் இன்னும் வந்திருக்கவில்லை.

சடக்கென்று நாற்காலியை விட்டு எழுந்துகொண்டு ஆவேசத்துடன் வந்தார் ஆனந்த்சார். அவரின் தீக்கொள்ளிப் பார்வை நயினார் மீதே அழுத்தமாய் பதிந்திருந்தது. இடுக்கி முனையில் கருவாட்டை இறுக்கிக் கொண்டு எரியும் தீயில் மேலும்கீழும் புரட்டிக்கொடுத்து வேகவைப்

பதுபோல, தன் கொள்ளிக்கண் பார்வையால் அவனையே மேலிருந்து கீழாக வேகவைத்துக்கொண்டிருந்தார். வாசல்பக்கச் சுவர் மூலையில் நெட்டுக்கு நிறுத்தியிருந்த வேப்பங்குச்சிகளை நோக்கி அவரின் இடதுகை அனிச்சையாய் நீண்டது. அவர் இடக்கைப் பழக்கம் உடையவர் என்பதை அவர்கள் அறிந்திருந்தனர். அடுத்த வினாடியில் அவரின் கைவிரல்கள் குச்சிகளில் ஒன்றை எடுத்துக்கொண்டு வேகமாகத் திரும்பின.

''இதப் பள்ளிக்கூடமின்னு நெனச்சியா? இல்ல பரதேசிகள்லாம் வந்து தங்கிட்டுப்போற மடமின்னு நெனச்சயால? சொல்லாமக் கொள்ளாம சினிமாப் பாக்கக் கெளம்பிப்போற அளவுக்கு ஒனக்குக் கொழுப்பேறிக் கெடக்கு என்ன? பிறகு ஏன்ல திரும்பவும் இங்க வர்ற? எங்க உயிர வாங்கறதுக்கா? அப்படியே வீட்ல இருந்துகிட வேண்டிய தானல? நீட்டுலக் கைய''.

நயினார் பயந்துகொண்டே தன் வலது கையை நீட்டினான். வேப்பங்குச்சி புயல்காற்றாய் சீறிவந்து அவனின் உள்ளங்கையைத் தாக்கிற்று. மூளைக்குத் தாவிய வலி தேகம் எங்கும் தீயாய்ப் பரவி நாளங் களை சாம்பலாய் எரித்தது.

''வேண்டாம் சார் வேண்டாம் சார். இனி அப்படிப் போவமாட்டென் சார். போவமாட்டென் சார். வேண்டாம் சார்''

கரை வெயிலில் தூக்கிப்போட்ட மீனாய் அவன் துடித்தான். மீனைக் கொத்திக்கொண்ட 'காகம்' அதை அக்குவேறு ஆணிவேறாய்ப் பிரித்துத் தின்னத் துவங்கியது. காகம் – வேப்பங்குச்சி!

''என்னல 'வேண்டாம் சார்... வேண்டாம் சார்'. கைய நீட்டுல''.

மீண்டும் புயல் தாக்கியது அவனின் மற்றொரு உள்ளங்கையை. வேர்கள் வெட்டுப்பட்ட மரமாய் தவித்தான். வலி தாளாமல் துடிக்கவும் செய்தான். மீண்டும் மீண்டும் புயலின் பாய்ச்சல்கள்... உள்ளங்கையில்... அவன் முதுகில்... மீண்டும் மீண்டும்...

''இனிப் போவமாட்டென் சார். இனிப் போவமாட்டென் சார். இந்த ஒரு தடக்கயும் மன்னிச்சிக்குங்க சார், இனிப் போவ... எம்மா... வலிக்கு சார்...எப்பா... ''

''என்னல 'எம்மா' 'எப்பா'? இங்கப் படிக்க வந்தியா? ஜாலியா ஊர் சுத்த வந்தியால?''

''படிக்கத்தான் வந்தன் சார்... எம்மா!?''

''ஏன்ல பள்ளிக்கூடத்துக்கு வந்து எங்க உசிர வாங்கறீங்க? மாடு மேய்க்கப் போவவேண்டிதானல? அதுக்குத்தான்ல நீங்க லாயக்கு.''

''சார் சார்... எம்மா... எய்யா''

''நீ கெடுறது காணாதின்னு கோமதி சுப்பிரமணியனையுமில்லக் கெடுக்கிற. படுவா! இங்க வால. எங்கலப் போற? கைய நீட்டுல.''

‘‘அவந்தான் எனக்குக் காசுப்போட்டுக் கூட்டிக்கிட்டுப் போனான் சார். எங்கிட்ட காசுக் கெடையாது சார் ’’

‘‘பொய் சொல்லாதல’’

‘‘பொய் இல்ல சார். உண்மதான் சார்’’.

இப்போதுதான் ஆசிரியர் அடியை நிறுத்தியிருந்தார். அவர் ஆடியிருந்த சிலம்பத்தில் நயினாரின் இரு கைகளும் புண்ணாகிப்போயிருந்தன. கைமாற்றிக் கைமாற்றி அடிகளை வாங்கியிருந்தான் அவன். அலுவலக அறைக்குள் வருவதும் போவதுமாயிருந்த ஆசிரியர்களும் அலுவலக உதவியாளர்களும் மனம் கசிந்துப் பார்த்துவிட்டுப் போயினர். வேறு ஒன்றும் செய்துவிட முடியாது அவர்களால்.

ஆனந்த்சாரின் பார்வை இப்போது கோ. சுப்பிரமணியனை நோக்கித் திரும்பியிருந்தது... மிதமானப் பார்வை. நயினார் மீதுப் பாய்ச்சியிருந்த வெக்கையும் வீரியமும் இப்போது வெகுவாகக் குறைந்திருந்தது. ‘நீயுமா இப்படி?’. வாஞ்சையுடன் கேட்டு முகத்தைத் தடவிக்கொடுக்கும் பார்வை.

சுவர் ஓரமாய் பல்லியைப்போல ஒடுங்கிக்கொண்டு நின்றிருந்தான் கோ. சுப்பிரமணியன். அவனின் சதைப் பெருத்த சிவந்த தேகம் நடுக்கத்தில் வெளுப்பேறிக்கொண்டிருந்தது. இறுக்கமாக அணிந்திருந்த சீருடையின் விறைப்புத் தன்மையை வேர்வைத் துளிகள் ஈரப்படுத்திக் குழையவைத்துக்கொண்டிருந்தன. ஆனால் அவன் முகத்தில் தெளிவு இருந்தது. ஆனந்த்சார் அவனின் அப்பாவுக்குப் பரிச்சயமானவராக இருந்ததால் ஏற்பட்டிருந்தத் தெளிவு. அவர்களின் பரிச்சயம் அவனுக்கும் தெரிந்திருந்தது. அவனின் அப்பாவைப் பார்ப்பதற்கென்று அடிக்கடி அவனின் வீட்டுக்கு வந்துகொண்டிருந்தார் ஆசிரியர். பலமுறைப் பற்று வைத்து தன் வீட்டுக்கு அரிசி மூட்டைகளை சைக்கிளில் ஏற்றிக்கொண்டு போயிருந்தார்.

கோ. சுப்பிரமணியனின் அருகில் நிதானமாக வந்து நின்றார் ஆசிரியர். ‘‘என்னடே, நீயும் கழுதையாயிட்டு வர்றியா?’’ இணக்கமானக் குரலில் கேட்டார்.

தலையைக் கவிழ்த்துக்கொண்டான் கோ. சுப்பிரமணியன்.

‘‘கண்டவனையெல்லாம் சினிமாவுக்குக் கூட்டிக்கிட்டுப்போற அளவுக்கு ஒங்கப்பா ஒனக்கு நெறையப் பணம் தந்து அனுப்பிவச்சிருக்காரா? நா அவரப் பாத்துக் கேட்டுக்கறென். அவர்கிட்ட சொல்லி வச்சாத்தான் நீ சரிப்பட்டு வருவ.’’

‘‘வேண்டாம் சார். அப்பாக்கிட்ட சொல்லவேண்டாம். இனி இப்படிச் செய்யமாட்டென்’’

''ஓங் வாழ்க்கை நீயே கெடுத்துக்கிராத. சொல்லிப்புட்டென்.''

இப்போது நயினாரைப் பார்த்து நிதானமாய் திரும்பிய அவரின் கண்கள் அதே வேகத்தில் திரும்பி மீண்டும் கோ. சுப்பிரமணியனைப் பார்த்து நிலைத்து நின்றன.

''அவனுக்கென்ன. அவனுக்கு ரிசர்வேஷன் இருக்கு. அவென் நல்லாப் படிக்காட்டியும் கவர்மெண்டுல ஈஸியா வேலக் கெடச்சிரும். ஓனக்கு அப்படியா? நீ நல்லாப் படிச்சி நெறைய மார்க் எடுத்தாத்தான் வேலக் கெடைக்கும். புரிஞ்சிதா? அவனுக்கு வேலக் கெடச்சிருங்கிறத் திமிருல ஒன்னையக் கெடுக்கறான். ஓனக்கு அது புரியமாட்டங்கது''

கோ. சுப்பிரமணியன் வறட்சியாக முறுவலித்துக்கொண்டான். அவனின் கீழ்க்கடைப் பார்வை நயினாரை மருட்சியுடன் பார்த்து விட்டுத் திரும்பியது.

நயினாரின் முகம் வறண்டுபோயிருந்தது. கண்கள் இரண்டும் அழுது அழுது பழங்களாய் சிவந்துபோயிருந்தன, கொவ்வைப் பழங்களாக! ஆசிரியர் சொல்லிய 'ரிசர்வேஷன்' பற்றியெல்லாம் அவனுக்கு ஒன்றும் தெரிந்திருக்கவில்லை. பேந்தப்பேந்த முழித்தான்.

மீண்டும் கோ. சு. வுக்கே ஆசிரியர் போதிக்கத் துவங்கினார்...

''பள்ளிக்கூடத்துக்கு எதுக்கடா வர்ற? படிக்கத்தான? இல்ல, ஊர் சுத்தவா? அப்பொறம் ஓனக்குப் படிப்பு எப்படிடா வரும்? நெனச்சிப் பாத்தியா? அவன்கூட சேந்து ஓம்படிப்பைக் கெடுத்துக்கிராத.''

கோ.சு. மவுனமாகத் தலையாட்டிக்கொண்டான். மவுனம் சம்மதத் திற்கு அடையாளமாய். நயினாரைப் பாய்ந்து பாய்ந்து அடித்திருந்த தில் ஆசிரியர் சோர் வடைந்து போயிருந்தார். ஐம்பதைத் தாண்டிய வயது. குன்றுபோலத் தொப்பை விழுந்திருந்த தேகம். தொழுபாய்ந்த கன்னங்கள். இந்த வயதுக்கு அவரால் ஓரளவுக்குத்தான் குச்சியால் சிலம்பம் ஆடமுடியும். அதிகார மிடுக்கில் அதிகமாய் ஆடினால் தேகம் களைத்து மனமும் சோர்ந்துவிடும்... சோர்ந்துவிட்டிருந்தது.

தளர்வாக நடந்துவந்து நாற்காலியில் உட்கார்ந்தார். மிதமாய் சுழன்றுகொண்டிருந்த மின்விசிறிக் காற்றை இதமாய் உள்வாங்கி சுவாரஸ்யப்பட்டுக்கொண்டார். ஆயாசமாய் இருந்தது அவருக்கு. பதற்றம் அடைகிற சமயத்தில் ஒரு சிகரெட்டைப் பற்றவைத்துப் புகைத்துக்கொண்டால் மூளைக்கு ஒத்தடம் தந்தது மாதிரி இதமாய் இருக்கும். ஒவ்வொரு மணிக்கு ஒருதரம் சிகரெட் பற்றவைத்துக் கொள்கிறப் புகையாளி அவர். பள்ளிக்கூடத்தின் மறைவிடங்களிலும் கழிப்பறைகளிலும் – தலைமை ஆசிரியர் இல்லாதபோது அலுவலக அறையிலும்தான் – அவரால் எழுப்பப்பட்டப் புகைமூட்டங்கள் மேகக் கூட்டங்களாய் கிளர்ந்தெழுந்து மேல்நோக்கிப் போய்க்கொண்டிருந் ததை நயினார் பலமுறைப் பார்த்திருந்தான்.

தன் சட்டைப் பையில் விரல் நுழைத்து சிகரெட் பாக்கெட்டை வெளியே எடுத்தார். அதன் மூடியைத் திறந்து பார்த்தபோது அவருக்குப் 'பக்'கென்றது... உள்ளே வெறுமைதான் மிஞ்சியிருந்தது. பாக்கெட்டை வேகமாகத் தூரே எறிந்தார். சட்டென்று நயினாரை நோக்கித் தலையை உயர்த்தினார். ''இங்க வால, நாயே.'' அதிகாரத் தொனியில் அழைத்தார்.

நாய் பயந்துகொண்டே அவரின் அருகில் வந்து நின்றது. 'என்ன?' என்பதுபோல அவரைத் தயக்கத்துடன் ஏறிட்டுப் பார்த்தது.

மீண்டும் தன் சட்டைப் பைக்குள் அவரின் விரல்கள் நுழைந்தன. ஊதாநிற நோட்டு ஒன்றை நிசாரமாய் துழாவி எடுத்துகொண்டு வேகமாக வெளியே வந்தன. அது நூறுரூபாய் என்று தெளிவாகத் தெரிந்து கொண்டான் நயினார். அதை அவன் கையில் கொடுத்தார்.

''ஒரு பாக்கெட் சிசர்ஸ் சிகரெட் வாங்கிட்டு வா, சீக்கிரமா. பிரேயருக்குப் பெல் அடிக்கறதுக்கு முன்னாலயே வந்திரு. சீக்கிரமாப் போல'' அதட்டலுடன் உத்தரவுப்போட்டார்.

பிரேயருக்குப் 'பெல்' அடித்தப் பிறகு வருகை தரும் மாணவ, மாணவிகள் எந்தக் காரணத்தைக்கொண்டும் வகுப்புகளில் ஏற்றுக் கொள்ளப்பட மாட்டார்கள் – அவருடைய அதிகாரத்தில். வீட்டுக்குப் போய் பெற்றோரை அழைத்துக்கொண்டு வரவேண்டும். நேரம் தவறா மையைக் கடைபிடிக்க வேண்டும் என்பதே அவரின் அறிவிப்பாக இருந்தது. 'நன்னடத்தையின் முதல் படிக்கல்லே நேரம் தவறாமைதான்' – அவரின் வாக்கின்படி.

திரையரங்கிற்கு மேற்கில்தான் கடை இருந்தது. ஓடிப்போனால் தாராளமாக ஐந்து நிமிடங்கள் ஆகும். திரும்பி வரவும் ஐந்து நிமிடங்கள்.

அவரிடமிருந்து அவன் பணத்தை வாங்கிக்கொண்டு பள்ளிக் கூடத்தின் கேட்டைக் கடந்து வெளியே ஓடிப் போகவும், வாட்ச்மேன் அலுலகத்திலிருந்து சின்னச் சுத்தியலை எடுத்துவந்து வாரந்தாவில் தொங்கிக்கொண்டிருந்த இரும்புத் தண்டில் தட்டி 'பிரேயரு'க்கான நேரத்தைத் தெரிவிக்கவும் சரியாக இருந்தது.

ஐந்து கோழைகள்

அந்தக் கொலை நடந்தது காலைக் கங்குல் பொழுதில். சூரியன் இன்னும் விழித்திருக்கவில்லை. அந்தக் கொடூரமானக் காட்சி அரங் கேறுவது குறித்து அது ஏற்கெனவே அறிந்திருந்ததுபோல... கண்விழித்துப் பார்க்கத் தைரியமற்று இருள் போர்வைக்குள் தன்னை இறுக்கமாகப் போர்த்திக்கொண்டிருந்தது. சாலையின் இருமருங்கிலும் ஈடுதடியன் களை மாதிரி பருவெட்டாய் நீண்டு வளர்ந்து நின்றிருந்தன ஆலமரங்கள். அதிர்ச்சியில் உறைந்துபோய் தம் கிளைகளை ஆட்டாமல் அசைக்காமல் சிலைகளாய் நிறுத்திவைத்திருந்தன. சிலைகளின் தோள்களில் தஞ்ச மடைந்து நின்றிருந்த காக்கைகளும் குருவிகளும் மட்டும் தங்கள் தூக்கம் கலைந்த உற்சாகத்தில் சுருதி கூட்டிச் சத்தங்களை எழுப்பின...''கா...கா.. கா...!கிய் கிய் கிய்..!''.

வாடைக்காற்று சில்லென வீசிக்கொண்டிருந்தது. இன்னும் சனங் களின் நடமாட்டம் துவங்கியிருக்கவில்லை. சூரியன் விழித்தெழுந்து திசைகளை எல்லாம் வெளுக்கத் துவங்கிய பிறகுதான் சரம்சரமாய் சனங்கள் நடமாடத் துவங்குவார்கள். சாலையோரக் கடைகள் எல்லாம் அப்பொழுதுதான் தங்கள் கதவுகளைத் திறந்துவைத்துக்கொண்டு வாடிக்கையாளர்களிடம் பரிவர்த்தனைச் செய்யத் தொடங்கும்.

வழக்கத்திற்கு மாறாக இன்று கங்குல்முங்கலிலே சண்முகய்யாவின் கடை மட்டும் 'பளாச்'சென்று திறந்திருந்தது... தொலைபேசிக் கடை. இருட்டைக் கொத்தாக உள்வாங்கிக்கொண்டு பம்மலாக நின்றிருந்தது அது. வெளிப்பக்கச் சுவரில் தன் முதுகு ஒட்ட நின்றிருந்தக் கதவை அடையாளமாகக்கொண்டு வாசல் திறந்துகிடந்ததைச் சுளுவாய் அறிய முடியும். கடையின் வாசல் முகப்பில் நின்று ஐந்து வயதுச் சிறுவன் ஒருவன் குலைப் பதற அழுதுகொண்டிருந்தான். அவன் கண்களிலிருந்து மாலைமாலையாய் வடிந்த நீர் வாய்வழியே இறங்கி அவனின் கட்டம் போட்ட மேல்சட்டையைத் தொப்பலாக நனைத்துக்கொண்டிருந்தது. நிராதரவற்று முழங்கிய அவனின் அழுகையினூடே அடிக்கடி அவன் ''அப்பா... அப்பா'' என்றழைக்கும் வார்த்தை மட்டும் துணிப் பாகக் கேட்டுக்கொண்டிருந்தது. அவனின் அழைப்புக்கு ஒத்திசைவாய், "எம்மா... ம்... எப்பா" என்ற முனகலோடு வெளிப்பட்ட வேதனையானச் சத்தமும் முனைப்பின்றி வெளிப்பட்டுக்கொண்டிருந்தது கேட்டது.

அநியாயமாய் நிகழ்ந்திருந்த நெருக்கடியிலிருந்து மீண்டு வெளிவர முடியாமல் தவிக்கும் திணறலின் ஆற்றாமை அம்முனகலில் தெளிவாய் புலப்பட்டுக்கொண்டிருந்தது.

கடைக்குள் குத்துப்பட்டுக் கிடந்த அழகுத்துரையின் முனகல்தான் அது. அந்தரகொந்தரவாகக் கிடந்திருந்தான். அவன் அணிந்திருந்த வெள்ளைநிறப் பாலியஸ்டர் சட்டையைக் கிழித்துகொண்டு அடிவயிற்றுக்குள் நிசாரமாய் இறங்கியிருந்த கத்தியின் மூர்க்கமான இழுப்பில் குடல் சரிந்திருந்தது. சட்டையின் வெள்ளைநிறம் ரத்தச் சகதியில் இப்போது சிவப்பாக மாறியிருந்தது. குடலிலிருந்து ரத்தம் ஊற்றுப் பெருக்காய் வெளியேறிக் கொண்டிருந்ததால் அவன் வலியோடு துடித்துக் கொண்டிருந்தான். தொண்டையின் வழி உள்ளிறங்கி வெளியேறிய சுவாசத்தின் அசைவிலும் வலியின் வேதனையை அவன் அதிகமாக உணர்ந்திருக்கவேண்டும். அந்தக் களேபரமானச் சூழ்நிலையிலும் தன் வலதுகை விரல்களால் குடலை அழுத்திப் பிடித்து உள்ளுக்குள் அமுக்கிக் கொண்டிருந்தான்.

கொலைகாரர்கள் அவனின் கால்களையும் கைகளையும் குறிவைத்திருக்கவில்லை. ஆழமான சுருள் கத்தியை அவன் வயிற்றுக்குள் செருகி விட்டு வல்லடியாய் வெளியே உருவிக்கொண்டு போயிருந்தனர். கத்தியின் சுருள் முனையில் கொளுவிக்கொண்ட குடல் லெகுவில் விடுபட மறுத்தது. பலம்கூட்டித் திருகி வெளியே உருவி எடுத்ததில் குடல் அறுந்திருந்தது... பிறகுதான் கத்தி அவர்களின் கைக்கு வந்தது. உயிர் முடிச்சு துண்டித்துவிட்டதுபோல துடித்துப்போயிருந்தான் அழகு துரை. ''யம்மா... நா செத்தேன்''. தொண்டைக் கிழிய அலறிக்கொண்டே கடைக்குள் சரிந்திருந்தான். அவன் செல்லமாய் தூக்கிக்கொண்டு வந்திருந்த மகன் ராகேஸுக்குக் குலை நடுங்கிப்போயிற்று. குரலெடுத்துக் கதறினான்.

''அப்பிடியே கமுக்கமா வெளியப் போயிருங்க... யாரும் வர்றதுக் குள்ள ஓடிருவொம்''. அவனைக் கத்தியால் குத்தியவன் தன்னோடு வந்திருந்த மூவரையும் அரவமில்லாமல் அழைத்துக்கொண்டு கடையைவிட்டு வெளியேறி சாலையில் இறங்கி இருளில் பதுங்கி மறைந்து போயிருந்தான்.

தன்னைக் குத்தியது சேகர் என்பது அழகுத்துரைக்குத் தெரியாமல் இல்லை. தெரிந்தும் என்னப் புண்ணியம்? அவனோடு திரண்டுவந்து நின்றிருந்த மற்ற மூன்றுபேர்களும் – அவர்களையும் அவனுக்குத் தெரிந்திருந்தது – அழகுத்துரையை நகரவிடாமல் கிடுக்கிப்பிடியாய் பிடித்துக் கொண்டு நின்றிருந்தார்கள். அந்தக் கடைக்கு உரிமையாளனான சண்முகய்யாவும் அவர்களுடனே பொறிப் பறக்க ஓட்டம் பிடித்திருந்தான். அவன்தான் சற்றுமுன் அழகுதுரையின் வீட்டுக்குச் சென்று அவனை அழைத்துக்கொண்டு வந்திருந்தது. ''எலெ அழகு. ஏர்வாடியிலிருந்து ஒஞ் சித்தப்பனாம்ல... போன் பண்ணியிருக்காம். அவசரமா ஒங்கூடப் பேசணுமாம்''. இளக்கமானத் தொனியில் கூப்பிட்டிருந்தான் சண்முகய்யா.

இரவில் வீட்டுக்குச் செல்லாமல் மெனக்கெட்டு தன் கடைக்குள்ளே படுத்துக்கொள்கிறவன் சண்முகய்யா. இரவில் அந்த ஊர்க்காரர்களுக்கு வெளியூர்களிலிருந்து அவசர அழைப்புகள் ஏதும் வந்தால் உடனே எழுந்துபோய் உரியவனைக் கூப்பிட்டுக்கொண்டு வருவான். பகல் நேரமாயிருந்தால் தன் கடையில் உதவியாளனாயிருந்தப் பையனை விட்டுக் கூப்பிட்டுவரச் சொல்லுவான். அகாலமான இரவுப் பொழுதில் அவன்தான் நேராகச் சென்று அழைத்துக்கொண்டு வருவான். சும்மா இல்லை... சண்முகய்யாவுக்கு அழைப்புக் கூலித் தந்தாகவேண்டும். இரவில் இரண்டு மடங்கு அழைப்புக் கூலி. கைப்பேசி அதிகமாகப் புழக்கத்திற்கு வராதிருந்த அந்த ஊருக்கு அவனின் தொலைப்பேசிக் கடைதான் அபயம் தந்துகொண்டிருந்தது.

அழைத்துவிட்டு வரும் தூரத்திலேதான் தெருக்கள் இருந்தன. பலவித வியாபாரக் கடைகளைக் கொண்டிருந்த அந்தச் சாலைக்கு மேற்கே கூப்பிடும் தூரத்தில் கணிசமான கான்கிரீட், ஓட்டு வீடுகளைக் கொண்ட மேக்குடிக்காரர்கள் தெருக்களும், கிழக்கே பாலத்தைக் கடந்து போனால் பக்கத்தில் ஓலை மற்றும் ஓட்டு வீடுகளைக் கொண்ட கீழ் சாதிக்காரர்களின் தெருக்களுமாக இருந்தது அந்த ஊர். பாலத்தைக் கடந்தக் கிழக்குத் தெருவின் மேற்கு அற்றத்தில்தான் அழகுத்துரையின் வீடு... ஓட்டுக் கூரையும் சிமெண்ட்டுத் தளமுமாய் மிடுக்காக நின்றிருந்தது.

முற்றிலும் இருள் விலகாத நேரம். விடிவதற்கு இன்னும் அவகாசம் இருந்தது. ‘இந்த நேரத்துல ஏர்வாடியிலிருந்து எந்த சித்தப்பா இவ்வளவு அவசரமாப் போன் பண்ணிரப் போறாரு?’. யோசித்துப் பார்த்தான் அழகுத்துரை. முடிவுக்கு வரமுடியாமல் திணறலாக இருந்தது. ஏர் வாடியில் அவனுக்கு நிறைய உறவுக்காரர்கள் இருந்தார்கள்...ரத்த உறவுகள். ஏதாவது அவசரக் காரியமாக இருக்குமோ என்று திடீரென அழகுத்துரைக்கு முடிவெடுக்கத் தோன்றியது.

‘‘என்னங்க.. இந்நேரத்துலயா போன் பண்ணப் போறிய? பேசாமப் படுங்க.. நல்ல விடிஞ்சதும் பாத்துக்கலாம்’’. கெஞ்சலாய் கேட்டுக் கொண்ட அழகுத்துரையின் பொஞ்சாதிக்காரி சித்ரா, தூக்கக் கலக்கத் திலும் சுதாரித்துக்கொண்டு எழுந்து உட்கார்ந்தாள்.

அவன் அவளின் வார்த்தைகளை அலட்சியப்படுத்திவிட்டுத் தன்னிச் சையில் எழுந்து நின்றான்.

‘‘ச்சே... எதாச்சும் அவசரமிருக்கும். இல்லன்னா இந்நேரத்துல யாரும் போன் பண்ணுவாவளா? செத்தநாழியில வந்திருதென்’’. தன்மையாய் சொல்லிவிட்டு வெளியேற முயற்சித்தான்.

அவனை அணைத்துக்கொண்டு படுத்திருந்த மகன் ராகேஸுக்கும் முழிப்புத் தட்டியிருந்தது. அப்பாவின் செல்லம் அவன். ‘‘யப்பா... நானும்’’. படக்கென்று எழுந்து உட்கார்ந்துகொண்டு சிணுங்கலோடு கண்களைக் கசக்கினான் சிறுவன்.

''சரிடா.. அழாதடா. கூட்டிக்கிட்டுப்போறென். வா''. அவனைத் தட்டிக்கொடுத்து சமாதானப்படுத்தித் தன் தோளில் தூக்கிப்போட்டுக் கொண்டு வந்தான்.

அழகுத்துரை வருவது உறுதி என்பது தெரிந்ததும் சண்முகய்யா அங்கிருந்து வேகமாக நடைக்கட்டியிருந்தான்.

பாலத்தைக் கடந்ததும் அழகுத்துரைக்குப் பகீர் என்றது. வரிசைக் கட்டி நின்றிருந்த உடைமரங்களிலிருந்தும் எருக்கஞ் செடிகளிலிருந்தும் சில் வண்டுகள், மின்வெட்டாம் பூச்சிகளின் கலவையானச் சத்தங்கள் அவன் காதுகளைக் குடைவதுபோல அரித்தன. உயர்ந்து கிளைப்படர்த்தி நின்றிருந்த ஆலமரங்களின் ஆழ்ந்த மௌனம் அவனுக்குள் பயப்பீதியைக் கிளர்த்திவிட்டது. இறுக்கமானச் சூழல். மேலத்தெருவின் விளிம்பில் நின்றிருந்த விளக்குக்கூட பயத்தில் நடுங்கிக்கொண்டிருந்ததுபோல மந்தகாசமான ஒளியைக் கசியவிட்டுக்கொண்டிருந்தது. அதனடியில் சதைப்பெருத்த இரண்டு நாய்கள் வழக்கத்திற்கு மாறாக ஒன்றின்மேல் ஒன்று உரசியபடிப் படுத்துக்கிடந்து கண்ணயர்ந்திருந்தது தெரிந்தது. இதற்கு முன்னால் இவ்வளவு நேரத்திற்கெல்லாம் அழகுத்துரை இந்தப் பக்கம் வந்ததில்லை...வரவேண்டிய அவசியமும் இருந்ததில்லை. இருள் குகையாய் பம்மிக் கொண்டு கிடந்திருந்தது சாலை.

சண்முகய்யாவின் தொலைபேசிக் கடையை நெருங்கியிருந்தான். முன்னறையில் ஜீரோவாட் குமிழ்விளக்கு அசங்கல்மசங்கலாய் ஒளியைச் சிந்திக்கொண்டிருந்தது. சண்முகய்யா தன் தாடி மயிர்களை நறுவிசாய் தடவிவிட்டுக்கொண்டே கடையின் எதிரில் நின்றிருந்தான். அழகுத் துரையை எதிர்பார்த்துக்கொண்டிருந்த அவனின் விழிகள் திடீரெனப் பக்கவாட்டில் திரும்பிப் பராக்குப் பார்த்தது தெரிந்தது.

பையனை வாசலில் உட்கார வைத்துவிட்டு கடைக்குள் நுழைந் தான் அழகுத்துரை. தொலைபேசி மேலேதான் ரிசீவர் கிடந் திருந்தது. அழைப்புக்குக் காத்திருந்தால் ரிசீவர் தனியாக அல்லவா எடுத்து வைக்கப்பட்டிருக்கவேண்டும்? ஏதோ சூழ்ச்சி ஒன்று அரங் கேறிக்கொண்டிருப்பதை சூசகமாக உணர்ந்துகொண்டான். அவனுக் குள் அரிச்சலாக இருந்தது.

அவன் சுதாரித்துக்கொண்டு திரும்புவதற்குள், கடையின் பின்கட்டி லிருந்து விருட்டென்று பாய்ந்து வந்த சேகர், தாயப்பன், சவரிமுத்து, தங்கப்பன் ஆகிய நால்வரும் வீறாப்பாய் அவனை முறைத்துக்கொண்டு நின்றிருந்தனர். அவர்கள் நால்வரும் மேலத்தெருக்காரர்கள்தான். சண்முகய்யா அவர்களுக்கு உறவுக்காரனாக இருந்தான். திட்டம் போட்டே காரியத்தை நிறைவேற்றியிருந்தார்கள் அவர்கள். சாயந் தரம் அவர்கள் எதிர்கொண்டிருந்த அவமானத்திற்கு வடிகாலாய் மறு நாள் விடியும் முன்னே அழகுத்துரையைக் கொடூரமாய் பலி வாங்கி யிருந்தார்கள்.

சாயந்தரம் அது எதிர்பாராமல் நடந்ததுதான். தன் டிராக்ட்டர்ருக்கு 'மண் லோடு' அடிக்க வந்திருந்த சேகருக்கும் அவன் கூட்டாளிகளுக்கும்

அழகுதுரை கூலி கொடுத்துக்கொண்டிருந்தபோது அந்த அசம்பாவிதம் நடந்துவிட்டிருந்தது.

டிராக்டரில் மண்ணடித்து விநியோகம் பண்ணிக்கொண்டிருந்தான் அழகுதுரை. சேகர் மற்றும் அவனின் கூட்டாளிகள் அழகுதுரையின் வண்டிக்குக் கூலியாட்களாக வந்துகொண்டிருந்தனர். மண்ணைத் தோண்டியெடுத்து கூடைகளில் நிரப்பிவந்து வண்டிக்குள் கொட்ட வேண்டிய வேலை. அவர்களுக்கானக் கூலிகளை அழகுத்துரைதான் உரிமை யாளரிடம் வாங்கிக்கொண்டுவந்து தந்தான்.

ஆரம்பத்தில் தடங்கல் இல்லாமல் அன்னியோன்யமாகத்தான் ஓடிக் கொண்டிருந்தது அவர்களின் தொழில் பயணம். நாளாக ஆக அழகுத்து ரையின் மேல் பொறாமைகொள்ளத் துவங்கினார்கள் அவர்கள். கூலியைக் குறைத்துத் தருவதாகச் சொல்லி அவன்மேல் கோபப் பட்டார்கள். அவன் செழிப்போடு வாழ்ந்துகொண்டிருந்த வயிற் றெரிச்சல் அவர்களுக்கு.

நேற்று சாயந்தரம், வழக்கம்போல சனங்கள் சரம்சரமாய் கடைக் கண்ணிகளுக்கு வந்துபோய்க்கொண்டிருந்ததால் சாலையில் சந்தடி மிகுந்திருந்தது. பேருந்து நிறுத்தத்தில் கால்கடுக்கக் காத்துக்கொண்டு நின்றிருந்தச் சனங்களும் கணிசமாக இருந்தனர்.

வழக்கம்போல கடைத்தெருவில் டிராக்டரை நிறுத்திவிட்டு அதிலிருந்து இறங்கிவந்து அவர்களுக்குக் கூலி தந்துகொண்டிருந்தான் அழகுத்துரை. அவர்கள் வாங்கிக் கொள்வதற்குத் திடீரென மறுப்புக் காட்டினார்கள். அதிகக் கூலித் தரும்படி அடம்பிடித்தார்கள். இப்போது அவனை அரட்டவும் துவங்கியிருந்தார்கள். அரட்டலே ஒரு கட்டத்தில் மிரட்டலாகப் போய் முடிந்தது.

“ஒரு சின்னச் சாதிப் பயகிட்ட இப்படியெல்லாம் கெஞ்சணு மாக்கும்? கேவலமா இருக்கு”. அழகுத்துரையின் காதுகளுக்குக் கேட் கும் வேகத்தில் விண்ணாளமாய் சத்தம்போட்டுக் கத்தினான் சேகர். அழகு துரையால் பொறுத்துக்கொள்ள முடியவில்லை.

“கேவலம் பாத்தா என்ன மயித்துக்கு எங்கிட்ட வேலைக்கு வர்றிய? சூத்தப் பொத்திக்கிட்டு வீட்லக் கெடக்க வேண்டியதான?”. அவனும் கோபம் தாளாமல் சத்தம் போட்டுச் சொல்லிவிட்டான்.

அவர்களின் முகங்களில் நெருப்பை அள்ளிக் கொட்டியதுபோல இருந்திருக்கவேண்டும். அவர்களால் நிலைகொண்டு நிற்கமுடியவில்லை. மானத்தை வாங்கி விட்டானே என்று நினைத்து அந்தரகொந்தரவாக வந்தார்கள்.

அழகுத்துரை சுதாரித்துக்கொண்டான். இப்போது அவர்களை எதிர்த்து மோதாவிட்டால் அவர்கள் தன்னை ஏடாகூடமாய் எதுவும் பண்ணி விடுவார்கள் என்பதை நிதர்னமாகப் புரிந்துகொண்டான். அவனுக்கு எப்படித்தான் அந்த ஆவேசம் வந்ததோ, தன் பக்கத் தில் நிறுத்தியிருந்த யாரோ ஒருவருடைய சைக்கிளை அலேக் காகத் தூக்கி உயர்த்தி அவர்களின் முகங்களுக்கு முன்னே

வெறிப்பிடித்தவனைப் போலச் சுழற்றினான். முகத்திலும் நெஞ்சிலும் தோளிலும் கோரப்பட்டுக்கொண்ட அவர்கள் செய்வதறியாது திகைத்துப்போனார்கள். வேறு வழியில்லை...திசைக்கு ஒருவராக ஓட்டம்பிடித்தார்கள். கடைகளிலும் பேருந்து நிறுத்தத்திலும் கும்பலாக நின்றிருந்த சனங்களும் அலறியடித்துக்கொண்டு ஓடினர்.

தொலைபேசிக் கடை வைத்திருந்த சண்முகய்யாதான் ஓட்டமாய் ஓடிவந்து அழகுத்துரையை சமாதானப்படுத்தினான். ‘‘சவம் விட்டுத் தொல. புத்திக் கெட்டுப்போயி அவனுவ ஒங்கிட்டச் சரவிக்கிட்டு வரானுவ. தாயாப் புள்ளையாப் பழகிட்டு இதென்னத் தகராறு? கூறு கெட்டப் பயக’’

அதே சண்முகய்யாதான் அன்றிரவு அந்த நாலுபேரையும் தன் கடைக் குக் கூட்டாக அழைத்துவந்து சதித் திட்டம் தீட்டினான். நான்குப் பேர்களுக்கும் நாலுப் புட்டிச் சாராயத்தை வாங்கித் தந்தான். நடுச் சாமத் தில் தொடங்கியக் குடி, காலைக் கங்கல்முங்கலில்தான் நிறைவுப் பெற்றது. போதை இறங்குவதற்குள் அழகுத்துரையைப் போட்டுத் தள்ளிவிட வேண்டும் என்று உறுதியாய் முடிவுப்பண்ணியிருந்தார்கள். தெம்மாடிகள் என்று யாரை நினைக்கிறான் ஈனச்சாதிப் பயல். வரட்டும் அவன். அவனை வங்கொலையாய் குத்திச் சாய்ச்சாத்தான் கவுரவத்தோடு தலைநிமிர்ந்து வாழமுடியும்.

‘‘நாலுத் துட்ட கையிலக் கண்டவொடன தரையிலக் கால் தரிக்காம நடக்காம் பாரேம். நம்ம சாதிப்பேரக் கேட்டாலே கால்வழியா மோண்டு கிட்டு ஓடுதப் பயலுவ... சாயந்தரம் கடத்தெருவுல அத்தனப்பேரு மத்தியில வச்சி ஓட ஓட வெரட்டுதாம்? அவனக் காலிப் பண்ணாத்தான் நாமக் கவுரவத்தோட வாழமுடியும்.’’ தங்கள் கவுரத்தைக் காப்பாற்றவே அழகுத்துரையின் அண்ணன் அண்ணாதுரையையும் அவர்கள்தான் காவு வாங்கியிருந்தார்கள்.

காவல் உதவி ஆய்வாளராகப் பணிசெய்துகொண்டிருந்தான் அண்ணாதுரை. தன் கிராமம் அடங்கியிருந்த காவல் சரகத்திற்கே எதேச் சையாக இடமாற்றமும் செய்யப்பட்டிருந்தான். காவல்துறையில் கறாரான நபர் என்ற மெத்தப் பேருண்டு அவனுக்கு. குற்றவாளி எந்தக் கொம்பனாக இருந்தாலும் ஈவு இரக்கம் பாராமல் அவனை அடித்து இழுத்துவந்து நெட்டியைக் கழற்றிவிடுவான்.

சாராயம் தடங்கல் இல்லாமல் ஓடிக்கொண்டிருந்தது அவன் ஊரில். அருகிலிருந்த திருக்குறுங்குடிக் குளத்துக்குப் பக்கத்தில் அடுக்கடுக் காய் பானைகள் வைத்துச் சாராயம் காய்ச்சிக்கொண்டிருந்தனர், மேலத் தெருக்காரர்களில் சில சண்டியர்கள். அதை அடித்து நொறுக்கச் சொல்லி மேலிடத்திலிருந்து அண்ணாதுரைக்கு ஒரே உத்தரவாக வந்துகொண்டிருந்தது.

ஒருநாள் காலையில் துப்புக் கிடைத்ததும், தடபுடலாகத் தன் படையுடன் போனான் அவன். மேலத்தெருக்காரர்கள் தனக்குப் பரிச்சய

மானவர்கள்தான் என்றாலும் பாரபட்சம் காட்டாமல் பானைகளை எல்லாம் அடித்து நொறுக்கிச் சாராயத்தைத் தரையில் ஓடவிட்டான். கையில் அகப்பட்டுக்கொண்ட சண்டியர்களை முகத்தாச்சனைப் பாராமல் வண்டிக்குள் ஏற்றிகொண்டு வந்தான். அவன் வேலை அப்படி.

கறுவிக்கொண்டிருந்தது மேலத்தெருக் கூட்டம். அண்ணாதுரையைக் கருவறுக்கத் தீர்மானித்துக்கொண்டிருந்தது. சாராயத் தொழில் நசித்துப்போனது பற்றிகூட அவர்களுக்குப் பெரிய கவலை இல்லை. ஒரு கீழ்சாதிக்காரன் கையில் பிடிபட்டதும் அல்லாமல், அவனால் சிறையில் அடைக்கப்பட்டிருந்ததும் பெருத்த அவமானமாகப்போனது அவர்களுக்கு.

கொஞ்சநாட்கள் கழித்த ஒருநாள் மதியம். ஆள் அரவமற்றிருந்த கடும் வெயில்நேரம். அண்ணாதுரை மதியச் சாப்பாட்டுக்காகக் குளக்கரைச் சாலையில் மோட்டார் சைக்கிளில் வந்துகொண்டிருந்தான். ஏற்கெனவே திட்டம்போட்டிருந்தபடி அவன் எதிரே ஒரு லாரியைப் பூதாகாரமாய் ஓடச் செய்து உயிரை வங்கொலையாய் வாங்கியிருந்தனர். லாரியை துப்புத் துலக்கமுடியாமல் போயிருந்ததுதான் போலீசின் துரதிருஷ்டம்.

அண்ணாதுரையின் இழப்புக்கு அரசாங்கம் பணம் தந்து சரிக்கட்டியது. கைக்குழந்தையோடு கண்கலங்கிக்கொண்டிருந்த அண்ணன் பொஞ்சாதியை அழகுத்துரை மனைவியாக ஏற்றுக்கொண்டான். அந்தப் பையனுக்குத்தான் இப்போது ஐந்து வயது ஆகியிருந்தது. அழகுத் துரையிடம் பிடிப்பாக இருந்தான். இன்னும் நன்றாக விடிந்திருக்கவில்லை. கங்கல் முங்கலாய் இருந்தது. ராகேஸின் அழுகைச் சத்தம் நின்றிருக்கவில்லை. மயான அமைதியாய் கிடந்திருந்த அந்தச் சாலை யிலிருந்து தன்முனைப் பாய் கேட்டுக்கொண்டிருந்தது அது. பாலத்துக்குக் கீழ்ப் பரப்பில் படர்ந்து விரிந்துகிடந்த புதர்களின் மறைவில் காலைக் கடனைக் கழிக்க வந்த கீழத்தெருக்காரியான மாரியம்மா, ராகேஸின் அழுகையைக் கேட்டு அதறபதற ஓடிவந்தாள். அருகில் வந்ததும் அவளின் அடிவயிறு கலக்கம் கொண்டது.

"அய்யோ அய்யோ... அழகுத்துரையா கீழக் கெடக்கது? அய்யோ என் அரசே...ஒனக்கா இந்த அக்குருமம் நடந்திருக்கணும்? அட நீசப் பாவிகளா... யாரு இந்த வங்கொலையச் செய்தது?"

அழகுதுரையைக் கண்டதும் அவன் கால்மாட்டில் நின்று தன் தலையில் 'மடார்... மடார்' என்று தப்பிக்கொண்டு கூப்பாடுப் போட்டாள். அடுத்து என்ன செய்யவேண்டும் என்று அவளுக்குத் தெரிந்திருக்கவில்லை – குலைப் பதறி அழுவதைத் தவிர.

"மதயான மாரியிருந்த அப்பாவிய அநியாயமா சாச்சிட்டானுவளே... கொலகாரப் பாவிய. நீங்க நல்லா இருப்பேளா? ஓங்கக் குடும்பம் நல்லா இருக்குமா? அட கடவுளே.." ஆற்றிக்கொள்ள முடியாமல் சத்தம் போட்டுக் கதறினாள்.

அழகுத்துரையின் பொஞ்சாதிக்கு இப்போதுதான் விசயம் தெரிந்திருக்க வேண்டும். வாயிலும் வயிற்றிலும் அடித்துக்கொண்டு புயல் பாய்ச்சலில் ஓடிவந்தாள்.

“ஏய்யா... என் ராசா... தர்மத் தொர. இப்படி வாங்கொலயா சாவணு மின்னா அக்கரப்பட்டு ஓடிவந்திய? ஒங்கண்ணன மாரி நீங்களும் எந் தலையில மண்ணள்ளிப் போட்டுட்டியளேய்யா” முறிந்தக் கிளையாய் அழகுத்துரையின் கால்மாட்டில் விழுந்து வாப்பாறினாள். அருகில் நின்றி ருந்த ராகேசை ஆவிச்சேர்த்து அணைத்துக்கொண்டாள்.

மேலத்தெருவிலிருந்தும் கீழத்தெருவிலிருந்தும் சரம்சரமாய் கூட்டம் வரத் துவங்கியிருந்தது. சாலையில் அறிபறியாய் பயணப்பட்டுக் கொண்டி ருந்தவர்களும் தங்கள் வாகனங்களை நிறுத்திவிட்டுக் கீழே இறங்கிவந்து கூட்டத்தை விரிவுப்படுத்தியிருந்தார்கள்.

அங்கு நின்றிருந்த யாரோ ஒருவர் தன் கைப்பேசியில் காவல்துறைக்கு சேதிச் சொல்லியிருக்கவேண்டும்.

சற்றைக்கெல்லாம் சாம்பல்நிறப் போலீஸ்வேன் பெரும்சத்தத்தில் உறுமிக்கொண்டு வந்து நின்றது. அதன் கூண்டைத் திறந்துவிட்டு ஐந்தாறு போலீஸ்காரர்கள் தடத்தடவென்று இறங்கினார்கள். அவர்களைக் கண்டதும் கூட்டம் நெகிழ்ந்து கொடுத்தது. வாட்டசாட்டமாயிருந்த இரண்டு போலீஸ்காரர்கள் அழகுத்துரையை நெருங்கியிருந்தார்கள். அவன் கண்களை மூடிக்கொண்டு வலியில் முனகிக்கொண்டிருந்தது தெரிந்தது.

“எம் புருசனக் காப்பாத்துங்கய்யா... நீங்க நல்லா இருப்பிய.” சித்ரா கையெடுத்துக் கும்பிட்டாள் அவர்களை.

கறுப்பாயிருந்த போலீஸ்காரர் அவளைச் சமாதானப்படுத்தினார். காவல் ஆய்வாளராய் இருக்கவேண்டும் அவர். அவர் தோற்றத்தில் கம்பீரம் தெரிந்தது. எல்லோரும் அவரின் உத்தரவையே எதிர்பார்த்துக் காத்துக்கொண்டிருப்பதாகவும் தோன்றியது. “காப்பாத்தத்தானம்மா வந்திருக்கோம்”.

இதமாய் உதிர்ந்திருந்த அவர் பதில் அவளுக்கு ஆறுதலைத் தந்தது. அவள் பக்கத்தில் நின்றிருந்தத் தெருக்காரர்களும் அவளை மாதிரியே அவரிடம் மானசீகமாய் வேண்டிக்கொண்டார்கள்.

“சரி...மொதல்ல எல்லாரும் தூரப் போங்க. தூர...” சிவப்பாயிருந்த மற்றொரு போலீஸ்காரர் சித்ராவைத் தவிர்த்து மற்றவர்களை அதட்டி விரட்டினார்.

வேண்டாத வெறுப்பாய் விலகிப்போனார்கள் அவர்கள்.

கையில் மீட்டர் டேப்பும் சாக்குத் துண்டும் வைத்திருந்த போலீஸ் காரர் நிசாரமாய் உள்ளே வந்துநின்று அழகுத்துரையைச் சுற்றி தரையில் அழுத்தமாய் கோடிழுத்துக்கொண்டார். அவர் பக்கத்தில் நின்றிருந்த தடிமனாயிருந்தப் போலீஸ்காரர் கடையின் உள்கட்ட அமைப்பைத் தீவிரமாக நோட்டம்விட்டார்.

சற்றைக்கெல்லாம் ஆம்புலன்ஸ் வந்து நின்றது.

ஆம்புலன்ஸிலிருந்து இறங்கிவந்த இரண்டு வெள்ளைநிற உடுப் பாளிகள் வெளியே நின்றிருந்த கீழத்தெரு ஆம்பளைகளின் உதவியுடன் அழகுத்துரையைப்பொன்னம்போலத்தூக்கிக்கொண்டுபோய்ஆம்பலன் ஸுக்குள் கிடத்தினார்கள். அவன் பொஞ்சாதியும், மகனும், உறவுக்கார ஆம்பளைகள் இருவரும் வேகமாய் வாகனத்தில் ஏறிக்கொண்டனர். சற்றைக்கெல்லாம் ஆம்புலன்ஸ் விரைந்து ஓடிற்று, அரசு மருத்துவ மனைக்கு.

ஆழ்ந்த அமைதி நிலவியது.

''இந்த டெலிஃபோன் கடைக்கு ஓனர் யாருய்யா?''

அருகில் நின்றிருந்த கீழத்தெரு முதியவரிடம் ஆய்வாளர் எரிச்சல் தொனிக்கக் கேட்டார். பளபளவென மின்னிய லத்திக் கம்பை தன் உள்ளங்கையில் கிடத்தி உருட்டிக்கொண்டிருந்தார்.

''சம்மொகய்யாங்கித மேலத்தெருக்காரருய்யா''

''அவன் மட்டுந்தான் இத செஞ்சவனா?''

''அவரோட இன்னும் நாலுபேரு இருந்திருக்காவய்யா.. சின்னப் பையன் சொன்னான். அவந்தாம் அவன் அப்பனோட இந்தக் கடைக்கு வந்தவென்''

''அந்தப் பையன எங்க?''

''அவன் அம்மாவோட ஆம்புலன்ஸ் வண்டியிலப் போயிருக்காம்''

''அவுங்களுக்குள்ள தகராறு ஏதும் உண்டாய்யா? ஓமக்குத் தெரியுமா?''

''கூலித் தகராறு உண்டுய்யா. அது சம்பந்தமா நேத்து சாயந்தரம் அவியளுக்குள்ள தகராறு நடந்திச்சிய்யா... இந்த ரோட்டுல வச்சித் தாம் அழகுதொர ஒரு சைக்கிளைத் தூக்கிக்கிட்டு நாலுபேத்த வெரட்டி வெரட்டி அடிச்சாமுங்க''.

''ஒரு ஆளு நாலுபேர வெரட்டி அடிச்சானா?''

''ஆமாங்க. அந்த அவமானம் தாங்காமத்தான் திட்டம்போட்டு அவனக் குத்தியிருக்காவ.''

கரிப்பு

செடிகளும் செத்தைகளுமாய் மண்டிக்கிடந்த வாழைகளுக்குப் பட்டம் போட்டுக்கொண்டிருந்தார் சுப்பையன். தோகைகளாய் விரிந்து கொண்டு நின்றிருந்த வாழை இலைகளின் நெருக்கத்தையும் மீறி உள்ளே விழுந்த வெய்யில் அவர்மேல் தீக்கங்குகளைப் படர்த்திக் கொண்டிருந்தது. காலையிலிருந்து மதியமாகப்போகிற இவ்வளவு நேரம் வரைக்கும் ஓய்வெடுக்காமல் மண்வெட்டியால் தரையைக் கொத்திக் கிளறிக்கொண்டிருந்ததில் கால்களும் கைகளும் மொளிமொளியாய் குத்திக்குடைந்தன. வேலை அறிபறியினூடே வாழைகளின் இடுக்குகள் வழியே வெளியே பார்த்தார். பம்புசெட் அறைக்கு வரும் பாதை நெடு கிலும் வரிசையாய் நின்றிருந்த தென்னை மரங்கள் வெய்யிலில் கரும் பாளங்களாய் மினுங்கிக்கொண்டிருந்தன. தூரமாய்க் கிடந்த பாத்தி களில் நின்று குனிந்தத் தலைகளை நிமிர்த்தாமல் பெண்கள் களை பறித்துக்கொண்டிருந்தனர்... மிளகாய்ச் செடிகளுக்குக் களைப்பறிப்பு. மூக்குத்திகளைப்போல பொன்னிறத்தில் மினுங்கியப் பூக்களும், விரல் களைப்போல விறைப்பாய்த் தெரிந்த பச்சைக்காய்களும் பகட்டாய் ஒளி வீசிக்கொண்டிருந்தன. பெண்களின் கருந்தார் முதுகுகளில் சூரியன் மஞ்சள்நிறக் கொடியை ஏற்றிப் பறக்கவிட்டுக்கொண்டிருந்தது.

சுப்பையனுக்குத் தாகமாக இருந்தது. தேகம் காய்ந்துபோய் தொண்டை உலர்ந்துகொண்டிருந்தது. நாக்கும் உதடுகளும் நீர்ப்பசை இல்லாமல் ஒன்றோடொன்று ஒட்டிக்கொள்ள முயன்றன. மிளகாய்ச்செடிப் பாத்திகளில் அவரின் பெஞ்சாதிக்காரி மணிமேகலையும் நின்று கொண்டிருந்தாள். எல்லாப் பெண்களையும்போல அவளும் குப்பியில் தண்ணீரையும் தூக்குச்சட்டியில் கஞ்சியையும் ஊற்றிக்கொண்டு வந்தி ருந்தாள். எல்லோரும் அவற்றை வரப்புமேட்டில் வைத்திருந்தார்கள். சூரியன் உச்சிக்கு வந்ததும் அவற்றை அக்கறையாய் எடுத்துக்கொண்டு போய் வேலிக்கரையோரம் நின்றிருந்தப் பூவரச மரநிழலில் அமர்ந்து வயிற்றுக்குக் கொட்டிக்கொள்வார்கள்.

சூரியன் உச்சிக்கு வர இன்னும் ஒருமணிப் பொழுதாவது காத்திருக்க வேண்டும். அதுவரைத் தன்னால் தாகத்தைத் தாக்குப்பிடிக்க முடியுமா என்று தவிப்போடு யோசித்துப்பார்த்தார் சுப்பையன். கொஞ்ச நேரத்தில் சுப்பிரமணியன் பண்ணையார் வந்துவிடலாம். தினமும்

அவர் வருகிற நேரம்தான். அவர் வருகிற நேரத்தில் வேலையாள் யாரும் வரப்புமேட்டிற்குச் சென்று குப்பியை எடுத்துத் தண்ணீரைக் குடித்துக் கொண்டிருந்தால் மனிதர் நெட்டுக்கு நின்றுவிடுவார். 'வேலைய ஒழுங்காச் செய்யி...ஏன் நேரத்தைப் போக்கிக்கிட்டிருக்க?' முகத்தில் அறைந்த மாதிரி எரிந்துவிழுவார். வேலை நேரத்தில் தண்ணீர் குடிக்கக் கூட அனுமதிக்காத நீசப்பாவி.

சிலநாட்களில் அவரின் வருகை நேரம் தப்பிவிடுவதும் உண்டு. காலையில் கூலி ஆட்கள் வேலையைத் துவங்கும்போதோ அல்லது சாயந்திரம் வேலையை முடிக்கும்போதோ எமகாதகனாய் வந்து நிற்பார். வேலைகளின் நிலவரம் பற்றிக் கேட்பார். குற்றம் குறைகள் தென்பட்டால் எல்லோரையும் குதறி எடுக்கிற மாதிரி வார்த்தைக் கோடரிகளைப் படுவேகமாய் வீசுவார். சுப்பையன்தான் அவரை சமாதானப்படுத்தி அனுப்பிவைப்பார். மறுநாள் வேலையாட்களை விட்டு அவற்றைச் சரிசெய்தும்விடுவார் சுப்பையன். வேலித்தட்டியை சடக்கென்று தள்ளிவிட்டு நடையாய் உள்ளே வந்துக்கொண்டிருந்தார் பண்ணையார். மோட்டார் சைக்கிளை வேலிக்கு வெளியே நிறுத் திக்கொள்வது வழக்கம். அவருடன் மற்றொரு ஆளும் சேர்ந்து கொண்டு வந்தது தெரிந்தது. இருவரும் சலசலவென்று பேசிக்கொண்டே வந்தனர். புதிதாக வந்துகொண்டிருந்த மனிதர் சாம்பல்நிறப் பேண்ட்டும் வெளிறிய மஞ்சள் நிறத்தில் முழுக்கைச் சட்டையும் அணிந்து 'இன்' பண்ணியிருந்தார். பண்ணையார் வழக்கம்போல வெள்ளைச் சட்டையும் வேஷ்டியும்தான். அவர் தன் வலக்கைச் சுட்டுவிரலில் மோட்டார் சைக் கிளின் சாவி வளையத்தை நுழைத்துக்கொண்டு அதை ராட்டினமாய் சுழலவிட்டுக்கொண்டே வந்தார். மிதப்பான நடை. பாதையில் அவரின் கால்கள் தன்னிச்சையாய் நடந்துவந்துகொண்டிருந்தாலும் கண்கள் மட்டும் காரிய நிமித்தமாய் வேலைக்காரர்களை நோட்டம்விட்டுக் கொண்டிருந்தன.

பம்புசெட் அறையை நெருங்கியிருந்தனர் இருவரும். சற்றைக் கெல்லாம் அறையைத் திறந்துக்கொண்ட சத்தம் கேட்டது. உள்ளிருந்து இரண்டு சேர்களை அவசரமாய் எடுத்துக்கொண்டு வந்து வராண்டாவில் போட்டு சௌகரியமாக அமர்ந்தார்கள். வெக்கைத் தாண்டவமாடிக் கொண்டிருந்தது. காற்று இல்லை. அறை வாசலின் இடது பக்கத்தில் நின்றிருந்த கொய்யாமரமும் மாமரமும் ஒப்புக்குக்கூடத் தலைகளை ஆட்டாமல் உம்மணா மூஞ்சிகளாய் நின்றிருந்தன. காற்றையே கபளீகரம் செய்துவிட்டிருந்தனபோல அவை! இருவரும் புழுக்கத்தில் துவண்டுகொண்டிருந்தனர். தங்கள் கைகளில் வைத்திருந்த கர்ச்சீப்பால் முகத்தையும் கழுத்தையும் அழுத்தித் தேய்த்துத் துடைத்துவிட்டுக் கொண்டனர்.

வாழைத் தோட்டத்தின் விளிம்பிற்கு வந்து நின்று மண்ணைக் கொத்திக் கொண்டிருந்த சுப்பையனின் கண்களை பண்ணையாரின் கண்கள்

ஏக்கத்துடன் சந்தித்தன. கண் சைகையால் சுப்பையனைத் தன்னருகே அழைத்தார் அவர். சுப்பையன் மண்வெட்டியைத் தூரே வைத்துவிட்டு இடுப்பு வேட்டியைத் தளர்த்திவிட்டுக்கொண்டு அவசரமாய் அவரை நோக்கி ஓடிவந்தார். சுப்பையனின் மேனியிலும் வேர்வை வெள்ளமாய் பெருக்கெடுத்து ஓடிக்கொண்டிருந்தது. 'மாங்கு மாங்கு' என்று மண்ணைக் கொத்திக் கொடுத்திருந்ததில் அவரின் தோள்பட்டைகள் இரண்டும் புண்ணாகக் காந்திக்கொண்டிருந்தன. தாகம்வேறு அவர் தேகத்தை நீராய் உறிந்துகொண்டிருந்தது.

பண்ணையாரை நெருங்கியதும் தன் தலைத்துண்டை அவிழ்த்தெடுத்துக் கைப்பிடியில் வைத்துக்கொண்டார் சுப்பையன். "என்னய்யா?" மிகவும் இழைவானக் குரலில் கேட்டு நின்றார். பண்ணையாருடன் வந்திருந்தவரை எங்கேயோ பார்த்திருந்ததுபோலத் தோன்றியது சுப்பையனுக்கு. எங்கே என்றுதான் சமயத்துக்கு ஞாபகத்துக்கு வர மறுக்கிறது.

பண்ணையார்தான் தன் அருகில் இருந்தவரிடம் சுப்பையனைக் காட்டி அலட்சியமாகக் கேட்டார்: ''மகாதேவன்! இவென் யாருன்னு தெரியுதா?''.

மகாதேவன் தீவிர யோசனையுடன் சுப்பையனைக் கூர்ந்துப் பார்த்தார். தாட்டியமானத் தேகம். கறுப்பு மேனி. இடையில் தொங்கிய நாலுமுழ வேட்டியும், கையில் இறுகப் பற்றியிருந்த வெள்ளைநிற 'டைமன்' துண்டும். பீடிகள் உறிஞ்சிக் கறுத்துத் தடித்துப்போன உதடுகள். தலையில் மயிர்கள் அரசல்புரசலாக நரைத்திருந்தன– அவர்களைப் போல. ஆனால் சுப்பையனின் தலைமயிர்கள் எண்ணெய்ப் பசையின்றி சருகுகளாய்க் காய்ந்துகிடந்தன.

மகாதேவனுக்குப் பிடிபட மறுத்தது. நிசாரமானப் புறக்கணிப்புடன், ''தெரியலப்பா...'' என்று அலட்சியமாகச் சொன்னார்.

''தெரியல ஒனக்கு? சரியான ஆளுதாம் போ. நம்மக்கூட அஞ்சாங் கிளாஸ் வரைக்கும் படிச்சான்லாப்பா... சுப்பையன். பாத்தாத் தெரியல?''

மகாதேவன் மீண்டும் சுப்பையனைக் கூர்ந்து பார்த்தார். இப்போதுதான் பிடிபட்டது அவருக்கு. கண்கள் விரிய, பெரிதாய் ஆச்சரியப்பட்டுக்கொண்டார்.

''அடடே அந்தச் சுப்பையனா? ஆளை அடையாளம் காணவே முடியலேப்பா. எரும மாடு மாதிரி வளந்திருக்கான். ஒங்கிட்டத்தான் வேலப் பாக்கானா?''

''பின்ன? என்னைய விட்டா வேறப் போக்கிடம் ஏது அவனுக்கும், அவனுவத் தெரு ஆளுங்களுக்கும்?''

‘‘சின்ன வயசுல ஒன் திக்கஸ்ட் ஃபிரண்டுல்லாப்பா இவென்? நீயும் அடிக்கடி இவென் வீட்டுக்குத்தானே போவெ? அதுக்காக ஒங்க அப்பாகூட ஒருநாள் ஒன்னையப்போட்டு நீசத்தனமா அடிச்சிருக்காரே.’’

சுப்பையனுக்கும் இப்போதுதான் ஞாபகத்துக்கு வந்தது. உள்ளூர் ஆரம்பப் பள்ளியில் ஐந்தாம் வகுப்புவரை அவர்களுடன் ஒன்றாகப் படித்தவர் மகாதேவன். சுப்பிரமணியனின் தெருக்காரரர் மற்றும் சொந்தக் காரரும்கூட. கல்லூரிவரைப் போய்ப் படித்து முடித்துவிட்டு இப்போது சென்னையில் ஏதோ ஒரு கம்பெனியில் பெரிய வேலையில் இருப் பதாகச் செய்தி. குடும்பத்துடன் சென்னையில்தான் வாசமும் செய்து கொண்டிருந்தார். தற்போது அவர் தன் உறவுக்காரரான சுப்பிர மணியனை ஏதாவது காரிய நிமித்தம் பார்த்துவிட்டுப் போக வந்திருக் கலாம்... இயல்பாக நினைத்துக் கொண்டார் சுப்பையன்.

பள்ளிக்கூடத்தில் படிக்கிற காலத்தில் சுப்பிரமணியனைச் சுப்பைய னோடு சேரக்கூடாது என்று கடுமையாக எச்சரிக்கைசெய்துகொண்டிருந் தார் அவனின் அப்பா. ஒரே பெஞ்சில் அருகருகே உட்காரக் கூடாது என்றும் உத்தரவுப்போட்டிருந்தார். அவற்றையும் மீறி சுப்பையனோடு ஒட்டுதலாய் இருந்திருந்தார் சுப்பிரமணியன்.

‘‘அதெல்லாம் முடிஞ்சுப் போனக் கதப்பா. பழைய வாழ்க்கைய ஏங் கௌறுத?’’ ரொம்பவும் சலித்துக் கொண்டார் சுப்பிரமணியன். பழைய வாழ்க்கை அலாதியானது. சுப்பையனும் சுப்பிரமணியனும் ஓடிப்பிடித்து விளையாடவும், சிரிக்கவும், கட்டிப்பிடித்துச் சண்டைப் போடவும், சுப்பையன் எச்சில் வடியக் கடித்துத் தின்னும் கொய்யாக்காய், மாங்காய்களை சுப்பிரமணியன் கேட்டு அடம்பிடித்து வாங்கித் தின்னவும் பழக்கப்பட்டுப்போயிருந்த அந்நியோன்யமான வாழ்க்கை. அவர்கள் அரைக்கால் டவுசர்கள் மட்டும் அணிந்து மேலுக்குச் சட்டை இல்லாமல் விட்டேத்தியாய் அலைந்துகொண்டிருந்த இளம்பிராயக் காலம். சின்ன வயசில் சுப்பிரமணியனைச் சுப்பையன் ‘சுப்பி’ என்று தான் அழைத்தார். அவரும் இவரைப் பதிலுக்கு ‘சூப்பி’ என்று அழைத்துக்கொள்வார். இருவரின் பெயர்களும் ‘சுப்பு’ என்பதில் துவங் கியிருந்ததால் சுப்பி, சூப்பி என்று ஒரே தொனியில் பட்டப் பெயர்கள் வைத்து அழைப்பதற்கு வசதியாகப் போயிருந்தது. தங்களை அப்படி அழைத்துக்கொண்டதன் மூலம் அவர்களுக்கு இடையே அந்நியோன் யமும் பிரியமும் பாலம் போட்டுக்கொண்டு நின்றிருந்தன என்பதுதான் உண்மை...நட்புப் பாலம்.

இப்போதெல்லாம் அந்த மாதிரி அழைத்துக்கொள்ள முடியுமா என்று பலமுறை வேடிக்கையாக யோசித்துப் பார்த்திருந்தார் சுப்பையன். அவருக்கு வியப்பாகவும் விரக்தியாகவும் இருந்தது. இப்போது இரு வரின் தகுதிகளும் மலைக்கும் மடுவுக்கும் உள்ள வித்தியாசங்கள். கூலிக்குத் தோட்ட வேலைகள் செய்யும் வேலைக்காரர் இவர். அவர்,

வேலைக்காரர்களை அதட்டி மிரட்டி வேலைவாங்கும் நிலச்சுவான் தாரர்... பணக்காரர்... பண்ணையார்.

அவரின் அப்பாக் காலத்திலிருந்தே சுப்பிரமணியன் பணக்காரராகத் தான் இருந்தார். சுப்பையனின் தெருக்காரர்களை சுப்பிரமணியனின் அப்பா உருட்டலிலும் மிரட்டலிலும் அதிகாரம்பண்ணி வேலைகள் வாங்கித் தன் தோட்டந்துரவுகளைச் செழிப்பாக்கிக்கொண்டிருந்தார். சேரிக்காரர்கள் அனைவருக்கும் அவர் 'அய்யா' வாகவும், 'எசமானா' கவும் விளங்கிக்கொண்டிருந்தார். அந்தக் காலத்தில்தான் சுப்பிரமணியன் சுப்பையனின் வீடுதேடி ஓடிவந்து விளையாடிக்கொண்டிருந்தது. உள்ளூர் பள்ளிக்கூடத்தில் இருவரும் ஒன்றாகப் படித்து உறவாடிக் கொண்டிருந்த நெருக்கம்.

ஒருநாள் சுப்பையன் தன் குடிசையில் வைத்து சுப்பிரமணியனை வேகமாய் அடித்துவிட்டிருந்தார். சுப்பையனின் வாய்க்குள் கிடந்து கடிபட்டுக்கொண்டிருந்த கொய்யாக்காயில் பாதியைத் தனக்குத் தரவேண்டும் என்று சுப்பிரமணியன் அடம்பிடித்து – சுப்பையன் மறுக்கவே – தன் விரல்களை சுப்பையனின் வாய்க்குள் திணித்து காயைப் பிடுங்கிவிட்டிருந்தார். காயைப் பறிகொடுத்திருந்த சுப்பையனின் பற்கள் 'கடக்'கென நாக்கைக் கடித்துக்கொண்டன. வலியில் துடித்துப் போனார். சுரீர் என்று மண்டைக்கு ஏறியது வலி. தேகமெங்கும் மின்சாரம் பாய்ந்ததுபோல அதிர்ச்சி அலைகள் பரவின. மூர்க்கமாய் எழுந்த கோபத்தில் சுப்பிரமணியனின் முதுகில் சடாரென ஓங்கி ஓர் அறைவிட்டார் சுப்பையன். சுப்பிரமணியன் சுருண்டு விழுந்து விட்டிருந்தார். சுப்பையனின் அய்யாவும் அம்மாவும் சற்று முன்புதான் பண்ணை வயலில் வேலைகளை முடித்துவிட்டு வீட்டுக்கு வந்திருந்தனர். தங்கள் தேகங்களுக்கு ஓய்வு தரும் முனைப்பில் சோர்வாகத் திண்ணையில் உட்கார்ந்திருந்தனர். பண்ணைத் தோட்டத்திலிருந்து – சுப்பிரமணியனின் நிலத்திலிருந்துதான் – நாலைந்து கொய்யாக் காய்களை சுப்பையனின் அம்மாதான் பறித்துக்கொண்டு வந்திருந்தாள். தோட் டத்தில் வேலைகளை முடித்துவிட்டுக் கரையேறும்போது கொய்யாக் காய், மாங்காய் எதையாவது பறித்துக்கொண்டு வந்து சுப்பையன் தின் பதற்குத் தந்துகொண்டிருந்தாள் அவள்.

சுப்பிரமணியன் விழுந்து கிடந்ததைப் பார்த்ததும் சுப்பையனின் அய்யாவும் அம்மாவும் கதிகலங்கிப்போனார்கள். அவரை நோக்கி குலைப் பதற்றத்துடன் ஓடிவந்தார்கள். இருவரும் சுப்பிரமணியனை அனுசரணையுடன் தூக்கி நிறுத்தி, அவரின் முகத்தில் நீர் தெளித்து, அவர் தொண்டையில் சிறிது நீரை இறக்கி எப்பாடா! மெதுவாகக் கண்களைத் திறந்து பார்த்தார் சுப்பிரமணியன். அவர் தெளிவடைந்ததும் வாஞ் சையுடன் அவரின் கண்ணீரைத் துடைத்துவிட்டார்கள்.

“அப்பாக்கிட்ட சொல்லிராதீங்கய்யா. நல்லா இருப்பிய. நீங்கச் சொல்லிட்டாஅவ்வளவுதான்...நாங்கஊரவுட்டேஓடவேண்டியதான்.” சுப்பையனின் அம்மாதான் அவரிடம் கெஞ்சிக் கேட்டுக்கொண்டாள்.

அவரும் ‘‘சரி...’’ என்று தலையாட்டிவிட்டுத்தான் வீட்டுக்குச் சென்றிருந்தார்.

எப்படியோ சுப்பிரமணியனின் அப்பாக் காதுக்கு விசயம் கசிந்து விட்டிருந்தது. சுப்பையனுக்கும், சுப்பையனின் அய்யாவுக்கும் அம்மா வுக்கும் செமத்தையாய் அடிகள் கிடைத்தன... பண்ணையாரின் புற வாசல் தூணில் கட்டிவைத்துப் பிரம்புக் குச்சியால் சுளீர் சுளீர் என்று அடிகள். சேரியில் தவறு செய்கிறவர்களுக்கு அங்கே அப்படிக் கட்டி வைத்துதான் பண்ணையார் தண்டனைத் தந்துகொண்டிருந்தார்.

‘‘என்னப் புள்ளையப் பெத்து வளத்திருக்கிய? கொஞ்சமும் தராதரம் தெரியவேண்டாமா? ஒழுங்கா நடந்துக்கில்லன்னா எல்லாரையும் உசு ரோடவே கொளுத்திப்புடுவேன். மரியாதையா இருந்துக்காங்க’’.

அன்றிலிருந்து சுப்பையனின் வீட்டுக்குச் சுப்பிரமணியனின் வரத்து நின்றுபோனது. அன்றிலிருந்து சுப்பையனின் படிப்புக்கும் முழுக்குப் போட்டிருந்தார் அவரின் அய்யாக்காரர். பண்ணையாரின் வீட்டு மாடு களை மேய்த்துக்கொண்டு வரும்படி சுப்பையனை வசப்படுத்தினார். பண்ணையாரின் விருப்பமும் அதுவாகவே இருந்தது. ‘‘என்னய்யா... கூப்பிட்டீங்களே.’’ சுப்பிரமணியனிடம் வந்து நின்றிருந்த சுப்பையன் தன்மையாகக் கேட்டுக்கொண்டார்.

‘‘எளனி வேணும்டே. தென்னமரத்துல ஏறி நல்ல எளனியாப் பாத்து ஒரு கொலய வெட்டிட்டு வா. தாகம் உயிர எடுக்கு. வெயிலாவா அடிக்கு இப்போ..!’’

சுப்பையனுக்கு வெப்புராளமாக வந்தது. ‘இத்தனை நேரமும் மண்ணைக் கொத்தி அணைத்து உடம்பைப் புண்ணாக்கிக் கொண்டது போதாமல், இப்போது மரமேறச் சொல்லி வேறு உயிரை வாங்கு கிறானே’. சுப்பிரமணியனின்மேல் கோபமாக வந்தது. ஆயினும் அவரின் உத்தரவை மீற முடியாது என்பதும் தற்செயலாய் நினைவுக்கு வந்து உறுத்தியது.

‘‘அருவா வேணுமேய்யா’’

‘‘செரைக்கப் போறவன் கையில கத்திரி இல்லைன்னா எப்படிடே?’’ பரிகாசமாய் சொல்லிச் சிரித்துக்கொண்டே பட்டென்று எழுந்து அறைக்குள் சென்றார் சுப்பிரமணியன். அவரின் நகைச்சுவைக்கு மகா தேவனும் நமட்டலாய் சிரித்துக்கொண்டார். ‘இதில் சிரிப்பதற்கு என்ன இருக்கிறது?’ வியர்த்தமாக நினைப்போடியது சுப்பையனுக்கு. ‘வெயில் அவர்கள் மூளையைக் கலங்கடித்திருக்கிறதுபோல’.

சீக்கிரத்தில் அரிவாளோடு வெளியே வந்தார் சுப்பிரமணியன்.

பம்புசெட்டுக்கு வரும் பாதையில் கரும்பாளங்களாய் மின்னிக் கொண்டிருந்த தென்னை மரங்களில் ஒன்றில் கஷ்டப்பட்டு ஏறினார் சுப்பையன். வெயில் தீயாய் கொளுத்திக்கொண்டிருந்தது. அவரின்

தேகம் எங்கும் நீர் ஊற்றுக்கள் பொங்கிப் பெருகி அருவிகளாய் ஓடிக் கொண்டிருந்தன. எப்படியோ முக்கித்தக்கி மரத்தில் ஏறி இளநீர்க் குலை யை நெருங்கிவிட்டிருந்தார். இடதுகையால் மட்டையொன்றைப் பலமாகப் பிடித்துத் தொங்கிக்கொண்டே வலதுகையில் வைத்திருந்த அரிவாளால் இளநீர்க் குலையொன்றின் மேல்முடிச்சில் சதக்கென்று வெட்டினார். தென்னையிலிருந்து விடுபட்டு அந்தரத்தில் மிதந்த குலை, கீழே மெத்தைப்போல விரிந்துகிடந்திருந்த புல்தரையில் பொத்தென்று விழுந்து, நெட்டுக்கு நின்றது. அரிவாளை இடுப்பில் செருகிக்கொண்டார். வலது உள்ளங்கையால் தென்னையை அழுத் திக்கொடுத்து... பாதங்களை எச்சரிக்கையுடன் கீழே நகர்த்தி... நகர்த்தி ... மெதுவாக இறங்கினார்.

குடுமியைப் பிடித்துத் தூக்குவதுபோல குலையின் அடிப்பாகத்தைச் 'சிக்'கெனப் பிடித்துத் தூக்கிக்கொண்டு பம்புசெட் அறையை நோக்கி வந்தார்.

''பரவாயில்லையேப்பா. சரியான ஆளத்தான் வேலைக்கு வச்சிருக்க. சீக்கிரத்துல வெட்டிட்டு வந்திட்டானே'' மகாதேவன் சுப்பையனைப் பார்த்து வஞ்சப் புகழ்ச்சியுடன் வாழ்த்திக்கொண்டார். சுப்பிரமணியன் மழுப்பலாகச் சிரித்துக்கொண்டு மகாதேவனைப் பார்த்தார்.

குலையை அவர்களின் முன்னே கொண்டுவந்து குத்துக்கல்லாட்டம் வைத்தார் சுப்பையன். வெள்ளத்தில் நீந்திக் கரையேறி வந்திருந்தவரைப் போல மேலெல்லாம் வேர்வையால் நனைந்துபோயிருந்தது. மரமேறி இறங்கியிருந்ததில் மூச்சுவாங்கியது அவருக்கு .

இளநீர் ஒன்றின் முனையைக் கொத்தியெடுத்து முதலில் சுப்பிர மணியனுக்கே கொடுத்தார் சுப்பையன். அதை ஆவலோடு வாங்கிக் கொண்ட சுப்பிரமணியன் மகாதேவனைக் காட்டி சுப்பையனிடம் ''மொதல்ல விருந்தாளிக்குக் கொடப்பா... இல்லன்னா கோவிச்சிக்கிடப் போறான்.'' என்று மிதப்பாகச் சொல்லிவிட்டுச் சிரித்தார்.

''அதுக்கென்னப்பா. இளனிக்கு உரிமைக்காரன் நீதான? நீ மொதல்ல குடி. அதான நியாயம்''

மகாதேவனும் தன் பங்குக்கு அசட்டையாகச் சொல்லிச் சிரித்துக் கொண்டார். அடுத்துத் தனக்குத் தரவிருந்த இளநீரை நினைத்துப் பார்த்து நாக்கில் எச்சில் வடியக் காத்துக்கொண்டிருந்தார் அவர்.

இருவரும் சமநேரத்தில் இளநீரைத் தூக்கி வாய்க்குள் கவிழ்த்திக் கொண்டனர்.

சற்றைக்கெல்லாம் சுப்பிரமணியன் ஓங்கரித்துக்கொண்டார். நெருப் பைத் தொட்டப் புழுவாய் அவரின் முகம் சுருங்கிப்போயிற்று. சுப்பை யனை விசனமாய் முறைத்துப் பார்த்தார்.

‘‘உப்பாக் கரிக்குதுடே. எந்த மரத்திலடே ஏறுன? குட்டையா நிக்குதே ஒரு கருவாலி.. அந்தச் சனியனிலா?’’

அதே கணத்தில் மகாதேவனும் ஓங்கரித்துக்கொண்டது தெரிந்தது. ‘‘என்னப்பா இது? எளனியா இல்ல கடல் தண்ணியா? இப்படிக் கரிக்குது! த்தூ.’’

சுப்பையனுக்குச் சங்கடமாக இருந்தது. இப்போதுதான் அவருக்கும் நியாபகம் வந்தது. வேலை அலுப்பில் மறந்துபோய் குட்டையான மரத்தில் ஏறிவிட்டிருந்தார். அந்த மரத்தின் இளநீர்ச் சுவையை ஏற்கெனவே குடித்து அனுபவப்பட்டிருந்தவர்தான் அவர். சுப்பிரமணியனுக்கும் அந்த அனுபவம் இருந்தது.

‘‘ஆமாய்யா. மறந்துபோய் அந்த மரத்துல ஏறிட்டன்ய்யா’’. சுரத்தில்லாமல் சொல்லிக்கொண்டு வருத்தப்பட்டார் சுப்பையன்.

சுப்பிரமணியனுக்கு எரிச்சலாக வந்தது... குரலைக் கடுமையாக்கிக் கொண்டார். ‘‘என்ன, மறந்திட்டன்ய்யாவா? சோறுத் திங்க மறக்கிறதில்லல்லா? சோத்துக்குப் பதிலா வேறு எதையுமா திங்கற? இல்லல்லா..?’’ உலைநீராய் கொதித்தார்.

மகாதேவனும் தன் பங்குக்கு சுப்பையனை வறுத்தெடுக்கத் துவங்கினார். ‘‘கொஞ்சம் முன்னாடி, ‘சரியான ஆளத்தான் வேலைக்கு வச்சிருக்க‘ன்னு சொல்லி ஒனக்குச் சர்ட்டிபிகேட் கொடுத்தேன்... அதுக்குள்ள சொதப்பிட்டியே. நெஞ்சிலப் பயமிருந்தா காரியத்துல கவனம் இருக்கும். ஒனக்குப் பயமில்ல?’’

சுப்பிரமணியன் தன் கையிலிருந்த இளநீரை சுப்பையனை நோக்கி வீம்புடன் நீட்டினார். ‘‘இந்தா! இத நீ குடி. முழுசையும் குடி. இல்லன்னா ஒந்தோல உரிச்சிப்புடுவேன். அப்பந்தான் அடுத்த மொற அந்த மரத்துல ஏறக்கூடாதுன்னு ஒனக்கு அறிவு வரும்.’’

சுப்பையன் வெறுவிப்போய் நின்றிருந்தார். சுப்பிரமணியன் தந்திருந்த செந்நிற இளநீர் அவரின் கறுத்தக் கையில் தங்கப் பாளமாய் மினுங்கிக்கொண்டு அமர்ந்திருந்தது. அந்த இளநீரின் வயிற்றுக்குள் கால்வாசி மட்டுமே குறைந்து முக்கால்வாசித் தளும்பிக்கொண்டு கிடந்திருந்ததைக் கூர்ந்து பார்த்தார். சுப்பையனுக்கு வேலை அலுப்பு. இந்த வேனாவெயிலில் தென்னையில் ஏறி இறங்கியிருந்ததில் தாகம்வேறு அவரைத் தவியாய் தவிக்கவைத்துக்கொண்டிருந்தது.

நின்றமேனிக்கே தன் தலையை பின்னோக்கிச் சரித்து வாயைத் திறந்து இளநீரைக் கவிழ்த்தார். அருவியோட்டமாய் களகளவெனத் தொண்டைக்குள் இறங்கிக்கொண்டிருந்தது இளநீர். ஒரு நிமிசத்தில் அதைக் குடித்து முடித்திருந்தார். இன்னும் அவருக்குத் தாகம் தீர்ந்திருக்கவில்லை. பக்கத்தில் கிடந்திருந்த குலையிலிருந்து இன்னொரு இளநியைத் திருக்கி எடுத்தார். அதன் கொண்டையில் இரண்டு கொத்து

விட்டு – அதன் கிளிவாய் திறந்துகொண்டதும் – அதையும் தலைக்குமேல் உயர்த்திக் கவிழ்த்துக் குடித்துக்கொண்டார். அவருக்குக் கரிப்புத் தெரிந் திருக்கவில்லை.

எதிரில் உட்கார்ந்திருந்த சுப்பிரமணியனும் மகாதேவனும் சுப்பையனை வெறிக்கப் பார்த்துக்கொண்டிருந்தனர். சுப்பையனின் செய்கை அவர்களின் முகத்தில் ஓங்கி அறைந்தது மாதிரி இருந் திருக்கவேண்டும்.

வருகை

செல்வேந்திரனை ரொம்ப நேரம் காக்கவைக்கவில்லை கணேசன். செல்வேந்திரன் தொலைபேசியில் அழைப்பு விடுத்ததும், 'நல்லா இருக்கிங்களா சார்? அம்மாடி, எத்தன வருசமாச்சி சார் உங்கக் குரலக் கேட்டு? அப்டியா சார்...ஒண்ணும் பிரச்சினை இல்ல... இந்தா ஓடனே பொறப்பட்டு வரேன் சார்' என்று உறுதியளித்திருந்ததற்கு ஏற்ப உடனே புறப்பட்டு அரைமணி நேரத்தில் மருத்துவமனையின் வாசல் அருகே தெளிவாகக் காட்சி தந்தார் கணேசன். வேலைத் தளத்தில் பணியில் இருந்திருப்பார்போல. காக்கி உடுப்புகளுடன் கறுத்த மீசையும் வளர்த்தியான உருவமுமாய் அவர் கம்பீரமாக நடந்துவருவதைப் பார்த்ததும் செல்வேந்திரனுக்கு மகிழ்ச்சியாக இருந்தது. இரண்டு வருடங் களுக்கு முன்னால் பார்த்திருந்ததுபோலவே கணேசன் இப்போதும் அச்சு அசலாக அப்படியே இருக்கிறார். வயிறுதான் சற்று தொந்திப் போட்டிருக்கிறது.

கணேசனுக்குத் தீயணைப்புத் துறையில் 'லீடிங் ஃபயர்மேன்' பணி. செல்வேந்திரன் பணியிலிருந்து ஓய்வுப்பெற்று இரண்டு வருடங்கள் ஆகின்றன. அவர் அலுவலகக் கண்காணிப்பாளர் பதவியில் இருந்தார். அப்போதே கணேசன் லீடிங்ஃபயர்மேனாகத்தான் இருந்தார். இந்த இரண்டு வருடத்தில் கணேசன் பதவி உயர்வுப் பெற்றிருக்கமுடியாது என்பது செல்வேந்திரனின் திடமான நம்பிக்கை.

''வாங்க வாங்க... நல்லா இருக்கிங்களா கணேசன்? பாத்து எவ்வளவு நாளாச்சி? ரொம்ப தேங்க்ஸ்...சொன்னவொடனே வந்திட்டீங்களே... ரொம்பத் தேங்க்ஸ் சார்'' முகம் மலர்ந்து வரவேற்றார் செல்வேந்திரன். அவரின் கைகளும் கால்களும் சந்தோசத்தில் நிலைகொள்ளாமல் தவித்தன.

படிகள் ஏறி வராந்தாவில் கால் பதித்திருந்தார் கணேசன். அவரின் முகத்திலும் பெருமிதம் பூத்து நின்றது. ''வணக்கம் சார். நீங்க நல்லா இருக்கிங்களா சார்? ஃபோன்ல உங்கக் குரலக் கேட்டதும் உடம் பெல்லாம் புல்லரிச்சிட்டுது சார் எனக்கு. நானும் உங்களப் பாத்து எத்தன நாளாச்சி? உங்கக் குரலக் கேட்டும் எத்தன நாளாச்சி... இல்லையா சார்...?''

செல்வேந்திரனை கணேசன் தீர்க்கமாகப் பார்ப்பது தெரிந்தது. ஆறடி உயரத்தில் ஆஜானுபாகுவாக இருந்தார் செல்வேந்திரன். ஏற்கெனவே தெரிந்திருந்த மனிதர்தான். மீசையும் தலைமுடிகளும் மை தடவியிருந்ததால் கருமைகூடித் தெரிந்தன. என்னதான் ஒப்பனைச் செய்திருந்தாலும் அவரின் முகத்தில் கவிந்திருந்த முதுமையை அவரால் மறைக்கமுடியாதிருந்தது அப்பட்டமாகவே தெரிந்தது. மனைவியை இப்போது மருத்துவமனையில் அறுவை சிகிச்சைக்காகச் சேர்த்திருந்த பதற்றம்வேறு அவரின் முகத்தைக் கனமாக்கியிருந்தது. கட்டங்கள் போட்ட ஊதாநிற லுங்கியிலும், கறுப்புக் கோடுகள் இழுத்த சந்தனநிறச் சட்டையிலும் எளிமையாகக் காட்சி தந்தார் செல்வேந்திரன். இரவில் மருத்துவமனையில்தான் அவர் தங்கியிருக்கவேண்டும்... வீட்டில் இருந்ததுபோலவே இங்கேயும் எளிமையான உடுப்புகளில் காட்சி தந்தார். துருதுருப்பானப் பார்வைகள்... துள்ளலான வார்த்தைகள்... அவசரப்படும் சுபாவம் – குணபாவங்களில் மாறுதல் இல்லாமல் செல்வேந்திரன் பழைய நிலையிலே இருக்கிறார்.

‘‘நா ரிட்டயர்ட் ஆகி ரெண்டு வருசம் ஆகுதுல்லா கணேசன். என் சொந்த ஊருக்குப் போனப்பிறகு நாமப் பாத்துக்கிடவே சான்ஸ் இல்லாமப் போயிட்டு, என்ன? அதுக்குப் பிறகு இப்பதான நாம சந்திக்கறோம்.’’

‘‘ரெண்டு வருசம், இருபது வருசமான மாதிரித் தெரியுது... இல்லையா சார்? சரி, நா எங்க சார் போகணும்? டாக்டர் எங்க இருக்காங்க?’’ வாஞ்சையுடன் கேட்டுக்கொண்டே செல்வேந்திரனை அவசரப்படுத்தினார் கணேசன். நகரப் பேருந்தில் வந்திருக்கவேண்டும் அவர். தலைமுடிகள் இழைபிரிந்து கலைந்துகிடக்க, முகத்தில் சன்னமாய் தூசி படிந்திருந்திருந்தது தெரிந்தது. அங்கிருந்து ஒருகிலோ மீட்டர் தூரத்தில் கடற்கரையின் ஓரத்தில் வீற்றிருந்தது, கணேசன் பணிசெய்து கொண்டிருந்தத் தீயணைப்பு நிலையம். கடற்காற்று மணலைக் கொட்டி சாலையை துவம்சப்படுத்திக் கொண்டிருந்தது.

‘‘வாங்க கணேசன் ...டாக்டர் ஆபரேசன் தியேட்டர்ல இருக்காங்க. உங்களுக்காகத்தான் வெயிட்டிங்’’

செல்வேந்திரன் கணேசனுக்கு வழிவிட்டுக்கொண்டு முன்செல்ல, அவரைத் தொடர்ந்து கணேசன் பின்தொடர்ந்து சென்றுகொண்டிருந்தார். வராந்தாவில் அரசல்புரசலாக அனக்கம் காட்டிய வெள்ளாடை நர்சுகள், இருவரின் நடைகளுக்கும் அவ்வப்போது தடங்கல் பண்ணிக் கொண்டிருந்தனர். ஒவ்வொரு வார்டுக்குள்ளும் வருகை தரவும் வெளிப்படவுமாக அவர்களின் பணிகளை அவர்கள் அக்கறையாகச் செய்துகொண்டிருப்பதாகத் தோன்றியது. வராந்தாவுக்குமுன் பெரிய குடைபோல விரிந்து உயர்ந்து நின்றிருந்த வேப்ப மரங்களின் குளிர் நிழலில், நோயாளிகளைப் பார்க்க வந்திருந்த உறவினர்கள் சோகமுகங் களோடு பேசிக்கொண்டும் தீவிரமாக ஆலோசனைப் பண்ணிக்

கொண்டும் உட்கார்ந்திருந்தது தெரிந்தது. சிலரின் வாய்கள், தங்கள் கைகளிலிருந்த பண்டங்களை உள்வாங்கி எந்திரகதியாய் அசைப் போட்டுக்கொண்டிருந்தன. காலை நேரம் என்பதால் தங்கள் வயிற்றுப் பசியை அவசரம்அவசரமாய் தணித்துக்கொண்டிருந்தார்கள் அவர்கள்.

''நீங்க சாப்பிட்டீங்களா கணேசன்? கேண்டீனிலிருந்து ஏதாவது வாங்கிட்டு வரட்டுமா? வெறும் வயிற்றோடு ரத்தம் கொடுக்கக் கூடா துன்னு சொல்லுவாங்க.'' நடைப்போக்கிலே கணேசனிடம் அனுசர ணையாகக் கேட்டுக்கொண்டார் செல்வேந்திரன். சற்று முன்புதான் செல்வேந்திரன் கேண்டீனுக்குச் சென்று நான்கு இட்டிலிகளையும், ஒரு பருப்பு வடையையும் வயிற்றுக்குள் கொட்டிவிட்டு வந்திருந்தார். அலுவலகக் கேண்டீன் அங்கிருந்து கூப்பிடும் தூரத்தில் இருந்ததால் அலைச்சல் அதிகமில்லை.

''மணி ஒன்பது ஆகுது சார்...இன்னுமா நான் சாப்பிடாம இருப்பேன்? ஃபஸ்ட் ஷிப்ட். ஆறுமணிக்கே டூட்டிக்கு வந்தாச்சி. டிஃபன் எல்லாம் வீட்டிலே முடிச்சாச்சி. இப்போ வயிறு ஃபுல்லா இருக்கு சார் ... நோ ப்ராப்ளம்''

செல்வேந்திரனின் நடையைவிட கணேசனின் நடையே துரிதமாக இருந்தது. கணேசனின் வயது ஐம்பதைத் தொட்டிருக்கலாம். நல்ல திடகாத்திரமானத் தேகம். அதனால்தான் இந்த வயசிலும் தயங்காமல் ரத்தம் கொடுக்க முன்வந்திருக்கிறார் என்று நினைத்து சிலாகித்துக் கொண்டார் செல்வேந்திரன். மிடுக்குக் குறையாமல் கம்பீரமாக அடி யெடுத்து வைத்துக்கொண்டு வந்தார் கணேசன். செல்வேந்திரனுக் குத்தான் நடையில் தளர்வு இருந்தது. அறுபத்திரண்டு வயசுக் குரிய அயர்ச்சி, தேகத்தை அசத்தியது. அவரின் நடையை முந்தி விடாமல் கணேசன் தன் நடையை மிதமாய் குறைத்துக்கொண்டது தெரிந்தது... மரியாதைத் தெரிந்தவர் கணேசன்! காலைநேரம் என் பதால் வராந்தாவில் அரசல்புரசலாய் விருந்தினர்கள் எதிர்பட்டார் கள். அப்போதுதான் துப்புரவுத் தொழிலாளி ஒருவர் படுதாவைப் போலிருந்த நீண்ட துடைப்பானால் வராந்தாவைத் தூத்துக்கொண்டு எதிரில் வந்தார். ஸ்டெதஸ்கோப் மாட்டிய மருத்துவர் அவசர நடையில் இருவரையும் கடந்துபோனார். ஆனாலும் இருவரும் தயக்கம் இல்லாமல் சீரான வேகத்தில் நடையைத் தொடர்ந்து கொண்டிருந்தார்கள்.

''நர்ஸ் உங்கப் பெயரைச் சொன்னதும் ரொம்பவும் சந்தோசப் பட்டேன் கணேசன். சரி, நம்ம நண்பர்தான்...எப்படியும் வரவழச்சி ரலாமின்னு முடிவுப்பண்ணிட்டேன். 'ஓ பாசிடிவ்' ரெத்தம் ரொம்ப ரேராத்தானே கெடைக்குமாம். அதுவும் கெடைக்குமோ என்னவோன்னு நெனச்சிப் பயந்துகிட்டிருந்தேன். நீங்கக் கெடச்சதுல ரொம்ப சந்தோசம்''. செல்வேந்திரன் தன்னியல்பாய் பேசிக்கொண்டே வந்தார். எல்லாவற்றையும் ஒரு மலர்ந்தப் புன்னைகையில் ஏற்றுக்கொண்டு

தன் நடையைத் தளர்வில்லாமல் தொடர்ச்சியாய் செலுத்திக்கொண்டு வந்தார் கணேசன்.

மேற்கு நோக்கி நீண்டுபோன வராந்தாவின் சிறிது தூரத்தில் இடதுப் பக்கம் கிளைப்பிரிந்து கிடந்தது சிமெண்டுப் பாதை. பாதையின் நடுப்பகுதியை ஆக்கிரமித்துக்கொண்டு ஆபரேசன் தியேட்டர் நின்றிருந்தது. ஒரு கண்ணாடிக் குகைபோல வெளிப்புறம் பளபளப்பாய் மின்ன, உள்ளொடுங்கி இருட்டில் கிடந்தது அறை.

ஆபரேசன் தியேட்டருக்குமுன் கிடந்த நாற்காலியில் கலக்கத்துடன் உட்கார்ந்திருந்த செல்வேந்திரனின் தங்கை சித்ரா, அவர்களைக் கண்டதும் தன் இருக்கையைவிட்டு விசுக்கென்று எழுந்து நின்றாள். அவளுக்கும் ஐம்பது சொச்சம் வயதிருக்கும். புருசன் பிள்ளைகள் என்று குடும்பமாய் வாழ்ந்து கொண்டிருந்தவளை பக்கத்து ஊரிலிருந்து ஆள் துணைக்குஅழைத்துக்கொண்டுவந்திருந்தார்செல்வேந்திரன்...சுமதியின் ஆள்துணைக்கு. அவர்களின் மகள் பூர்ணா சென்னையில் இருக்கிறாள். அங்கிருந்துமெனக்கெட்டுவருவதுஎன்பதுஅவள்கணவரின்வேலைக்கும் பிள்ளைகளின்படிப்புக்கும்பாதகமாக இருக்கும்என்பதால், அவளுக்குத் தொந்தரவு கொடுக்காமல் கிராமத்திலிருந்த சித்ராவை அழைத்துக் கொண்டு வந்திருந்தார் செல்வேந்திரன். சித்ராவின் வீட்டைப் பார்த்துக் கொள்ள அவளின் வளர்ந்த மகள் வீட்டில் இருக்கிறாள் என்கிறத் தைரியம்.

‘‘நர்ஸ் வந்து தேடினாங்களாம்மா?’’

‘‘ஆமாண்ணே...சித்தம்மின்னாடிதான்வந்துகேட்டுட்டுப்போனாவா.’’ சித்ரா சொல்லி முடிக்கவும், குண்டு கத்தரிக்காய் மாதிரி கட்டைக்குட்டையாய் இருந்த நர்ஸ் ஒருத்தி கதவைச் சடக்கென்று திறந்துகொண்டு ஓணான் மாதிரி தலையை மட்டும் வெளியே நீட்டி சித்ராவின் முகம் பார்த்து, ‘‘உங்க அண்ணா வந்தாச்சா?’’ என்று விசனத்துடன் கேட்கவும் சரியாக இருந்தது.

‘‘ஆமா சிஸ்டர். நா வந்தாச்சி. ரெத்தம் குடுக்கற ஆளும் வந்தாச்சி’’. அருகில் நின்றிருந்த கணேசனை ஆர்வமாகக் காட்டினார் செல்வேந்திரன். பதிலுக்கு கணேசனும் நர்சைப் பார்த்து ‘உண்மை...’என்று அங்கீகரிப்பதுபோல இதமாகப் புன்னகைத்துக்கொண்டார். நர்சும் பதிலுக்கு வறட்சியாகச் சிரித்துக்கொண்டார், ‘உங்களை ஏற்கெனவே எனக்குத் தெரியும்’ என்று ஒப்புவிப்பதுபோல.

‘‘வாங்க...சீக்கிரம் வாங்க’’

அவசரப்படுத்திய நர்சுக்குப் பணிந்து கணேசனை உள்ளே ஏற்றுக் கொண்ட அறை, மீண்டும் சடக்கென்று கதவைச் சாத்திக்கொண்டது.

வெறுமையாய்கிடந்திருந்தநாற்காலியில்செல்வேந்திரன்உட்கார்ந்து கொண்டார். ‘‘எல்லாம் நல்லபடியா நடக்கும்... நீ உக்காரும்மா’’ பக்கத்தில் கிடந்திருந்த நாற்காலியைச் சித்ராவுக்குக் காட்டினார்.

‘‘ஆபரேசன்னாலே பயமாத்தானே அண்ணே இருக்கு’’ நடுக்கத் துடன் சொல்லிக்கொண்ட சித்ரா, நிதானமாக நடந்துவந்து அவனுக்குப் பக்கத்து இருக்கையில் அமர்ந்தாள்.

செல்வேந்திரனுக்கும் பயம் இல்லாமலா? ரத்த நாளங்கள் எல்லாம் திகுதிகுவென்று தகித்துக்கொண்டிருந்தன. இதயம் எப்போதையும் விட இப்போது ரத்தத்தை நாளங்களுக்குள் வேகம்கூட்டி அனுப்பிக் கொண்டிருப்பதாக உறுத்தியது. சுமதி நல்லபடியாக அறுவைச் சிகிச்சை முடிந்துகிருமமாகவெளிவரவேண்டுமேஎன்றுமனசுக்குள்ளேவேண்டிக் கொண்டார். இந்த எண்ணம்தான் நேற்று இரவு முழுவதும் அவரின் தூக்கத்தைக் கெடுத்திருந்தது. அவரைப்போலவே மனக்கலக்கத்துடன் இரவெல்லாம் கொட்டக்கொட்ட விழித்துக்கொண்டிருந்தாள் சுமதி. அலப்பறை இல்லாமல் ஆபரேசன் சீராக நடக்குமா என்ற சந்தேகமும் கவலையும் இருவருக்கும் சமஅளவில் இருந்தன. நேற்று காலையிலே மருத்துவமனைக்குள் குடி புகுந்தாயிற்று அவர்கள். சுமதிக்கு இரத்தப் பரிசோதனைகள் எல்லாம் நேற்று தொடுபிடி யாகப் பார்த்து முடித் தப்பின் மறுநாள் காலையில் கட்டாயம் ஆபரேசன் பண்ணியாக வேண்டும் என்று மருத்துவர் தீர்மானமாகச் சொல்லியிருந்தார்... கர்ப்பப் பையை அகற்றிவிடும் ஆபரேசன். வீட்டிலிருந்த போது ஒருவாரமாக வலி தாளாமல் அந்தரகொந்தரவாக வந்திருந்தாள் சுமதி. ஒரே ரத்தப் போக்கும் இடுப்பு அரிப்புமாக உயிரை வாங்கியிருந்தது அவளை. உள்ளூர் மருத்துவமனையில் சேர்த்து சிகிச்சை எடுத்ததில் பணம்தான் தண்ணீராக இறைக்கப் பட்டது... வலிதீர்ந்திருக் கவில்லை. வேறு வழியில்லாமல் போகவே, மாச்சல் பார்க்காமல் அவளை இந்த மருத்துவமனைக்கு அழைத்துக் கொண்டு வரவேண்டியதாயிற்று, அவருக்கு.

இந்த மருத்துவமனை, அவர் பணி செய்திருந்த அலுவலகத்திற்கு உடைமையானது. பணி ஓய்வுபெற்ற எவருக்கும் அவரின் மனைவிக் கும் இலவசமாகச் சிகிச்சை எடுத்துக்கொள்ளும் உரிமையைக் கொடுத் திருந்தது. மருத்துவர்களும் கருவிகளுமாய் நிரம்பிக்கிடந்த மருத்துவ மனையில் சிகிச்சையும் சிறப்பாகவே இருந்தது. என்ன, நூற்றிருபது கிலோமீட்டருக்கு அப்பாலிருந்த தன் ஊரிலிருந்து இங்கே பயணப்பட்டு வரவேண்டியதிருக்கிறதே என்பதை நினைத்துதான் அவருக்குத் தயக் கமாக இருந்தது. தூரத்தைப் பார்த்தால் நோய் தீராது என்ற முடிவில் தன் மனைவியையும், அவளுக்கு ஒத்தாசைக்கு தன் சகோதரியையும் அழைத்துக்கொண்டு பயணப்பட்டு வந்திருந்தார்.

சுமதிக்கு வெளிரத்தம் தேவைப்படும் என்று நேற்று இரவுவரை ஒன்றும் தெரிவித்திருக்கவில்லை மருத்துவர். அவள் பருமனாக இருந்த தால் வெளிரத்தம் தேவையில்லை என்று மேம்போக்காக நினைத் திருந்தாரோ என்னவோ. இன்று காலையில்தான் ரத்தம் தேவைப்படும் என்று தடாலடியாகச் சொல்லியிருந்தார். ‘ஓ பாசிட்டிவ்’ ரத்தம் சுளு

வாகக் கிடைத்துவிடாது என்பதும் டாக்டரின் கவலையாக இருந்தது. ஒருமுறை மருத்துவமனைக்கு வந்து தன் சகாவுக்காக 'ஓ பாசிட்டிவ்' ரத்தம் கொடுத்திருந்த கணேசனைப் பற்றி நர்சுதான் செல்வேந்திரனிடம் சுட்டிக் காட்டியிருந்தாள். செல்வேந்திரன் தயக்கத்துடன் கணேசனுக்குப் போன் பண்ணியிருந்தாலும் கணேசன் சற்றும் தயங்காமல் உடனே வருகிறேன் என்று ஒப்புதல் அளித்திருந்ததில் உச்சிக் குளிர்ந்துபோனார் செல்வேந்திரன்.

''இவரு உங்களுக்குத் தெரிஞ்சவராண்ணே?''

''ஆமாம்மா. எங்க டிபார்ட்மெண்டுலதான் வேலப் பாக்கறாரு... எனக்குத் தெரிஞ்சவர்தான்''

''நல்ல மனுசன். இல்லையாண்ணே? சொன்னவொடன ஓடி வந்திட்டாரு...அவரோடக் குடும்பம் புள்ளக்குட்டிய நல்லா இருக்கணும்.''

'அவரு வேறயாரும் இல்லம்மா...நம்ம ஆளுதான்' நெகிழ்ச்சியுடன் சொல்வதற்குத் தொண்டைவரைக்கும் வார்த்தைகள் வந்தன செல்வேந் திரனுக்கு. கரையைத் தொட்டுவிட்டு மீண்டும் கடலுக்குள் சென்று விடும் அலையைப்போல வார்த்தைகள் மீண்டும் தொண்டைக்குள்ளே இறங்கிக்கொண்டன. அப்படி சொல்வதைக் கணேசனே விரும் பாதபோது நாம் ஏன் சொல்லி அவருக்கு விரோதமாக நடந்து கொள்வா னேன் என்று எண்ணிப் பார்த்தார் செல்வேந்திரன்.

கணேசன் தன் சாதி அடையாளத்தை வெளிக்காட்ட விரும்பாதவர். ''என்னய்யா சாதியும் மயிரும்? என் யூனியன்ல யாரும் என்கிட்ட அப்படி வித்தியாசம் பாத்து பழகறது இல்லையேய்யா....''. அலட்சியமாகப் பதில் சொல்லிவிட்டு எதிராளியைச் சுளுவாக நிராகரிப்பார். அதனால் தான் எல்லா சாதிகளைச் சேர்ந்த தொழிலாளர்களும், ஊழியர்களுமாய் கலந்து நிரந்துகிடந்த தொழிலாளர் சங்கத்தில் தான் துணைத் தலைவர் பொறுப்பில் இருந்துகொண்டிருப்பதாக நினைத்துப் பெருமைப் பட்டார். அவரைப் போலவே ஒருசில தாழ்த்தப்பட்ட, பழங்குடியின ஊழியர்களும் அந்த சங்கத்தில் துணிப்பாய் தலைகாட்டிக்கொண்டிருந் தனர் என்பதும் உண்மையே.

செல்வேந்திரன் தாழ்த்தப்பட்ட, பழங்குடியினர் நலச் சங்கத்தில் செயலாளராக இருந்தார். அது வேறு சங்கம். ஒதுக்கீட்டின்படி பணி நியமனங்களையும் பதவி உயர்வுகளையும் பெற்றுத்தரப் போராடும் சங்கம். மொத்தம் நானூற்று இருபது தாழ்த்தப்பட்ட, பழங்குடியின ஊழியர்கள் மற்றும் தொழிலாளர்களால் கட்டமைக்கப்பட்டிருந்தது அது. அது நடந்தது ஆறு வருடங்களுக்கு முன்னால்...

'எஸ்சி எஸ்டி ப்ரோச்சர்' வழிகாட்டுதலின்படி ஒரு தாழ்த்தப்பட்ட ஊழியர் இளநிலை எழுத்தர் பதவியிலிருந்து உயர்நிலை எழுத்தர் பதவிக்கு

உயர்வு பெற்றுச் செல்லவேண்டும். கணேசன் சார்ந்திருந்த தொழிற் சங்கம் முட்டுக்கட்டைப் போட்டது. அதிகப் பணிக்காலம் முடித்திருந்த ஓர் உயர்சாதி ஊழியருக்குத்தான் அந்தப் பதவி சென்றாகவேண்டும் என்று நிர்வாகத்திற்கு எதிராக மூர்க்கமாகக் கொடிப் பிடித்துக்கொண்டு நின்றது. தலையைப் பிய்த்துக்கொண்டிருந்த நிர்வாகத்துக்கு நிம்மதியை தருவதற்கு ஏதுவாய் அங்கே அப்போது அகஸ்மாத்தாய் வருகைத் தந்திருந்த மத்திய மந்திரியால்தான் பிரச்சினை தீர்வுக்கு வந்தது. ப்ரோச் சரின்படி தாழ்த்தப்பட்ட ஊழியருக்கே பதவி உயர்வுக் கிடைத் ததில் முகம் தொங்கிப்போனது கணேசனின் தொழிற்சங்கத்துக்கு; கணேசனுக்கும் தான். நிர்வாகத்திற்கு எதிரான 'ஒழிக...'க் கோசத்துடன் தன் வாலைச் சுருட்டிக்கொண்டது அது; கணேசனும்தான்.

போராட்டத்தில் தோற்றுப்போன விரக்தியில் முடங்கியிருந்த கணேசன் இரண்டு நாட்கள் கழித்து இறுகிய முகத்தோடு அலுவலகத் துக்கு வந்திருந்தார். அவர் பணிசெய்யும் தீயணைப்பு நிலையம் அலுவலகத் திலிருந்து ஒருகிலோ மீட்டர் தூரத்தில் நின்றிருந்தது. பணி சம்பந்தமான அல்லது பண சம்பந்தமான விவகாரங்களை நிவர்த்திசெய்துகொள்வதற்கு அலுவலகத்திற்குத்தான் வந்தாக வேண்டும். நேற்று சம்பளப் பட்டுவாடா வில் கணேசனுக்கு ஆயிரம்ரூபாய் துண்டு விழுந்திருந்தது. எதனால் அந்தத் துண்டு என்பதைத் தெரிந்துகொள்ளவே அவர் அவசரமாய் காலையிலே அலுவலகத்திற்கு வந்திருந்தார். அலுவலகக் கண்காணிப்பாளராக செல் வேந்திரன் இருந்தார். அவரிடம்தான் கணேசன் விளக்கம் கேட்க வேண்டியதிருந்தது. பரபரப்பாக இயங்கிக்கொண்டிருந்த அலுவலக அறையின் துவக்கத்தில் செல்வேந்திரன் இருக்கைப்போட்டு கணினிக்கு முன் உட்கார்ந்து கவனமாக வேலைசெய்துகொண்டிருந்தார்.

''வணக்கம் சார்...'' மரியாதை நிமித்தம் வணக்கம்போட்டுவிட்டு எதிரில் நின்றார் கணேசன். காக்கி உடுப்பு... கறுப்புத் தேகம்... கம்பீரமானத் தோற்றம்.

சட்டென்று முகம் நிமிர்ந்தார் செல்வேந்திரன். ''வணக்கம் வணக்கம்... வாங்க. என்ன காலையிலே வந்தமாதிரி இருக்கு?'' விகற்பமின்றி மலர்ச்சியாகச் சிரித்துக்கொண்டு கேட்டார். போராட்டக் காலத்தோடு அவர்களின் புகைச்சல் முடிந்துபோயிற்று. இது அலுவலகம். எல்லோரும் சமமானவர்கள். ஆமாம், எல்லோரும் ஒரே மாதிரி அடிமை கள் - அரசாங் கத்துக்கு.

கணேசனும் விகற்பமில்லாமல் சிரித்துக்கொண்டார். ''சாமி இருக்கற இடத்துக்குத்தான சார் பக்தர்கள் வரவேண்டியதிருக்கு... அதான் உங் களைத் தேடி நா வந்திருக்கேன்''. எப்போதும்போல இயல்பானப் பேச்சு. எகத்தாளமானச் சிரிப்பு.

''அய்யய்யோ...என்னைய சாமி ஆக்கிராதிங்க. நா கடவுளை நம்பாத வன். என்னை மனுசனா நெனச்சாப் போதும். சொல்லுங்க, என்ன விசியமா வந்திருக்கிங்க?''

வந்த காரணத்தை விலாவரியாகச் சொன்னார் கணேசன்.

போனமாதம் ஊழியரின் தவறானக் கணக்கிடுதலில் அதிகமாக வழங்கப்பட்ட அவரின் சம்பளத் தொகையிலிருந்து இந்த மாதம் பிடித்தம் செய்திருப்பதாகக் கணினியில் பார்த்துச் சொன்னார் செல் வேந்திரன்.

திருப்தி அடைந்துகொண்ட கணேசனின் மனச்சிறைக்குள் ஆதங்கம் ஒன்று பருவட்டாய் அடைபட்டுக்கிடப்பதாக உறுத்தியது. அதைப் பட்டவர்த்தனமாய் வெளிக்காட்டிக்கொள்ளாமல் மனசுக்குள் பதுக்கி வைத்துக்கொண்டே செல்வேந்திரனிடம் பொய்முகம் காட்டிச் சிரித்துப் பேசினார்.

''மன்னிக்கணும்... மொதல்ல உங்களுக்கு வாழ்த்துக்கள் சொல்ல மறந்திட்டேன் பாத்திங்களா?... உங்கப் போராட்டம் வெற்றிப் பெற்ற தற்கு என் வாழ்த்துக்கள்''. மனச்சிறைக்குள் அடைபட்டுக் கிடந்ததை பாதுகாக்க முடியாமல் படக்கென்று திறந்து வெளிவிட்டுக் கொண்டார்.

வினயத்துடன் சிரித்துக்கொண்டார் செல்வேந்திரன். கணேசன் வஞ்சப் புகழ்ச்சியில் வாழ்த்துச் சொல்கிறார் என்று தோன்றியது. ''நன்றி நன்றி''. பதிலுக்கு இவரும் வார்த்தைகளைப் பரிமாறிக்கொண்டு புன்னகைத்தார். யோசித்துப் பார்க்க சிறிதுநேரம் அவகாசம் எடுத்துக் கொண்டார்.

''அப்புறம் என்ன...ஜெயிக்கிற யூனியனுக்கு வந்திர வேண்டியத்தான? நாம எல்லாரும் ஒண்ணா இருந்து செயல்படுவோம். நம்ம ஒதுக்கீட்ட நாமத்தானப் போராடிப் பெறவேண்டியதிருக்கு. வேற எந்தத் தொழிற் சங்கமும் நமக்காகக் குரல் கொடுக்கறதில்லையே. வாங்க...நம்ம யூனியனுக்கு.''

வழக்கமாக கணேசனிடம் செல்வேந்திரன் வைக்கும் கோரிக் கைதான். போராட்டக் காலங்களைத் தவிர்த்த மற்ற காலங்களில் அவர் களுக்கிடையேதொழிற்சங்கம்குறித்தப்பேச்சுஎழும்போதுகணேசனிடம் நாசூக்காக இந்த தூண்டிலைத் தூக்கிப்போடுவார் செல்வேந்திரன்... கணேசனைத் தன் சங்கத்துக்கு இழுக்கும் தூண்டிலை! கணேசன் ஒரு தாழ்த்தப்பட்டவர் என்பதை அந்தத் தொழில் நிறுவனத்தில் எல்லோ ரையும்போல செல்வேந்திரனும் தெரிந்திருந்தது ஆச்சரியமானதல்ல. கணினியைத் தட்டினால் ஊழியர் மற்றும் தொழிலாளர்களின் பூர்விக வரலாறு பளிச்சென்று தெரிந்துவிடப்போகிறது.

''சாதி என்கிற குறுகியக் கண்ணோட்டத்தில தொழிலாளிகளப் பாக்கறீங்க...நா அப்படிப் பாக்கல. என் தொழிற்சங்கத்துல எல்லா உறுப் பினர்களையும் சாதி வித்தியாசம் பாக்காத நபர்களாகத்தான் பாக்கறேன்.''

''சரி அப்படியே பாருங்க. ஆனா ரிசர்வேசன்படி நமக்குச் சரியாப் போஸ்டிங்க்ஸ் போடவும், ப்ரமோசன் கொடுக்கவும் நாம மட்டும்தானக் கேக்கறோம். வேற எந்த யூனியனும் – ஏன் நீங்க இருக்கிற யூனியன் கூட – கேக்கறதில்லையே...எதிராத்தான நிக்கறீங்க? அப்போ, அவுங்க

சாதிப் பாக்கறாங்களா, நாங்க சாதிப் பாக்கறோமா? சொல்லுங்க. ஒதுக்கீடு மட்டும் நமக்கு இல்லன்னா, நா இப்படி ஆபீஸ் சூப்பிரண்டன்டண்ட் ஆகியிருக்கமுடியுமா? நீங்க லீடிங்க் ஃபயர்மேன் ஆகியிருக்க முடியுமா? அரசியல் நிர்ணயச் சட்டம் வழிகாட்டியிருக்கிற நம்ம உரிமைகள எல்லா சங்கங்களும்தான நிறைவேற்றச் சொல்லிக் கேக்கணும்? அத ஏன் மற்ற சங்கங்கள் கேக்கறதில்ல? நீங்களும் உங்க யூனியன்கிட்டக் கேக்கறதில்ல. கேட்டா, மற்ற சாதி உறுப்பினர்கள் உங்க சங்கத்தைவிட்டு விலகிப் போயிருவாங்க என்கிற பயம். ம்...?''

''அப்படி இல்ல சார். மொத்தத் தொழிலாளர்களின் பிரச்சினை களைத் தொழிற்சங்கம் கேக்குது. அதுல சாதிப் பாத்துத் தனியா யாருக்கும் கேக்க முடியாது. இன்னமும் நாம சாதிப் பிரிவினையப் பேசினா எப்போ நாம எல்லாரையும்போல சமமா வாழுறது?''

''சாதி இருக்கறவரைக்கும் அதப் பத்தித்தானப் பேச வேண்டியதிருக்கு. சாதிப் பிரிவினைய வச்சிக்கிட்டு எப்படி எல்லாரும் சமமா வாழுறது? நீங்க சொல்றது கூழுக்கும் ஆச, மீசைக்கும் ஆச என்கிற கதையால்லா இருக்கு''

''டைம் ஆகுது சார். ஒங்கக்கிட்டப் பேசினா நேரம் போறதே தெரியறதில்ல''

''நாம என்ன, காதல் கதையாப் பேசிக்கிட்டிருக்கோம். சமூகத்தைப் பத்திதானப் பேசிக்கிட்டிருக்கோம்.''

''அதான் சொன்னேன்... நேரம்போனதே தெரியலைன்னு. சரி வாரன் சார்''

''நல்லது.''

அதற்குப் பிறகான நாட்களில் சங்கங்களின் சார்பாக வழமை போலப் போராடுவதும், இருவரும் சந்தித்துக்கொண்டால் விவாதித்துக் கொள்வதுமாய் இருவரின் நாட்களும் இயல்பாய் நகர்ந்துகொண்டிருந் தன. செல்வேந்திரன் பணியிலிருந்து ஓய்வு பெறும்வரை அவரின் சங்கத்தில் அவர் செயலாளராகவே இருந்தார். ஓய்வுப்பெற்று இரண்டு வருடங்கள் அவசரமாய் ஓடிவிட்டிருந்தன. சங்கம், போராட்டம், பேச்சு வார்த்தை... கழற்றிப்போட்டச் சட்டைகளாக அவரின் நினைவுச் சுவரில் தொங்கிக்கொண்டிருக்கின்றன... அவ்வளவுதான். சட்டைகளை மீண்டும் எடுத்து அணிந்துகொள்ளும் தகுதியும் இல்லை, தேவையும் இல்லை அவருக்கு. அவரின் பழைய சங்கத்தில் இப்போது யார் தலைவ ரோ, யார் செயலாளரோ... அவற்றைத் தெரிந்துவைத்துக் கொள்ளும் அக்கறையும்கூட இல்லாமல் போயிருந்தது அவருக்கு. ஓய்வு பெற்றுதன் சொந்தக் கிராமத்திற்குக் குடிப்பெயர்ந்து வந்திருந்ததே காரணம்.

எத்தனை நாட்களாகியிருந்தன, கணேசனை நேரில் பார்த்து... அவரிடம் சங்கங்கள் சார்பாக விவாதம்பண்ணி! அவர் பெயரை நர்ஸ்

சிபாரிசுப்பண்ணிச் சொல்லியதுமே புத்துணர்ச்சிக்கொண்டதுபோல ஆயிற்று செல்வேந்திரனுக்கு. அவர் கேட்டுக்கொண்டதும் கணேசன் ஒத்துக்கொண்டது... இரட்டிப்பு மகிழ்ச்சியைத் தந்தது. ஒருமணி நேரம் கடந்திருந்த அவகாசத்தில் கணேசன் சடக்கென்று தள்ளுக் கதவை இழுத்துக்கொண்டு வெளியே வந்தார். அவரைப் பார்த்தப் பிறகுதான் செல்வேந்திரனின் முகத்தில் தெளிவு பிறந்தது. கணேசனின் இடதுகை மணிக்கட்டுக்குமேல் வெள்ளைத் துணியால் ஒட்டுப்போடப் பட்டிருந்தது தெரிந்தது. அதன் வழியாகத்தான் கணேசன் இரத்தம் கொடுத்திருக்க வேண்டும் என்று அனுமானமாய் தீர்மானித்துக் கொண்டார் செல்வேந்திரன். கணேசனின் முகம் சற்று களைப்படைந்து போயிருந்தது. கண்களில் சன்னமாய் சவக்களைத் தோன்றி தேமலாய் கலங்கியிருந்தது. புன்முறுவல் பூத்துக்கொண்டே வெளியே வந்து நின்ற வரை செல்வேந்திரன் ஆர்வமாக எழுந்து நின்று வரவேற்றார்.

''வாங்க. இவ்வளவு நேரம் ஆயிற்றா கணேசன்? ரொம்பத் தேங்க்ஸ்...பெரிய உதவி செஞ்சிருக்கீங்க...என் வாழ்நாள்ல உங்கள மறக்கவேமுடியாது. மொதல்ல, இந்தச் சேர்ல உக்காருங்க''

சற்றுமுன் தான் அமர்ந்திருந்த இருக்கையைக் கணேசனுக்குக் காட்டி விட்டு பக்கத்தில் பதற்றத்துடன் எழுந்து நின்றார் செல்வேந்திரன். கணே சனைக் கண்டதும் ஏற்கெனவே எழுந்து நின்றுகொண்டிருந்த சித்ரா, ''நீ இதுல ஒக்காருண்ணே...'' என்று தான் காலியாக்கிவிட்டிருந்த நாற்காலியைக் காட்டினாள்.

நிதானமாய் நகர்ந்துவந்து நாற்காலியில் தன் உடலை அமிழ்த்திக் கொண்டார் கணேசன். பக்கத்து இருக்கையில் செல்வேந்திரன்.

''மனுசருக்கு மனுசர் இதெல்லாம் செய்யாட்டி வாழ்க்கையில வேற எதப் பெரிசா சாதிச்சிரப்போறோம் சார்? நீங்கதான் இதப் பெரிசா நெனைக்கறீங்க. இது ஒண்ணும் பெரியக் காரியமில்ல. என்கிட்ட அந்தக் குரூப் இருக்கு... நா குடுக்கறேன்...தட்ஸ் ஆல்''

செல்வேந்திரன் நிதானமாய் தன் சட்டைப் பைக்குள் விரல்களை நுழைத்து இரண்டு ஐநூறு ரூபாய் தாள்களை வெளியே எடுத்துத் தயக்கத் துடன் கணேசனிடம் நீட்டினார். ''ப்ளீஸ்...இத நீங்க வாங்கிக்கிடணும்... மறுக்கக்கூடாது. நல்ல சத்துள்ள ஆகாரமாய் வாங்கிச் சாப்புடுங்க... ரத்தம் குடுத்த உடம்ப சும்மா வச்சிருக்கக் கூடாது''

கணேசனுக்கு முகம் சுண்டியது. தன் புறங்கையால் செல்வேந்திரனின் கையைத் தடுத்து நிறுத்திக்கொண்டிருந்தார். ''நோ நோ...இது என்னப் பழக்கம்...கெட்டப் பழக்கம். பணமெல்லாம் எனக்குத் தராதிங்க. நா ரத்தம் குடுத்ததக் கேவலப்படுத்துற மாதிரி இருக்கு. நாப் பணத்துக் காக ரத்தம் குடுக்கல சார். எப்பமாவது ரத்தம் குடுக்கறதுனால மனுச உடம்பும் பலவீனமாயிராது...சுத்தமாத்தான் ஆகும். மொதல்ல, பணத்த உங்க சட்டப் பைக்குள்ள வையிங்க...ப்ளீஸ்''

கணேசனின் தொடர்ச்சியான மறுப்புக்குப் பிறகு செல்வேந்திரன் தயக்கத்துடன்பணத்தைத்தன்சட்டைப்பைக்குள்வைத்துக்கொண்டார்.

இப்போது ஓர் அமைதியானச் சூழலுக்கு வந்திருந்தார்கள். சுமதிக்கு இனிதான் ஆபரேசன் நடைபெறும் என்பதை எல்லோரும் அறிந்திருந் தார்கள். எப்படியாவது இன்னும் ஒருமணி நேரம் ஆகிவிடலாம்.

‘‘சரி நாப் பொறப்படுறேன் சார்...ஃபையர் ஆஃபிசர்கிட்டப் பெர்மிசன் சொல்லிட்டு வந்தேன். ரொம்ப லேட் ஆயிருச்சின்னா மேலும்கீழும் முறைச்சிப் பாப்பாரு’’. நிதானமாய் இருக்கையைவிட்டு எழுந்து நின்றார் கணேசன், புறப்படுவதற்குத் தயாராய்.

செல்வேந்திரனும் மரியாதை நிமித்தம் எழுந்து நின்றுகொண்டார். ‘‘இருக்கறதுலே உங்க யூனியன்தான் பெரிய யூனியன்...நீங்க அதுல பெரியப் போஸ்ட்ல வேற இருக்கீங்க... உங்களையுமா அதிகாரி மொறச்சிப் பாப்பாருங்கறீங்க? உங்க யூனியன் பெயரைக் கேட்டாலே நிர்வாகம் நடுங்குமே’’. கடந்தகால யதார்த்த நிலைமையைச் சொல்லி கணேசனை சாந்தப்படுத்த முயற்சித்தார் செல்வேந்திரன்.

கணேசனின் வாயிலிருந்து அப்படியொரு வார்த்தை வருமென்று செல்வேந்திரன் கிஞ்சித்தும் நினைத்திருக்கவில்லை. ‘‘நா இப்போ அந்த யூனியன்ல இல்ல சார். நம்ம ‘தாழ்த்தப்பட்ட, பழங்குடி இன ஊழியர்கள் நலச் சங்கத்‘துல பொருளாளரா இருக்கேன். பழைய யூனியனிலிருந்து வெளியேறி ஒருவருசமாச்சி’’

‘‘ஆச்சரியமா இருக்கு. நா கூப்பிடும்போதெல்லாம் வரவே மாட்டன் னிட்டீங்க. இப்பவாவது பாதைத் தெரிஞ்சிதே உங்களுக்கு’’

‘‘ஆமா சார். ரோஸ்டர்படி எனக்குக் கெடைக்கவேண்டிய சப் ஆபிசர் புரமோஷனை யூனியன்காரங்க நிர்வாகத்துக்கிட்ட சண்டப் போட்டு எங்க யூனியன்ல மெம்பராயிருந்த உயர்சாதிக்காரருக்கு வாங்கிக் குடுத் துட்டாங்க. என் அடிவயித்துலையே கை வச்சப்பிறகு நா எதுக்கு அந்த யூனியன்ல இருக்கணும்? நம்ம யூனியனுக்கு வந்திட்டேன். இந்த அறிவு, என்னைய நீங்க ‘நம்ம சங்கத்துக்கு வா’னுக் கூப்பிட்டப்பமே எனக்கு வந்திருக்கணும். இல்லையா சார்?’’

விசுவாசம்

அப்பாவின் மரணம் சரவணனை நிலைகுலைய வைத்திருந்தது. அவரின் மரணத்திற்குத் தான்தான் காரணம் என்பதை நினைத்தபோது அவனால் தன்னக்கட்டி உட்கார முடியவில்லை. இடுப்பு வலி கண்ட நிறைமாதக் கர்ப்பிணியைக் கெணக்கா உட்கார்ந்தமேனிக்கே அங்கும் இங்கும் வேசடையுடன் நெளிந்துகொடுத்தான். தான் அப்படி அவரிடம் நடந்திருக்கக்கூடாது என்று இப்போது கரிசனத்துடன் நினைத்துப் பார்த்தான். எல்லாம் ஒரே நாளில் நடந்து முடிந்துவிட்டிருந்தது. காலையில் அப்பாவை அவன் யோசிக்காமல் அடித்துத் தள்ளியது... சாயந்தரத்தில் அவர் தடபுடலென்று விசத்தைக் குடித்துவிட்டு இறந்தது... எல்லாமே. ச்சே, மரணத்தின் விளைச்சல் எவ்வளவு வெர்சலாக அறுவடையாகிறது!.

“பயலப் பாருங்க பயல. பெத்த அப்பனுக்கே எமனாவிப்போனப் பயல...த்தூ” எல்லோரும் அவனை நேரடியாகவும் சூசகமாகவும் கரித்துக் கொட்டத் துவங்கியிருந்தனர். தீராத அவச்சொல்லை சிரமப்பட்டுச் சுமக்கவேண்டியதாயிற்று அவனுக்கு... ‘பெத்த அப்பனுக்கே எமனாவிப் போய்விட்டான்’ என்கிற அவச்சொல்லை. இடுகாடுவரைக்கும் அவனை ஆவியாய் துரத்திக்கொண்டு வந்திருந்த அந்த அவச்சொல், அவன் வீட்டிற்கு வந்த பிறபாடும் நிழலாய் தொடர்ந்துவந்து நிர் மூலப்படுத்திக்கொண்டிருக்கிறது. வேண்டுமென்றோ அல்லது எதேச் சையாகவோ அவனை இப்போது நடுவீட்டு மூலையில் தனியாக விட்டுவிட்டு எல்லோரும் முன்னறையில்போய் உட்கார்ந்து உருக் கமாக அழுதுகொண்டிருந்தனர். இழவு வீட்டின் துக்கம் வடிந்திராதத் தேக்கத்தை அவ்வப்போது பெருங்குரலெடுத்து வீறிடும் அவர்களின் அழுகை ஒலிகளே உடைத்துப் பெருக்கெடுத்து ஓடவைத்துக்கொண்டிருப் பதுபோலத் தோன்றியது.

“யாரும் கண்டதும் கடியதும் சொன்னாங்கன்னு மனசப்போட்டுக் கொழப்பிக்காத. நரம்பு இல்லாத நாக்கு... எப்பிடியும் வளைஞ்சிக் கொழஞ்சிப் பேசும்”.

உள்ளறைக்குள் வந்த ராஜன் சித்தப்பா சரவணனைப் பார்த்து அனுச ரணையாகச் சொல்லிவிட்டு, நிலைப்பலகையின் மேல்தட்டில் அப்பா

குடித்துவிட்டு மிச்சம் வைத்திருந்த பீடிக்கட்டை நியாபகமாய் தேடிப் பார்த்து எடுத்துக்கொண்டு போனார். சோற்றுக்கு அடுத்தப்படியாக அப்பா அதிகமாக உட்கொள்வது பீடிப் புகையைத்தான் என்பதை சரவணன் அறிந்திருந்தான். ராஜன் சித்தப்பா இப்போது அவனிடம் ஒரு பேச்சுக்கு ஆறுதலாகச் சொல்லிவிட்டுப் போயிருந்தாலும், அவர் மனசிலும் அவன்மேல் அழுத்தமாய் கோபம் இருந்ததை அவன் உணராமல் இல்லை. அப்பா விஷம் குடித்து இறந்துவிட்டார் என்பதைக் கேள்விப்பட்டு அதறப்பதற ஓடிவந்த சித்தப்பா, அவனைப் பார்த்து முறைத்துக்கொண்டு கோபத்துடன் வார்த்தைகளை விட்டது இப்போது அகஸ்மாத்தாய் அவனின் நியாபகத்துக்கு வந்தது. ‘எங்க அண்ணனக் கொன்னுப்புட்டியா பாவி?’ என்பதே அவரின் அப்போதைய விசனமாக இருந்தது. அண்ணனின் சாவு தம்பிக்குள் பெரிய இடியை இறக்கி யிருக்கலாம். இப்போது எப்படியோ மனம் மாறியிருக்கிறார் சித்தப்பா. அப்பாவின் மரணத்தை நினைத்து நினைத்து சரவணன் மாய்ந்து மறுகியதைக் கண்டதால் அவருக்கு அவன்மேல் இரக்கம் சுரந்திருக்கலாம். அவரும் மனிதர்தானே.

ரோசனையுடன் தலைதூக்கிப் பார்த்தான் சரவணன். சுவரில் மாட்டப்பட்டிருந்த போட்டோவில் கண்ணாடித் திரைக்குள்ளிருந்து அப்பா அவனை முறைத்துப் பார்த்துக்கொண்டிருந்ததுபோலத் தோன்றி யது. சிங்கம் கெணக்கா எப்படி மிடுக்காக அலைந்த மனுஷன்! அப்பாவுக் குத் தெருவில் மரியாதை இருந்ததை அவன் அறியாமலில்லை. மரியாதை என்பதைவிட பயம் என்றுகூடச் சொல்லலாம். எதையும் ‘கட் அண்ட் ரைட்டாக’க் கறாரப் பேசக்கூடியவர் என்பதால்தான் அந்தப் பயம். அதனால்தான் அவனால் தாக்கப்பட்ட அவர் அவமானம் தாங்காமல் திடுதிப்பென்று தன் ஆயுளை முடித்துக்கொண்டார் என்று தோன்றியது அவனுக்கு. தெருவில் மரியாதையும், வீட்டில் அவமரியாதையும் என்றால் யாரால்தான் தாங்கிக்கொள்ள முடியும்? மானஸ்தர் அப்பா.

வயது கடந்திருந்தாலும் உடல் சோராமல் நல்ல கதியாக இருந்தார். வைரம் பாய்ந்த தேகம் அவருக்கு. காய்ந்து காய்ப்பேறியக் கைகளும், கால்களும். அவர் வாழ்ந்து முடிந்த அனுபவத்தின் சாரம். அப்படி நினைத் தாவது சரவணன் சகித்துக்கொண்டு போயிருக்கலாம்... திடுதிப்பென்று புலிபோலப் பாய்ந்துசென்று அவரை அடித்துத் தள்ளியிருக்க வேண்டாம். அவர் கையே அவரின் கண்களைக் குத்தியது கெணக்கா... வளர்த்தக் கிடா மார்பில் பாய்ந்தது கெணக்கா... கொலைப் பாதகமானச் செயல்!

‘‘சரவணனுக்குக் கொண்டுபோய் குடுங்க...அவன்தான் நேத்து ராத்திரி யிலருந்து கொலப்பட்டினியாக் கெடக்கான்’’

முன்னறையில் அழுதுகொண்டிருந்த அம்மாவிடமிருந்து கரிச னமானக் குரல் கேட்டதில் சற்று ஆறுதலை உணர்ந்தான் அவன். தற்காலிக மாய் அழுகையை நிப்பாட்டியிருந்தாள் அம்மா. வறண்ட தொண்டையில் எவ்வளவு நேரத்துக்குத்தான் கண்ணீரால் நீர்ப் பாய்ச்சிக்கொண்டிருக்க

முடியும்? அப்பாவின் இழப்பு அவளுக்குக் கால் ஒடிந்த ஊனம்தான். இரவில் பண்ணையார் தோட்டத்துக் காவலுக்குத் தனிமரமாகச் சென்றுகொண்டிருந்த அப்பாவுக்கு நிழலாக அம்மாதான் சென்றுகொண்டிருப்பாள். அப்பா அருகில் இருக்கும்போது இரவு என்பதெல்லாம் பகல்தான் அவளுக்கு. பேய்கள், பாம்புகள், திருடர்கள்... எல்லோரும் அசரீரியாய் மிரட்டிக்கொண்டிருந்த ஓடை வழிகளில் ஒற்றை மனிதனாய் சென்றுகொண்டிருக்கும் அப்பாவுக்கு நிழல் மரமாய் அவளின் அனுசரணை இருந்தது. பெண் என்கிற எல்லையைத் தாண்டி அப்பாவுக்கு ஆள்தோதுக்கு என்பதே அப்போது அம்மாவின் பிரதானப் பாத்திரமாய் இருந்தது. அப்பாவும் அவளின் வருகையை மானசீகமாக ஏற்றுக்கொண்டார். மறுநாள் காலைக் கங்குல்முங்கலிலே எழுந்து வீட்டுக்கு வந்துவிடுவார்கள் இருவரும். வந்து, பல்லைக் கில்லை விலக்கிவிட்டு, வீட்டுச் சோலிகளையும் அரக்கப்பரக்கப் பார்த்துவிட்டு, வயிற்றுக்கும் சிறிது கொட்டிவிட்டு, மீண்டும் பண்ணையாரின் வயக்காட்டைப் பார்த்து பொறி பறக்க ஓடுவதுதான் அவர்களின் நித்தியப் பிழைப்பாக இருந்தது. இன்று காலையில் இருவரும் தோட்டத்துக் காவலை முடித்துவிட்டு வீட்டுக்கு வந்தப் பிற்பாடுதான் அந்தக் கூத்து நடந்திருந்தது. அவள் அபயாஸ்தமாய் ஓடிவந்து சரவணனைத் தடுத்துப் பிடித்துக்கொண்டாள். இல்லை என்றால் அவன் அவரை இன்னும் விளம் தீர அடித்துக் கிடத்திருப்பான்... நீசப் பாவி.

‘‘செத்தம் காப்பிக் குடி மக்கா’’. கறைப்படிந்த எவர்சில்வர் தம்ளரில் ஆவிப்பறந்த காப்பியை நீட்டிக்கொண்டு அவனின் அருகில் வந்து நின்றாள், மரகதம் பாட்டி. அவள் முகத்திலும் அழியாத வடுக்களாக கண்ணீர்த் தடங்கள் அழுந்தப் பதிந்திருந்தது தெரிந்தது. அவளுக்கும் அவன்மீது இலைமறைக் காயாய் கோபம் இருக்கலாம்தான். என்ன செய்ய... வெளிப்படுத்தினால் காய் வெம்பிவிடலாம்...உறவுக்காய்.

‘‘வேண்டாம் பாட்டி...’’. அவள் நீட்டியக் கையை வெறுப்போடு விலக்கி விட்டான் அவன். ஏற்கெனவே வெந்துபோயிருந்தது அவன் இதயம். சூடானக் காப்பியை ஊற்றி மேலும் வேக வைப்பதில் விருப்பமில்லைபோல அவனுக்கு.

மேல்வீட்டுக்காரி அவள். அப்பாவின் சித்தப்பா பொஞ்சாதி. ‘பெரியப்பா வெசம் குடிச்சிட்டாருடோய்...’ என்று ராஜன் சித்தப்பாவின் மகன் சிந்தாமணிப் பயல் குலைப்பதற ஓடிவந்து சொன்னபோது மரகதம் பாட்டியின் வீட்டு வராந்தாவில்தான் சரவணன் தன் அம்மா அக்காவுடன் பாடுபேசிக்கொண்டு உட்கார்ந்திருந்தான். எல்லோருக்கும் கதி கலங்கிற்று. நாடி அறுந்துபோனது அவர்களுக்கு...உயிர்நாடி. ‘‘அடப்பாதரவே...குடிக் கெட்டிருச்சே...’’ அடித்துப் பிடித்துக்கொண்டு வீட்டுக்குள் ஓடினார்கள். மந்தகாசமான மாலைநேரத்தில் காற்று குளுமைக்குப் பதிலாக வெப்பத்தை வீசிக்கொண்டிருந்தது. செத்தம் மின்னாடிதான் பண்ணையார் தோட்டத்திலிருந்து வீட்டுக்கு வந்திருந்

தார் அப்பா. அப்பாவுக்கு மதியச் சாப்பாட்டை காலம்பறவே கொண்டு போய் கொடுத்துவிட்டு, மரகதம் பாட்டியின் தோட்டத்துக்குக் கூலி வேலைக்குப் போயிருந்தாள் அம்மா. பக்கத்துத் தோட்டங்கள். அம்மா விடமிருந்து அப்பா தூக்குப்போணியை அரைமனசோடுதான் வாங்கி யிருந்தாராம்...சற்றுமுன் அவனிடம் அம்மா வருத்தப்பட்டுச் சொல்லிக் கொண்டிருந்தாள். அப்போதுகூட அம்மா அவரிடம், 'நம்ம மொவந் தான? அறிவில்லாம நடந்துகிட்டான்...அத எல்லாம் மனசுல வச்சிக் கிராதிய...' என்று கெஞ்சலாகக் கேட்டிருந்தாள். அலுங்காமல் குலுங் காமல்தான் நின்றிருந்தாராம் அப்பா. ஒரு குறுக்கத்தில் வளர்ந்து நின்றிருந்த கத்திரிச் செடிகளுக்குப் பாட்டியோடு சேர்ந்து களை பறித்துவிட்டு மதியத்திலே கரையேறி வந்திருந்தாள் அம்மா.

நடுவீட்டில் விறைப்பாகக் கால்நீட்டிப் படுத்தமேனிக்கே கட்டை யாகக் கிடந்திருந்தார் அப்பா. இப்படி எல்லாம் சாவை எதிர் கொள்வதற்கு வைராக்கியம் வேண்டும்... வீம்புப் பிடித்த மனிதர். அவரின் கடைவாயிலிருந்து நுரைப்பூக்கள் சரமாய் வழிந்துகொண்டிருந்தது தெரிந்தது. அருகில் நெருங்கியதும் 'டிமிட்'டின் கார நெடி – கிருமிகள் தொற்றிக்கொள்ளாதிருக்கப் பயிர்களுக்கு அடிக்கப்படும் விஷமருந்து – குப்பென்று நாசிகளைத் தாக்கிற்று.

''ஐயோ... எஞ்சாமி...என்ன முடிவுப் பண்ணிட்டிய? எந்தலையில மண்ணள்ளிப் போட்டுட்டியளே...'' வங்கொலையாய் நெஞ்சில் அடித்துக்கொண்டே அப்பாவின் கால்மாட்டில் விழுந்து கதறினாள் அம்மா.

பதறிப்போன சரவணன் அப்பாவின் முதுகுக்கீழ் கைகொடுத்துத் தாங்கலாய் தூக்கித் தன் மடிமேல் சாய்த்துவைத்துக்கொண்டு கதறினான். ''ஐயோ அப்பா... அப்பா... ஏம்பா இப்பிடிப் பண்ணிட்டிய? சொன்னத செஞ்சிக் காட்டிட்டியளே அப்பா. நாந்தா ஒங்கக்கிட்ட மன்னிப்புக் கேட்டுட்டனே... என்னைய மன்னிக்க மனசு வரலியாப்பா? நா இனி யாரைப்பா அப்பானுக் கூப்புடுவேன்?''... வீடே அதிர்ந்து குலுங்குவது கெணக்கா அலறினான்.

ஒரே கூப்பாடு. சொந்தபந்தங்கள் எல்லாம் உறவைச் சொல்லி அழத் துவங்கியிருந்தன. 'என்னைய மோசம் பண்ணிட்டியளே 'மாமா'... 'அண்ணே'... 'மச்சான்'... 'சித்தப்பா'... 'பெரியப்பா...'

அப்பாவிடமிருந்து லேசாக முனகல் சத்தம் கேட்டதை மரகதம் பாட்டிதான் அகஸ்மாத்தாகக் கவனித்திருந்தாள்... சரமாய் வெடித்து விட்டாள். ''அய்யோ இன்னும் உசுர் கெடக்கு... எல்லாரும் அழாதிய... செத்தம் நிப்பாட்டுங்க.'' விரைசலாய் ஓடிப்போய் சொம்பை எடுத்து நீர் மொண்டு, அதற்குள் சோப்புத்துண்டை எடுத்துப்போட்டுக் கரைத்து கொண்டு ஓடிவந்தாள். நுரைப்பொங்கி வழிந்தது சொம்பு...சோப்பு நுரை. ''இதக் குடு மக்கா... வயித்துக்குள்ளக் கெடக்கதுவ எல்லாம் வாந்தி எடுத்து வெளிய வந்திரும்''

அவசரம் அவசரமாக சொம்பை வாங்கிய சரவணன் அப்பாவை நேராக நிமிர்த்தி வைத்துக்கொண்டு, சொம்பின் விளிம்பை உதட்டுக்கு மேல் அழுத்தி மெதுவாகக் கவிழ்த்தான். பாதி நுரைகள் கடைவாய் வழியே வெளியே சாடினாலும், மீதி நுரைகளாவது தவிர்க்கமுடியாமல் தொண்டைக்குள் சென்றிருக்கவேண்டும். விக்கல் எடுத்தது கெணக்கா 'குபுக்' என்று ஓங்கரித்தார் அப்பா. ஆனால் உள்ளிருந்து எதுவும் வெளியேறி வந்திருக்கவில்லை என்பது தெரிந்ததும் ஏமாற்றமானது அவர்களுக்கு. நனைந்தக் கோழியைக் கெணக்கா மீண்டும் தலையைச் சாய்த்துக்கொண்டார் அப்பா.

''ஏய்...என்ன செஞ்சிக்கிட்டிருக்கிய? ஒடனே நூத்தி எட்டு ஆம்புலன்சுக்குப் போன் பண்ணுங்க... ஆசுப்பத்திரிக்குக் கொண்டு போவம்... உசுருக் கெடக்கு... எங்கண்ணன் பொழச்சிக்கிடுவாரு''. தடபுடலாக உள்ளே வந்திருந்த ராஜன் சித்தப்பா தலைத்தெறிக்க சத்தம்போட்டார். எதிர்த்த வீடுதான் அவருக்கு. செத்தம் மின்னாடிதான் காட்டுக்கு வேலைக்குப் போய்விட்டு வந்திருக்கவேண்டும் அவரும். வேர்வையும் தூசிகளும் படர்ந்துகிடந்து கசகசத்திருந்த தேகம் அதை உறுதிப்படுத்திக்கொண்டிருந்தது.

சரவணன் தன் சட்டைப்பையில் வைத்திருந்த செல்போனை அவசரமாய் வெளியே எடுத்து நூத்தி எட்டுக்குத் தகவல் தெரிவித்தான். ''எங்கப்பாவுக்கு சீரியஸா இருக்கு... பாளையங்கோட்டை பெரியாஸ்பத்திரிக்குப் போவணும்''

''உசிரு இருக்கு''

''சின்னாஞ்சேரி..''

''ஆமாம்.''

''களக்காட்டுக்குக் கெழக்க.''

''சிங்கிக்கொளம் வழி''

''ஆமா''.

அச்சு எந்திரம்போல கடகடவென்று பேசினான்.

''என்ன சொல்லுதாவ?''. பக்கத்தில் நின்று அதறபதறக் கேட்டவர்களுக்கு, ''வாரன்னிருக்காவ'' என்று கண்ணீரில் தோய்ந்த ஒற்றை வார்த்தையை மட்டும் பரிமாறிக்கொண்டான். ஆம்புலன்ஸ் மெனக்கெட்டு திருநெல்வேலியிலிருந்து வரவேண்டும். எப்படியும் ஒருமணி நேரமாவது ஆகும் என்று அதன் தூரம் சொன்னது அவனிடம்.

மீண்டும் ராஜன் சித்தப்பா சரவணனைப் பார்த்து விளம் தாளாமல் சத்தம்போட்டார்: ''எங்க அண்ணனக் கொன்னுட்டியே பாவி... நீ நல்லா இருப்பியா?''.

சித்தப்பாவின் குற்றச்சாட்டுக்குப் பதில் சொல்ல முடியாமல் சரவணன் தவிதாயப்பட்டான். சுற்றியிருந்தவர்களுக்கும் அதுவே சரியான தாகவும் தோன்றியிருக்க வேண்டும். சரவணனின் அம்மா, அக்கா செல்லத்தாய்க்கும் கூட அந்த குற்றச்சாட்டை மறுத்துச் சொல்லும் தைரியம் இல்லை... மவுனம் சம்மதத்திற்கு அடையாளம்போல.

''ஒங்க அண்ணனுக்கு ஒன்னும் ஆவாதுப்பா. ஆம்புலன்சுக்குப் போன் பண்ணியிருக்குல்லா? ஆசுபத்திரிக்குக் கொண்டுபோய் பாத்தா சரியாயிரும்... அழாத...'' முக்கு வீட்டு கடக்கரையாண்டித் தாத்தா தளர்நடையில் வந்து நின்று சித்தப்பாவுக்குக் கண்ணீரோடு ஆறுதல் சொன்னார். உறவு முறைக்குத்தான் அவர் தாத்தாவே தவிர ரொம்ப வும் வயதானவர் இல்லை. அப்பாவின் வயதுதான் இருக்கும் அவருக்கும். அவர்தான் சிலநேரங்களில் அப்பாவுடன் ஒண்ணாமண்ணாய் அலைபவர்... நிழல்கெணக்கா ஒன்றாகவே இருப்பவர். ஒயின் ஷாப் பிலிருந்து கணிசமாய் பிராந்திப் பாட்டில்களை வாங்கிக்கொண்டு வந்து தன்வீட்டில் வைத்து சில்லறையாக வியாபாரம் பண்ணும் வடக்குத் தெரு கந்தையாவிடம் அப்பாவுக்குத் துணையாகச் சென்று குடிப்பதிலும், பண்ணையார் தோட்டத்துக்குக் கூடமாட வேலைக்குச் செல்வதிலும் கெட்டிப்பட்டிருந்தது அவர்களின் நட்புப் பாலம். ''மனுசன்...சாயந்தரம் எனக்குத் தெரியாமலேபோயி பிராந்தி வாங்கி அதுக்குள்ள வெசத்தக் கலந்து குடிச்சிருக்காரு. அவசரப்பட்டுட்டாரே...'' ஆற்றமுடியாமல் புலம்பிக்கொண்டார் தாத்தா.

''எங்க அண்ணன் மானஸ்தன் மாமா. 'பெத்தப் புள்ளகிட்ட அடி வாங்கிட்டு நாம உசிரோட இருக்கவா?'ன்னு நெனச்சி முடிவுக்கு வந்திட்டான். இந்த நாயிதான் எங்க அண்ணனக் கொன்னுட்டான். இவென் விளங்கமாட்டான்...பாடையிலப் போயிருவான். நீசன்... நல்லா இருப்பானா இவென்?''

இனி ராஜனை அங்கே விட்டிருந்தால் ரணகளம் ஆகிவிடலாம் என்று முடிவுப் பண்ணியவராய் அவனை அனுசரணையாய் அணைத்துக் கொண்டே வெளியே கூட்டிக்கொண்டு வந்தார் கடக்கரையாண்டித் தாத்தா. ரொம்பநேரத் தாயமாட்டத்திற்குப் பிறகு தெருவில் 'கிர்ர்'ரென்று இரைந்துகொண்டு வந்து நின்றது ஆம்புலன்ஸ். அதன் பின்பக்கத்தைத் திறந்துகொண்டு விரைசலாக இறங்கிய தாட்டியமான இரண்டு பேர்கள் ஸ்ட்ரெச்சரை உருவி எடுத்துக்கொண்டு மளமளவென்று வீட்டுக் குள் நுழைந்தனர். கம்பவுண்டர் கெணக்கா இருந்த ஒருவர் உயிர் இருக்கிறதா என்று அப்பாவின் நாசியில் விரல் வைத்து சோதித்துப் பார்த்தார். சன்னமாய் மூச்சு வருவதுத் தட்டுப்பட்டதும் உயிர் இருப்பதை உறுதிசெய்துகொண்டார். 'எப்ப நடந்தது? மனைவி யார்? குழந்தைகள் யார், யார்?' அவசரம்அவசரமாய் விசாரித்துவிட்டு அவர்களிடம் கையெழுத்தும் வாங்கிக்கொண்டார். இருவரும்

சரவணனின் ஒத்தாசனையுடன் அப்பாவைத் தூக்கி எடுத்து ஸ்ட்ரெச்சரில் கிடத்தித் தூக்கிக்கொண்டு வந்து ஆம்புலன்ஸின் பின்னறைக்குள் செருகினார்கள். ராஜன் சித்தப்பா, கடக்கரையாண்டித தாத்தா மற்றும் தெருக்காரார்கள் இரண்டு பேர்களும் ஆம்புலன்சுக்குள் தடபுடலென்று ஏறிக்கொண்டதும், ''ஏ ராசா...'' என்று வெளியே ஓங்கி வெடித்த அழுகையை நிசாரமாக உதறிவிட்டு ஆம்புலன்ஸ் விர்ரென்று விரைந்து சென்றது.

சற்றைக்கெல்லாம் யாரோ ஒருவருடைய அலைபேசியிலிருந்து செய்தி வெளியேறி பக்கத்து ஊர்களுக்குப் பறந்துபோய் உறவினர்களை எல்லாம் இழுத்துக்கொண்டு வந்திருந்தது. எறும்புகளைக் கெணக்கா சாரைச்சாரையாக வந்திருந்தார்கள் அவர்கள். எல்லா எறும்புகளின் வாய்களிலும் தன்னைப் பழித்தக் குற்றச்சாட்டுகளே எச்சிலாக வடிந்து கொண்டிருப்பதாக சரவணனால் அனுமானிக்க முடிந்தது. அறைக்குள் வந்து அழுத்தமாக உட்கார்ந்தவன், தனக்குள் பொங்கிப் பிரவகித்த அழுகையில் தானே கரைந்துகொண்டிருந்தான்.

இந்த நேரத்திலா செல்லத்தாயின் இரண்டு பெண்குழந்தைகளும் குதியாளம் போட்டுக்கொண்டு உள்ளே ஓடிவர வேண்டும்?... வந்திருந்தனர். பெரிய குழந்தையின் முதுகில் விளையாட்டாய் தட்டிவிட்டு வந்த சின்னக் குழந்தையை பெரியக் குழந்தை விரட்டிப் பிடிக்கும் விளையாட்டு. மழைநேரத்தில் அடிக்கும் வெயிலைக் கெணக்கா, அழுகையால் நனைந்திருந்த அந்த வீட்டின் அறைகளைக் குழந்தைகளின் சிரிப்பொலிகள் சட்டென்று உறையவைத்தன. உள்ளறையிலிருந்து புயல் பாய்ச்சலில் ஓடிவந்தாள் செல்லத்தாய். ஆவேசத்துடன் இரண்டு சிறுசுகளையும் பிடித்திழுத்து அவற்றின் முதுகுகளில் ஓங்கியக் கையை நிறுத்தாமல் பட்பட்டென்று இரண்டு அறைகள் கொடுத்தாள். வலியில் துடித்து நெளிந்த சிறுசுகள் பாம்புகளாய் உருவிக்கொண்டு வெளிநோக்கி ஓடின. 'சிறுசுகளுக்கு என்னத் தெரியும்? அதுகளப் போட்டு ஏன் அடிக்க?' கேட்டுவிடத் துடித்தது சரவணனின் நாக்கு. ஆனால் முடியவில்லை... விருப்பமுமில்லை. வெளிவந்த மரகதம் பாட்டியின் அதட்டலான வார்த்தைகள்தான் – ''ஒனக்கென்ன புத்திகித்திப் பேதலிச்சிப் போச்சா? சின்னப் புள்ளைகளப் போட்டு இப்பிடி அடிக்க? அறிவுக் கெட்டவள..'' – உரிமையோடு செல்லத்தாயை அடக்கிவைத்தன. மீண்டும் உள்ளறைக்குள் சென்று அம்மாவுடன் ஆள்தோதுக்கு அமர்ந்து கொண்டாள் செல்லத்தாய்.

சரவணனுக்குத் தன் அக்காவின்மேல் விசனமிருந்தது உண்மைதான். தன்னுடன் பிரியமாயிருந்த அப்பாவையே அவளால்தான் அவன் அடித்துத் தள்ளவேண்டியதாயிற்று... அதுவும் அவரின் வயசானக் காலத்தில். அப்பா அதை எதிர்பார்த்திருக்கமாட்டார்...அவனும்தான். ஒரு வாரமாகவே அக்காவைக் கரித்துக்கொட்டிக்கொண்டிருந்த அப்பாவை அதுவரை அவன் பொறுமையாக சகித்துக்கொண்டுதானே

வந்திருந்தான். இன்று காலம்பற அவரிடம் தான் மூர்க்கமாக நடந்துகொண்டது தற்செயலாக நடந்த பெரிய விபத்தாகவே தோன்றியது அவனுக்கு.

சரவணன் 'குண்டாஸி'லிருந்து வெளியே வந்து... இல்லை, அவனை அவர்கள் வெளியே கொண்டுவந்து இரண்டு மாதங்கள்தான் ஆகியிருந் தன. ஏற்கெனவே நான்கு மாதங்களை அவன் அடியும் பிடியுமாய் சிறைக் குள்ளேதான் கழித்திருந்தான். ஆளில்லாத மதியநேரம் குளத்தில் குளித்துக்கொண்டிருந்த மேலத்தெரு புவனா என்ற பெண்ணை இவன் புதர் மறைவில் ஒளிந்து நின்று அலைபேசியில் படம் பிடித்துக் கொண்டிருந்ததாய் குற்றச்சாட்டு. இவனும் இவனோடு இன்னும் இரண்டு சேக்காளிகளும் சேர்ந்துதான் அந்த அக்குருமத்தைச் செய்திருந் தார்கள். ஆளும்தோளுமாய் மிடுக்காக வளர்ந்திருந்த மூவருக்கும் முழுதானப் படிப்பு இல்லாதிருந்ததால் – பத்து பதினோரு வருடங் களுக்கு முன்னால் ஐந்தாம் வகுப்பு, ஆறாம் வகுப்பு என்று அரைக்கிணறு தாண்டியிருந்தார்கள் – ஊர்க்காட்டில் நடக்கும் கட்டிட வேலை களுக்குச் சித்தாட்களாகப் போய்க்கொண்டிருந்தனர். வேலை இல்லாத நாட் களில் ஊர் சுற்றுவதும், குளத்துக்குக் கும்பலாய் குளிக்க வருவதும் அவர்களின் இயல்பானக் காரியங்கள். அகஸ்மாத்தாய் அவர்களைக் கண்டுவிட்ட அந்தப் பெண் அலறியடித்துக்கொண்டு வீட்டில்போய் நெட்டோலை விட்டு அழ... சூடாகிப்போன அவளின் உறவினர்கள் படையோடு திரண்டுபோய் காவல் நிலையத்திற்குள் நுழைந்து நின்று நுரைகள்விட்டுக் கொதித்தனர்...கோப நுரைகள்.

மறைந்திருந்து ஒரு பெண்ணைக் கேமிராவால் நிர்வாணப்படுத்துவது எவ்வளவுப் பெரிய அயோக்கியத்தனம்! மூவருக்கும் ஒரே விதமானத் தண்டனையைக் கொடுத்து சட்டம் தன் சமத்துவக் கோட் பாட்டைக் கறாராக நிலைநாட்டிக்கொண்டது. ஒரு வருடம் என்று உறுதிப்படுத்தப்பட்ட தண்டனையை பண்ணையார் மூலம் வக்கீல் பிடித்து வாதாடி நான்கு மாதத்தில் சரவணனை வெளியே கொண்டு வந்திருந்தார் அப்பா. அந்த நான்கு மாதங்களும் அப்பா வயிறார சாப்பிட்டிருக்கவில்லை என்பதை அவன் வெளிவந்தப் பிறகு ஒருநாள் அவனிடம் அம்மா அலப்பறையாகச் சொல்லியிருந்தாள். மகன்மேல் அத்தனைப் பாசம் அப்பாவுக்கு. பாசம் கவலையாக மாறியது அதற்குப் பிறகுதான். நெடிது வளர்ந்தப் பயல்... முறுக்கேறியத் தேகம்... தாம்பத்திய வாழ்க்கைக்குத் தவிதாயப்படுகிறான் என்பதை அவனின் தவறானப் போக்கும் தண்டனையும் உறுதிப்படுத்துவதாகத் தோன்றியது அவருக்கு.

''நாமத்தான் அவன் விசயத்தில அக்கிசி இல்லாம இருக்கொம். காலாகாலத்தில அவனுக்கும் ஒரு கால்கட்டுப் போட்டிருந்தா இப்பிடித் தறுதலையா அலைவானா?'' அப்பா சன்னமாக சினந்துகொண்டார் அம்மாவிடம்.

‘‘நானா வேண்டாமின்னேன்? அவனுக்கொரு பொண்ணப் பாருங் களேம்’’

‘‘பொண்ணப் பாக்கலாம்...அவனுக்கு என்னக் கொறச்சலு? நா, நீயின்னு ஓடிவந்து பொண்ணுத் தருவானுவ. ஆனா குஞ்சும் குளு மானுமா இருக்குத இந்த வூட்டுக்குள்ள வச்சி அவன் குடும்பம் நடத்துதது எப்பிடி? பொண்ணக் குடுக்கவன் ரோசிக்கமாட்டானா? நாமளா இருந்தாலும் அப்பிடித்தான?’’

‘‘அதுக்காவ?’’

‘‘செல்லத்தாயிக் குடும்பம் வெளியப்போனாத்தான் வீடு சவுரியப் படும்’’

‘‘நம்மள நம்பி வந்திருக்கா. ரெண்டு வருசமாச்சி. திடுதிப்புன்னு எங்கனக்கூடிப் போவச்சொல்ல?’’

‘‘அவ மாப்ளயோட ஊருலப்போயி இருக்கச்சொல்ல வேண்டியத் தான? அங்கன இன்னுமா அவியளுக்கு ஒபத்திரவம் இருக்கப்போவுது? இன்னும் பழையப் பகையவா அவனுவ நேபகத்துல வச்சிருப்பானுவ?’’

‘‘ஐயோ அவனுவ பாம்புங்க. பாம்பு பல்லுலே வெசத்த வச்சிருக்க மாரி அவனுவ எப்பவும் அவாப் புருசம்மேல கருமிசம் வச்சிக்கிட்டே இருப்பானுவ’’

‘‘அப்போ இதுக்கு என்னதான் வழி? அவளுக்கு இந்த ஊருல தனியா ஒரு குடிசைய மொடக்கிக் குடுத்திருவமா?’’

‘‘அவாக்கிட்டப் பேசிப்பாருங்க’’

சோறு தின்றுவிட்டிருந்த தெவக்கத்தில் முற்றத்தில் உட்கார்ந்து வழமைப் பேசிக்கொண்டிருந்த அப்பாவும் அம்மாவும் திடமான முடிவுக்கு வரமுடியாமல் திணறினார்கள். மரகதம் பாட்டி வீட்டுக்குமுன் நின்றிருந்த தெருவிளக்கின் உபயத்தால் சரவணனின் வீட்டு முற்றத்திற்கும் பரவலாய் வெளிச்சம் கசிந்திருந்தது. தெருச்சனங்களின் நடமாட்டத்தை இரவு அரசல்புரசலாய் குறைத்திருந்தது. அநேகமாய் எல்லா வீடுகளிலுமே உணவெடுக்கும் நேரம்தான். காடு கரைகளில் பாடுபார்த்துவிட்டுக் களைத்து வந்த மனிதர்கள் ஆக்கிச் சாப்பிடுவதற்குள் நேரம் ஒருவாடு ஆகிவிடுகிறது. செத்தம் மின்னாடிதான் தெருவில் புழுதிப் பறக்க விளையாடிக்கொண்டிருந்த சிறுசுகள், கூடடைந்தப் பறவைகளாய் தங்கள் வீடுகளுக்குள்போய் முடங்கியிருந்தார்கள். மான்குட்டிகளாய் துள்ளித் திரிந்த தங்களின் இரண்டு பெண்குழந்தைகளுடன் அக்காவும் அவள் புருசக்காரனும் வீட்டின் உள்ளறைக்குள்போய் படுத்திருந்ததை இயல்பாக நினைத்துப் பார்த்தான் சரவணன். முற்றத்தில் பெற்றோர்களுக்குப் பக்கத்தில் பாய் விரித்துப் படுத்துக்கொண்டு பாதிவிழிப்பும் பாதித் தூக்கமுமான இரண்டும் கெட்ட நிலைமையில் கிடந்திருந்தான் அவன். அலைகளாய்

மிதந்துவந்த காற்று இதமாய்த் தடவிவிட்ட சுகம். ஓடைக்குக் கிழக்கே நின்றிருந்த மாதாக்கோயிலிலிருந்து மணி ஒலி கேட்டதும்தான் தாமசம், அவன் சன்னமாய் அதிர்ந்துபோனான். திடீரென்று ஒலி கேட்டால் யாருக்குத்தான் அதிர்ச்சி வராது? ஒன்பது முறைகள் அடித்துவிட்டு மணி ஓய்ந்துகொண்டதும், ஒலிப்பெருக்கி, 'கர்த்தரே ஜீவனும் ஒளியுமாய் இருக்கிறார்...' வேத வாக்கியத்தைச் சொன்னது.

அம்மா தன் தட்டையும், அப்பாவின் தட்டையும் சேர்த்து எடுத்துக் கொண்டுபோய் புறக்கடையில் போட்டுவிட்டு வந்தாள்.

"தேரம் ஒருவாடு ஆயிருச்சி...இன்னும் காவலுக்குப் போவலன்னுத் தெரிஞ்சா பண்ணையார் தரியாத்தனமா நிப்பாரு. செல்லத்தாய்க்கிட்ட மக்கிய நாளு சவுரியமா ஒக்காந்து பேசிக்கிரலாம். இங்கத்தான இருப்பா?"

உதட்டில் செருகியிருந்தப் பீடியை சுவாரஸ்யமாய் இழுத்துப் புகைவிட்டுக்கொண்டிருந்த அப்பா, வீட்டுக்குள்ளிருந்து அம்மா வெளியே வந்ததைப் பார்த்ததும் நிதானமாய் கையூன்றி எழுந்து நின்றார். தன் தோளில் கிடத்தியிருந்த கறுப்புநிறப் போர்வையையும், கையில் பிடித்திருந்த பெருவிரல் தண்டிப் பருமனுள்ள தடியையும் கொண்டுவந்து அவர் கையில் கொடுத்தாள் அம்மா. மறந்துபோனப் பேட்டரி லைட்டை எடுத்துவர அவசரமாய் வீட்டுக்கு ஓடியவள், அதைக் கைப்பற்றிக்கொண்டதும் அதே வேகத்தில் திரும்பிவந்து அப்பாவிடம் தந்தார். ஆயிற்று... மயானத்துக்குக் கிளம்பும் சுடலைமாடன் சாமியைக் கெணக்கா அப்பா தக்க ஆயுதங்களுடன் ராக்காவலுக்குக் கிளம்பியாயிற்று. அவருக்குப் பின்னால் அம்மாவும் வரிந்து கட்டிக் கொண்டு போனாள்... வழக்கம்போல. பண்ணையாரின் தோட்டம் ஊருக்குக் கிழக்கே இரண்டு கிலோமீட்டர் தூரத்தில் ஒளிந்துகொண்டு நின்றிருந்தது.

சரவணனுக்கு விவரம் தெரிந்த நாளிலிருந்து அப்பா பண்ணையாரின் தோட்டக்காடுகளில்தான் பாடுபட்டுக்கொண்டு வருகிறார். அவரின் பெற்றோர்கள்பாடுபட்டுக்கொண்டு வந்தபூமி, காலாகாலத்தில்அவர்கள் மண்டைகளைப்போட்டதும் வாரிசு உரிமையாய் அப்பாவுக்குப் பாத்தியதை ஆகியிருந்தது... பதிவாய் கூலி வேலைகள் செய்யும் பாத்தியதை. வேலப்பன் என்றால் 'ராமசுப்புப் பண்ணையாருக்கு விசுவாசமான அடியான்' என்று ஊர் முச்சூடும் பேர் இருந்தது... அந்த அளவுக்குப் பண்ணையாரின் தோட்டக்காடுகளில் பழியாய் கிடந்தவர் வேலப்பன்...அப்பா. வாழைக்கன்றுகள் ஊன்ற, வரப்புகள் வெட்ட, நஞ்சைக்குத் தொளியடிக்க, உரம்போட...தொடுபிடியாக வேலைகள் இருந்தன அப்பாவுக்கு. செத்தமும் சுணங்காமல் வேலைசெய்து முடித்துவிட்டு பண்ணையாரிடம் நல்லப்பேரை வாங்கிவிடுவார். அம்மாவும் லேசுப்பட்ட வேலைக்காரி இல்லை. பண்ணையாரின் வயற்காடுகளில் நாத்து நட்டு, களைபறித்து, பாத்திகளில் தண்ணீர் பாய்த்து...

பம்பரமாய் சுழன்று வேலைகள் பார்ப்பாள். இருவரும் பண்ணையாரின் வயற்காடுகளில் தொடுபிடியாக வேலைகள் பார்த்துக் கூலி வாங்கித்தான் குடும்பத்தின் சீவனத்தை அலப்பரையில்லாமல் ஓட்ட முடிந்தது. அவ்வப்போது செல்லத்தாயும் அவள் புருசக்காரன் வெள்ளைத் துரையும்கூட பண்ணையாரின் தோட்டத்துக்குக் கூலி வேலைகளுக்குச் சென்றது உண்டு.

ரெண்டு வருசங்களுக்கு முன்னால் தன் புருசக்காரனின் வீட்டைக் காலிப்பண்ணிவிட்டு பிள்ளைக்குட்டிகளோடு அப்பாவின் வீட்டுக்கு வந்திருந்தாள் செல்லத்தாய். ஊரில் ஒரு மேக்குடியானிடம் மல்லுக்கு நின்று அவனின் வலது கையைத் தோள்பட்டையோடு வெட்டிவிட்டு தற்காப்புக்காக மலையைப் பார்த்து ஓடியிருந்தான் வெள்ளைத்துரை. மேற்கே ஐந்து கிலோமீட்டர் தொலவெட்டில் நெஞ்சு நிமிர்த்தி நின்றிருந்தது மலை. செல்லத்தாய்க்குப் பயம், தன் புருசனைக் காணாத விளத்தில் எதிரிகள் வந்து தன்னையும் தன் குழந்தைகளையும் ஏடா கூடமாய் எதுவும் பண்ணிவிடுவார்களோ என்று. அந்தமட்டுக்கு தன் பொட்டப்பிள்ளைகளைக் கூட்டிக்கொண்டு அப்பாவின் வீட்டுக்கு வந்து அடைந்துகொண்டவள்தான். சிறுசுகளாயிருந்த பொட்டப் பிள்ளைகள் இரண்டும் சிறகு முளைத்தப் பறவைகளாய் நின்றிருந்தன. காடு, மலை, ஊர்களை எல்லாம் சுற்றிவிட்டு ஒருவருடத் தாமசத்திற்குப் பின் செல்லத்தாயைத் தேடிவந்தான் வெள்ளைத்துரை. ‘‘செல்லத்தாயி... நா ஒண்ணு சொல்லுதன்.. அப்பா மேலக் கோவிச் சிக்கிரக் கூடாது’’

‘‘அப்பிடி என்ன அலுசியமாச் சொல்லிரப்போறியப்பா? நா கோவப் படும்படியா நீங்க ஒருநாளும் சொன்னதில்லியே’’

‘‘வேற ஒன்னும் இல்லம்மா. தம்பிக்குக் காலாகாலத்துல ஒரு கல்யாணத்தப்பண்ணி வச்சிரலாமின்னு பாக்கென்’’

‘‘சரிப்பா. நல்ல விசியந்தான? அதுக்கு ஏங் நாக் கோவிக்கப்போறன்?’’

‘‘அதுக்கு இல்லம்மா. கல்யாணம் முடிஞ்சா அவன் அலப்பரை இல்லாமக் குடும்பம் நடத்த ஒரு வீடு வேணும் இல்லியா? நீயும் ஒன் குடும்பத்தோட இங்கன வந்து ரெண்டு வருசம்கிட்ட ஆச்சி. இனியாவது நீங்க ஒங்க ஊர்லப்போயி குடித்தனம் பண்ணதுக்கு முடியாதாம்மா? அதுவும் தவுர, அவனுக்கு வர்றவ எப்படிப்பட்டவளோ? கொண்டனைச் சிப் போறவளோ? இல்ல, குடுமிப்பிடிச் சண்டக்காரியானும் தெரியல’’

காலம்பறக் கஞ்சிக்கு ஏதுவாய் அம்மிக்குமுன் உட்கார்ந்து அறி பறியாய் துவையல் அரைத்துக்கொண்டிருந்த செல்லத்தாய், அப்பாவின் கோரிக்கையைக் கேட்டதும் அரைப்பின் வேகத்தைக் குறைத்தாள். அம்மியில் தன் மனசும் சேர்ந்து அறைபடுவதுகெணக்கா வலித்தது அவளுக்கு. மனுசன் செத்தமும் ரோசனை இல்லாமல் விட்டேத்தியாய் சொல்லிவிட்டிருந்தாரே என்றிருந்தது. கைவசம் இருக்கும் இரண்டு குழந்தைகளும் சின்னஞ்சிறுசுகள். புருசக்காரன்வேறு மொடாக் குடி

காரனாக இருக்கிறான். அவன் மீது இறுக்கமாய் கவிந்திருந்த மேக்குடி காரர்களின் கோபம் இன்னும் இம்மியும் விலகியிருப்பதாக நம்பிவிட முடியவில்லை. எத்தனை வருசமானாலும் எதிரியை மறக்காத நாகப் பாம்பின் வன்மம் கொண்டவர்கள் அவர்கள். இது உயிர்ப் பிரச்சனை. பழி வாங்குவதற்கு எதிரிகள் பதிவைத்துக்கொண்டிருக்கலாம். இவை எல்லாவற்றையுமா அப்பாவால் எண்ணிப்பார்க்க முடியாமல் போயிற்று? இப்படித் திடுதிப்பென்று அவளை வெளியேறச் சொன்னால் அவள் எங்கேபோய் தஞ்சம் அடையமுடியும்? வெப்புராளப்பட்டாள் செல்லத்தாய்.

அப்பாவும் அம்மாவும் தோட்டக்காவல் முடிந்து செத்தம் மின்னாடி தான் வீட்டுக்கு வந்திருந்தார்கள். அம்மா புறவாசலில் பாத்திரங்களை அள்ளிப்போட்டு அறிபறியாய் தேய்த்துக்கொண்டிருக்க, அப்பா நடு வீட்டில் வந்து சிலாத்தாய் உட்கார்ந்து செல்லத்தாயிடம் பேச்சுக் கொடுத் துக்கொண்டிருந்தார்.

''என்னப்பா நீங்க? இப்பிடித் திடுதிப்புன்னு சொன்னா... நா ரெண்டு புள்ளக்குட்டியளையும் ஒரு குடிகாரப் புருசனையும் வச்சிக் கிட்டு எங்கப்பா போவென்? நல்லப் புருசனுக்குத்தான் நா விதியத்துப் போனேனேப்பா''

''அதுக்கில்லம்மா...தம்பிக்கும் ஒரு கல்யாணத்தப்பண்ணி வச்சி அவனும் நாலுப்பேத்த மாரி நல்லா வரணுமில்ல? ரோசிச்சிப் பாரு''

''ரோசனைய நா தப்பே சொல்லலப்பா. எம் பாட்டத்தான் நெனச்சிப் பாக்கென். நா எங்கனப்போயிக் குடித்தனம் வப்பேன்? மொதல்ல அதுக் கொருப் பொவுலச் சொல்லுங்க''

''அதுக்காவ, நீ நெரந்தரமா இங்கனயே இருந்திர முடியுமா? இதுவரைக்கும் நானும் ஒங்க அம்மாவும் பாடுபட்டு ஒன் குடும் பத்துக்கு எவ்வளவோ பண்ணியாச்சி. எங்கக் கையில நாலு துட்டு மிஞ்சமாட்டெங்கு. சரவணனையும் ஒரு நல்ல வழிக்குக் கொண்டு வரணுமில்ல?''

வெளிவாசலில் உட்கார்ந்திருந்த சரவணன், அலைபேசியில் படம் பார்த்தவாறே அவர்களின் வார்த்தைப்பாடுகளை தன் காதுகளுக்குள் கறாராக இறக்கிக்கொண்டிருந்தான்.

மின்சாரம் தடைப்பட்டதும் படக்கென்று நின்றுவிடும் மோட்டரைக் கெணக்கா அப்பாவின் கோரிக்கையை செல்லத்தாய் செவிமடுத்ததும், அவளின் அம்மி அரைப்பு திடுமென்று நின்றுகொண்டது. செல்லத் தாய்க்குத் தாங்கமுடியாத மனக்கிலேசம். உதட்டைப் பிதுக்கிகொண்டு தீவிரமாக ரோசனைப்பண்ணிப் பார்த்தாள். அவள் கண்களில் பொட்டுக் களாய் நீர் முட்டிக்கொண்டு வந்து நின்றிருந்தது... வேதனைப் பொட்டுக் கள். உட்காருவதற்கு வீடற்றக் குழந்தைகள் இரண்டும் தெருவில் தட்டழிந்துகொண்டு அலைவது அவளின் மனக்கண்ணில் நிழலுருவங்

களாகத் தெரிந்தன. இப்போது அவள் திடமான முடிவெடுக்கா விட்டால் பிழைப்புத் தெருவுக்குத்தான் வரவேண்டியதிருக்கும்...

''நா எதுக்குப்பா இந்த வூட்டவுட்டுப் போவணும்? பொட்டப் புள்ளையளுக்கும் வூட்டுலப் பங்கு உண்டுலா? எனக்கும் இந்த வூட்டுல உரிம உண்டுதான? அப்பொறம் நா எதுக்கு வூட்டவுட்டுப் போவணும்? என்னால எங்கயும் போவமுடியாது''. வேறு வழியில்லை.... தீர்மானமாகச் சொல்லிவிட்டாள்.

மீண்டும் அம்மி அரைக்கத் துவங்கியது, தடைப்பட்ட மின்சாரம் வரப்பட்டு மோட்டார் ஓடத்தொடங்கியதுபோல. அவளின் வார்த்தைகளில் வெளிப்பட்ட அழுத்தத்தைக் கெணக்காவே மோட்டாரின் ஓட்டத்திலும் அழுத்தம் கூடியிருந்தது...அம்மி என்னும் மோட்டாரின் ஓட்டத்தில்.

அப்பா நொறுங்கிப்போனார். செல்லத்தாயின் வார்த்தைகள் சம்மட்டி அடிகளாய் அவரின் நெஞ்சை உடைத்திருக்கவேண்டும். அவள் இப்படி எடுத்தெறிந்து பதில் சொல்வாள் என்று அவர் கிஞ்சித்தும் நினைத்திருக்கவில்லை. இரண்டு வருசங்களும் அவள் குடும்பத்தை இழுத்துவைத்துக்கொண்டு சோறுபோட்டிருந்ததற்குக் கொஞ்சமும் நன்றி இல்லாமல் பேசிவிட்டாள். அவருக்கும் கோபம் பொத்துக் கொண்டு வந்தது. ஆனாலும் சுருதியைக் குறைத்துக்கொண்டு சொன்னார்: ''ஒனக்குக் கல்யாணம் முடிச்சி வைக்கும்போ பத்து பவுன் நகையும், இருபதாயிரம் ரொக்கமும் கொடுத்தென். அத இங்கக் கொண்டுவா... ஒனக்கும் வூட்டுலப் பங்குத் தர்றேன். கேட்டுட்ட.... பெருசா. நீ கேட்டதுல நியாயம் இருக்கா பாத்தியா? பெத்தவிய வயசானக் காலத்துல ஆம்பளப் பயலுவக்கிட்டத்தான் அண்டிப்போவ முடியும். பொட்டப்புள்ள நீ... எங்கள வச்சிக் காப்பாத்துவியா? சொல்லு, வூட்டுலப் பங்குத் தந்திருதென்''

''நா காப்பாத்துதென் ஒங்கள.''

''வாய்ப் புளிச்சதா, மாங்காப் புளிச்சதானுப் பேசக்கூடாது. ஒரே வார்த்த, ஒம் புருசக்காரன், 'ஒங்கப்பனுக்கும் அம்மைக்கும் நா ஏன் சோறுப்போடனுமி'ன்னு கேட்டுட்டா நீ என்னச் செய்வ? நீங்க சண்டப்போடுததப் பாத்துக்கிட்டு நாங்கதான் கண்ணு கலங்கணும்.''

''அப்பிடி ஊர் ஒலகத்துல எத்தன ஆம்பளப் பயலுவ அப்பா அம்மாவ வச்சிக் காப்பாத்திட்டு வரானுவ? சொல்லுங்க பாப்பொம் ''

''காப்பாத்துதானுவளோ இல்லியோ... அவனுவக்கிட்டப் போயி சோறு கேக்கப் பெத்தவியளுக்கு உரிம இருக்கு... இப்போ சட்டமும் வந்திருக்கினு சொல்லுதாவ. பொம்பளப் புள்ளக்கிட்டப் போயிக் கேக்க சட்டம் இருக்கா? சொல்லு''

''நீங்க என்னதான் கஜகரணம் அடிச்சாலும் நா மட்டும் வூட்டவுட்டுப் போவமாட்டேன்... ஆமா''

வாய்த் தகராறு வலுக்கும்போலத் தெரிந்தது. யாருக்கும் யாரும் அமிழ்ந்துபோகாத வார்த்தைகளின் வாள் வீச்சுகள். இப்படியே வளர விட்டுக்கொண்டு போனால் வாள்வீச்சுக்களினால் பலத்தக் காயங்கள் ஏற்பட்டுவிடும் என்று பயம் எடுத்தது சரவணனுக்கு. தடபுடலென்று எழுந்துகொண்டு அவர்களை நோக்கி வீட்டுக்குள் விரை சலாய் ஓடிப்போனான். ''சரி சரி... பேச்ச வுடுங்க...யாரும் வூட்ட வுட்டுப் போவாண்டா...எல்லாரும் ஒண்ணாமண்ணா இருந்தே குதிர ஓட்டுவோம்''. சடவுடன் சொல்லிக்கொண்டு இருவருக்கும் மத்தியில் போய் கேடயமாய் நின்றான்.

'தொரட்டு வேண்டாம்' என்று முடிவுப் பண்ணியவராய் அப்பா நிதானமாக எழுந்து வெளிவாசலுக்கு வந்தார். ஆனாலும், ஒருவார காலமாக அப்பாவுக்கும் மகளுக்கும் இடையில் நீறுப் பூத்த நெருப்பாய் புகைச்சலே மண்டிக்கொண்டிருந்தது. தவிர்க்க முடியாத சில நேரங்களில் புகைக்குள்ளிருந்து கங்குகளும் அனாயாச மாய் வெடித்துச் சிதறின. அவர் அவளை விளமெடுத்துச் சத்தம் போடுவதும்... அவள் அதற்குப் பிடிகொடுக்காமல் எடுத்தெறிந்து பதில் சொல்வதும்... எதையும் கண்டு கொள்ளாத வெள்ளைத்துரை கண்களைச் சரித்துக்கொண்டு அப்புராணி யாய் வெளியேறிப் போய்விடுவதும்...

சரவணனுக்குச் சீன்டறமாக இருந்தது. யாரைச் சத்தம்போடுவது? யாருக்குச் சார்பாகப் பேசுவது? அக்காவைச் சத்தம்போட முடியாது. அவளைக் கட்டிக்கொடுத்தாயிற்று. அவள் அடுத்தவரின் உடைமை. அப்பாவைத்தான் சத்தம்போட்டு அமைதிப்படுத்தினான். அவரைச் சத்தம்போடத் தனக்கு உரிமை இருப்பதாக நினைத்தான்.

''அப்பா.... வாய மூடிக்கிட்டுப் போங்களேம். அவாக்கூட ஏன் மல்லுக்கு நிக்கிய?''

''அவா என்னப் பேச்சுப் பேசுதா, பாத்தல்ல நீ? கொஞ்சமாவது பயமிருக்கா அவளுக்கு? திமிர்ப்பிடிச்சவா.''

''நா என்னப் பேச்சுப் பேசுதேன்? நேயத்தைத்தான சொல்லுதன். நேயம் எப்பவும் கசக்கத்தானச் செய்யும்''

''யாராவது ஒரு ஆளு வாய மூடுங்க...அப்பத்தான் சண்ட நிக்கும்''

அக்காவின் மீதான அப்பாவின் கோபம் உச்சத்தில் ஏறிநின்று கொப் புளிக்கும்போது அப்பாவை வேகமாய் இழுத்துக்கொண்டுபோய் தூரத்தில் விட்டான். அதுபோன்ற நேரங்களில் அப்பாகூட அவன்மேல் அனாயாசமாய் கோபப்பட்டிருக்கிறார். ரொம்பவும் குமைச்சலாக இருந்தது அவனுக்கு. அப்பா ஒரு பெரிய மனிதராக இருந்தாலும் ஏன் பொறுமையாகப்போக மறுக்கிறார் என்று நினைத்து அகோந்திரமாய் விசனப்பட்டான். அப்போதெல்லாம் அப்பாவை அன்னியமாகவே நினைக்கத் தோன்றியது அவனுக்கு. அடித்துத் தள்ளிவிடலாமா என்று ஆத்திரம் ஆத்திரமாக வந்தது.

பாவி... அவன் நினைத்திருந்ததுபோல காலையில் அப்பாவை அடித்தே விட்டான். அக்காவோடு பழியாய் சண்டைகட்டிக் கொண்டிருந்த அவர் அவனின் சமாதான வார்த்தைகளுக்குச் செவிமடுக்காததால் தன்னிலை மறந்து விசனப்பட்டு அவரின் தோளில் ஒரு அடிகொடுத்து கீழே தள்ளிவிட்டிருந்தான். எதிர்கொண்டு நிற்கமுடியாமல் தடுமாற் றத்தில் தூரேபோய் விழுந்தார் அப்பா. அம்மா கதிகலங்கிப் போனாள். அதுவரைக்கும் அப்பாவின் பக்கத்தில் நின்று அவரைச் சமாதானப் படுத்திக் கொண்டிருந்தவள், எதிர்பார்க்காதிருந்த தருணத்தில் அது நடந்துவிட்டிருந்தது கண்டு அதிர்ச்சி அடைந்தாள். அப்பா விழுந்ததும் அவள் ஓடிப்போய் அவரைத் தாக்காட்டி நிறுத்தமுடியாமல் தடுமாறிப் போனது கொடுமை. ‘‘அடப் பாதகா...பெத்த அப்பனையா கை நீட்டி அடிச்ச? பெரிய பாவம் பண்ணிட்டியே..’’. ஆவேசமாய் அவனைத் தள்ளி விட்டுவிட்டு குலைபதற நெஞ்சில் அடித்துக்கொண்டே அப்பாவைத் தூக்கி நிறுத்த முனைப்புக்காட்டினாள். அவளால் முடியாமல் போனது அவளின் பலவீனத்தைக் காட்டியது.

சரவணன் உடல்பதற நின்றிருந்தான். ‘தவறு செய்துவிட்டாயே மடையா’ என்று அவனின் உள்மனம் வேகமாய் உதைத்தது அவனை. சட்டென்று தன்னிலை உணர்ந்தவனாய் பதற்றத்துடன் அப்பாவிடம் ஓடிச்சென்று, ‘‘தெரியாமப் பண்ணிட்டம்பா...தெரியாமப் பண்ணிட் டம்பா...’’ என்று வாய்ப்பாறிக்கொண்டே அவரின் முதுகுக்குக் கீழ் கைகொடுத்துத் தூக்க முயற்சித்தான். ‘போடா... நாய...ஒன்னோட ஒதவி யாருக்குடா வேணும்?’. ஒருக்களித்து விழுந்திருந்த அவர், சரவணனின் கையை சடக்கென்று தட்டிவிட்டு நிதானமாகக் கையூன்றி எழுந்து நின்றார். உறுதியாக நிற்க முடியாதிருந்த அவரின் கால்கள், வேர்கள் அறுந்த மரங்களாக நடுங்கிக்கொண்டிருந்தது தெரிந்தது. கால்களைவிட்டுப் பூமி நழுவி ஓடியதுகெணக்கா பதற்றப்பட்டார். அவருக்கு எல்லாமே சூன்யமாகத் தெரிந்தன. வீடு...வாசல்... முற்றம்... தன் ஆருயிர் பொஞ்சாதி... தன்னை அடித்துத் தள்ளிய மகன் சரவணன்... தன்னோடு அடிக்கடி மல்லுக்கட்டிய மகள் செல்லத்தாயி... எல்லாமே... எல்லோருமே. நைந்தப் பழங்களாய் அவரின் கண்கள் கலங்கிப்போயிருந்தன. பித்துப் பிடித்தவராய் அலங்கமலங்க வெறித்துக் கொண்டு நின்றிருந்தார்.

‘‘நா தெரியாமப் பண்ணிட்டம்பா...என்னிய மன்னிச்சிருங்கப்பா... ஏதோ கோபத்துல அப்படிப் பண்ணிட்டென்... என்னைய வேண்ணா நாலு அடி அடிச்சிக்காங்கப்பா’’. அவர் முன்னால் பாய்ந்து பாய்ந்து வந்து மன்றாடினான் சரவணன். எவ்வளவுதான் கெஞ்சினாலும் கொஞ் சினாலும், விழுந்த அடியைத் திருப்பி எடுத்துவிட முடியுமா என்ன? இது என்ன பணமா, பண்டமா, தவறாகக் கொடுத்துவிட்டுத் திருப்பி வாங்கு வதற்கு? மானம்... மரியாதைக் குறைச்சல். சமாதானத்துக்கு ஆட்பட முடியாமல் அவரின் காய்ப்பேறிய கை, அவனின் கெஞ்சும் கையை

மீண்டும் மீண்டும் வீம்பாகத் தள்ளிவிட்டது. கண்களில் நீர்த்திரைகளை இறக்கிவிட்டுக்கொண்டு வழிதெரியாதவனாய் தடுமாறிக்கொண்டு நின்றான் சரவணன்.

செல்லத்தாயும் அரண்டுபோயிருந்தாள். சரவணப்பயல் இப்படி ஒரு காரியம்பண்ணுவான் என்று அவள் கிஞ்சித்தும் நினைத்திருக்கவில்லை. அப்பாவின் முகத்தைப் பார்க்கப்பார்க்க அவளுக்கும் வேசடையாய் பொங்கியது. என்னதான் அவரோடு வாய்த்தர்க்கம் பண்ணியிருந்தாலும் அவருக்கு ஒரு விபத்து என்றால் அவள் மனம் பதறத்தான் செய்கிறது. அவருக்குப் பின்னால் பூனையைப்போல வந்து நின்றவள் – இனி எந்த முகத்தோடு அவர் முகத்தில் அவளால் திடமாக முழிக்கமுடியும்? – ஊமையாய் குமைந்து குமைந்து அழுதாள்.

‘‘குடிக்கத் தண்ணிக் கொண்டுவந்து தரட்டுமாங்க?’’ அழுகையுடன் வந்து நின்ற அம்மா, அப்பாவை சமாதானப்படுத்தும் முயற்சியில் அனு சரணையாகக் கேட்டாள்.

‘‘வேண்டாம்...அத நீயே குடி. நா எல்லாம் இனி உசுரோட இருக்கக்கூடாது... செத்திரனுமின்னு நெனைக்கென்’’. அவரின் அடித் தொண்டையிலிருந்து உருக்கமாக வெளிவந்து விழுந்த சொற்களில் கரகரப்புத் தெறித்தது.

‘‘தெரியாமப் பண்ணிட்டம்பா. என்னிய மன்னிச்சிக்குங்கப்பா. நல்லா இருப்பீங்கப்பா. அப்படி எல்லாம் நெனைக்காதீங்கப்பா’’. சரவணன் அவரின் காலில் விழுந்து கரைந்தான்.

செல்லத்தாயும் இப்போது தன் பங்குக்குக் கெரவினாள். ‘‘நாங்க இன்னும் ஒரு வாரத்துலக் கெளம்பிருதம்பா. ஏதாவது ஒரு வாடக வூட்டப் பாத்து ஒக்காந்துக்கிருதம். என்னைய மன்னிச்சிருங்கப்பா... ஒங்கக்கூட இனி நா மல்லுக்கட்ட மாட்டென்’’

யார் முகத்தையும் திருப்பிப் பார்க்கும் எண்ணம் இல்லை அவருக்கு. எல்லாம் வன்மத்தால் விகாரப்பட்ட முகங்கள். சுயநலத்தால் சோபை இழந்த முகங்கள்... குரூரமானவை. விரக்தியின் சுமை தாளாமல் தளர்நடையில் வெளியேறிப்போனார்.

பண்ணையாரின் தோட்டத்தில் அப்பா ஒருவருக்கு மட்டுமே வேலை இருந்தது. வேலித் தொண்டுகளில் கள்ளிச்செடிகளை வெட்டிக் கொண்டு வந்து அடைக்கும் வேலை. அலசலாய் திறந்துகிடந்த வேலியின் இடைவெளிகளுக்குள் அடுத்தவர்களின் மாடுகளும் ஆடு களும் நிசாரமாய் புகுந்து பயிர்களை நாசமாக்கிவிட்டுப் போய் விடுகின்றன, திறந்த வீட்டில் நாய்கள் நுழைந்த மாதிரி. காலையில் ஒருநேரம் மட்டும் வந்து பண்ணையார் மேற்பார்வைப் பார்த்து விட்டுப் போயிருந்தார்போல. அவரிடம்கூட தாராளமாக அணங்கியிருக்க வில்லை அப்பா. வேலை முடிந்து சாயந்தரம் வீட்டுக்குத் திரும்பிக் கொண்டிருந்த அவகாசத்தில்தான் வடக்குத்தெருவுக்கு நடைகட்டிப்

போய் கந்தையாவிடமிருந்து பிராந்தி வாங்கி அதில் பூச்சிகொல்லியைக் கலக்கிக் குடித்திருக்கவேண்டும் அவர். ‘‘அப்பா எறந்துட்டார்ப்பா...’’

‘‘எப்போ?’’

‘‘சித்தம் மின்னாடிதான். வண்டி கொஞ்ச தூரம் போனதுமே எல்லாம் முடிஞ்சிருச்சி. இப்போ ஆசுபத்திரிக்குத்தான் கொண்டுபோய்க் கிட்டிருக்கொம். இனி ‘போஸ்மார்ட்டம்’ பண்ணிட்டுத்தான் தருவாவ’’.

ராஜன் சித்தப்பாவின் அலைபேசி வார்த்தைகள் சரவணனின் அலைப்பேசியில் துல்லியமாக எதிரொலித்ததும், ‘‘அப்பா...?’’என்று பெருங்குரல் எடுத்து வெடித்துவிட்டான். ‘‘என்னாச்சி? என்னாச் சிப்பா?’’... பதறிக்கொண்டு வந்து நின்று கேட்டவர்களிடம், ‘‘அப்பா நம்மள ஏமாத்திட்டாரு...’’என்ற சுருக்கமானப் பதிலைத்தான் சொல்ல முடிந்தது அவனுக்கு. அவனின் சொற்களைத் தாங்கிக்கொள்ள முடியாத மற்றவர்களும் சத்தம்போட்டு அழுதுவிட்டனர்.

சற்றைக்கெல்லாம் சன்னமான இரைச்சலுடன் தெருவில் வந்து நின்ற காரிலிருந்து நான்கு போலீஸ்காரர்கள் தடத்தடவென்று இறங்கியதைப் பார்த்ததும் எல்லோரும் அதிர்ந்துபோனார்கள். தடயங்கள் ஏதாச்சும் அகப்படுமா என்ற தேடலில் சில அப்புராணிகளின் வாய்களை வஞ்ச னையாகக் கிளறிப்பார்த்தார்கள் போலீஸ்காரர்கள்.

‘‘பலவருசங்களாத்தீராதவவுத்துவலிசார்...வலிப்பொறுக்காமத்தான் வெசத்தக் குடிச்சிட்டாரு’’. பக்கத்து வீட்டு ராமசாமித் தாத்தா பதற்றம் இல்லாமல் சொன்னதில் அவர்கள் திருப்தி அடைந்ததாகத் தெரியவில்லை. கூட்டத்தின் முகப்பில் நின்றிருந்த சரவணனுக்குக் ‘கெதக்’ என்றது. ‘சரவணன் அடித்ததால்தான் அவமானம் தாங்காமல் அவனின் அப்பா இறந்துவிட்டார்‘ என்று யாரும் அவர்களிடம் போட்டுக் கொடுத்துவிடக்கூடாதே என்ற பயம். ‘குண்டாஸி’ல் அடை பட்டுக்கிடந்து வெளிவந்திருக்கிறவன் என்கிற கூடுதல் காரணம் வேறு அவனை மூர்க்கமாய் அச்சுறுத்திக்கொண்டிருந்தது.

போலீஸ்காரர்கள் அக்கறையாய் வீட்டைச் சுற்றிவந்து பார்த்தனர். தடயம் ஒன்றும் கிடைக்காத ஏமாற்றத்தில் மீண்டும் முற்றத்திற்கே வந்தனர். சரவணனிடமும் அவனின் அம்மாவிடமும் கையெழுத்துக் களை வாங்கிக்கொண்டு தங்கள் வாகனத்தைக் கிளப்பிக்கொண்டு போயினர்.

போஸ்ட்மார்ட்டம் முடிந்து பிரேதம் – பிரேதம் என்று நினைத்துப் பார்ப்பதற்கு சரவணின் இதயம் வல்லடியாக மறுத்தது... அப்பாவின் உடல் வருவதற்கு அந்தா இந்தா என்று மறுநாள் மதியம் ஆகிவிட்டிருந்தது. வெள்ளைத் துணிப் பொதியலாய் விறைப்பாகப் பெட்டிக்குள் கிடத்தப் பட்டிருந்தார் அப்பா. அப்பாவைப் பார்த்ததும் எல்லோரும் ‘ஓ...’

என்ற கதறலில் தெருவைச் சிதறடிக்கத் துவங்கினார்கள். உருக்குத் துண்டைப்போல உடம்பை வைத்திருந்த மனிதர்... பரிசோதனைக்குப் பலியாகி குற்றுயிரும் குலையுயிருமாகக் கிடத்தப்பட்டிருந்தார். சரவணன் அந்தரகொந்தரவாக வந்தான். அடிவேர் அறுந்த மரமாய் அந்தரத்தில் நின்று தவித்தான். அப்பா...அப்பா...! சிந்தாமணியின் கைத்தாங்கலில் சரிந்துகொண்டேதான் நகர்ந்து நகர்ந்து இடுகாட்டுக் குச் செல்ல முடிந்தது சரவணனுக்கு. உயர்ந்து கிளைகள் பரப்பி நின்றிருந்த ஆலமரத்தின் பரவலான நிழலின் பக்கத்தில் தோண்டப் பட்ட புதுக்குழி அப்பாவை விழுங்குவதற்குத் தயாராய்க் கிடப்பதாகத் தோன்றியது. நான்கு பேர்களின் தோள்களில் பெரும் பாரமாய் ஏறிக்கொண்டு வந்திருந்த கனத்தப் பெட்டி, குழியை மூன்று முறை கள் சுற்றிவந்து பக்கத்தில் இறக்கிவைக்கப்பட்டதும் 'ஓ...'என்று எழுந்த பெருங்கூச்சல், காட்டையே கலங்கவைத்தது போலிருந்தது. சரவண னின் கூச்சல்தான் அது. மூடியிருந்தப் பெட்டியின் கால்மாட்டில் சரிந்துகிடந்து நெட்டோலைவிட்டு அழுதான். "நாந்தா ஒங்களக் கொன்னேங்கித அவப்பேரு எனக்கு வந்திரிச்சே அப்பா. அத எப்பிடித் தான் சொமக்கப்போறேன்னு தெரியலையே". தறிக்கட்டைகளை விடாப் பிடியாய் இழுத்து இழுத்து அடித்ததைக் கெணக்கா, நிறுத்தமில்லாமல் தேகம் குலுங்க குலுங்க அழுதான்.

ஆற்றாமையால் வெப்புராளப்பட்ட ராஜன் சித்தப்பா சரவணனின் அருகில் சென்று அவனின் தோளை ஆதரவாய் தொட்டு அழுத்தினார். "சரி சரி... சொல்லுதவிய சொல்லிட்டுப்போறாவ. அண்ணன் விதி அவ்வளவுதான். இதுல யாரச் சடச்சி என்னாயிரப்போவுது? அழாத..." அவனின் இடுப்பில் கைக்கொடுத்து நிசாரமாய் தூக்கி நிறுத்தியவர், கரிச னத்தோடு அவனின் கண்ணீரையும் துடைத்துவிட்டார். அவர்தான் முதன்முதலில் தன்மீது அவப்பெயரைச் சுமத்தியிருந்தார் என்பதை சரவணன் சமயோசிதமாக நினைத்துப்பார்த்தான். தன் தொடுபிடியானக் குமைச்சலைக் கண்டுதான் அவரின் கல்மனம் இளகியிருக்கவேண்டும் என்று தீர்மானித்துக்கொள்ளத் தோன்றியது அவனுக்கு.

குழியை மூடும் வேலை கறாராக நடந்துகொண்டிருக்க, சரவணனின் தலையை மழிக்கும் வேலையும் ஒரு பக்கம் நடந்தது. எல்லாம் செம் மையாக நடந்து முடிந்ததும்தான் அவனை கண் வெளிச்சத்தில் இடுகாட்டிலிருந்து வீட்டுக்கு அழைத்துக்கொண்டு வந்திருந்தார்கள்.

வீட்டுக்குள் அவன் வந்து உட்கார்ந்து அரைமணி நேரத்துக்கு மேலாக இருக்கவேண்டும். வீரியம் குறைந்திருந்த சூரியன் சோர்ந்துபோய் மேற்கில் சரிந்திருந்தது. பூமியிலிருந்து வெளிச்ச வலையைச் சுருட்டிக் கொண்ட பகல், நட்சத்திர மீன்கள் நீந்துவதற்கு இடம் கொடுத்துவிட்டு நகர்ந்துபோகத் தொடங்கியிருந்தது. நன்றாக இருட்டுவதற்குள் தத்தம் ஊருக்குச் சென்றுவிட ஆயுத்தமான வெளியூர்க்காரார்கள், போகிறப் போக்கில் தன்னையும் முகம் திரும்பிப் பார்த்துக்கொண்டதை

சரவணன் அரிச்சலாக உணர்ந்தான். தெருவில் தன்னைப் பற்றிய அவதூறு வார்த்தைகள் தாராளமாக நடமாடிக்கொண்டிருக்கிறது என்பதை அனுமானமாகப் புரிந்துகொள்ள முடிந்தது அவனுக்கு. பல அனுமானங்கள் அவன் வாழ்க்கையில் உண்மையாகவே இருந்திருக்கின்றன.

''என்னடே, ஒங் அப்பங்காரன் இப்பிடிப் பண்ணிட்டான்? மத்த வியளுக்கெல்லாம் புத்தி சொல்லுதவனாச்சே... அவனா இப்பிடி புத்தி இல்லாம நடந்துகிட்டான்?''

அசரீரியாய் குரல் வந்த திசை நோக்கி மெதுவாகத் தலைத் திருப்பிப் பார்த்தான் சரவணன். பண்ணையார் வீட்டில் எடுபிடியாக வேலை பார்க்கும் மாரிமுத்து, தன் பக்கத்தில் வந்து அசடு வழிய உட்கார்ந்திருந்தது தெரிந்தது. அப்பாவைவிட வயசுக் குறைந்தவன்தான். என்றாலும் அவனின் மேல்சாதிக் கவுரவம் அப்பாவை ஒருமையில் அழைக்கவைத்திருந்தது புரிந்தது. ''வூட்டுல தகறாலு ஏதாச்சிம் உண்டாடே?''

''அதெல்லாம் ஒன்னும் இல்ல. கொஞ்சநாளா வவுத்துவலின்னு சொல்லிக்கிட்டிருந்தாவா.. வலிப் பொறுக்காமத்தான் இப்பிடிப் பண்ணியிருக்கணும்''

வெளியே அரசல்புரசலாய் நடமாடிக்கொண்டிருந்த செய்தியை மாரிமுத்தும் அகஸ்மாத்தாய் சந்தித்துவிட்டுத்தான் வந்திருக்கவேண்டும். அதை உறுதிப்படுத்தும் முனைப்பில்தான் தன்னிடம் தூண்டிலைப் போட்டுப் பார்க்கிறான் என்பது சரவணனுக்குப் புரியாமல் இல்லை.

''எப்பேர்ப்பட்ட மனுசம்பா ஒங்கப்பன்! பண்ணையார் வீட்டு வேலைன்னாலும், தன் சொந்தவூட்டு வேலையாவே நெனச்சி எடுத்துக் கட்டி செய்யக்கூடியவென். அவம்மேல பண்ணையாருக்கு ரொம்பப் பிரியம் தெரியுமா? தன் பிள்ளையைக் கெணக்காவே வச்சிருந்தாவா. அவன் இப்பிடிப் பண்ணிட்டாமின்னு தெரிஞ்சதும் என்னமா துடிச்சிப் போயிட்டாவா! அதான் ஒன்னியப் பாக்கணுமின்னாவா. வூட்டுக்கு வருவியாம்...கையோட ஒன்னியக் கூட்டிக்கிட்டு வரச் சொன்னாவா''

''இப்பமா? இந்த நேரத்திலயா? கொள்ளி வச்சவன் பதினாறு வைக்கித வரைக்கும் வெளியப் போவக்கூடாதின்னு சொல்லுவாவளே''. சுரத்தில்லாமல் சொன்ன சரவணன் தன் முகத்தைத் தயக்கத்துடன் தாழ்த்திக்கொண்டான்.

''அதையெல்லாம் பாத்தா நடக்குமா? தைரியமா வா. பொறவாசல் வழியா வெளியப்போனா எந்த நாய்க்குத் தெரியப்போவுது? அப்பிடியே தெரிஞ்சாலும், 'காட்டுக்கு வெளிக்குப் போயிருந்தன்'னு சொல்லிக்க வேண்டியத்தான். பண்ணையார் கூப்பிடுதாவா... போவலன்னா தப்பா ஆயிருமில்லா?''

சரவணனுக்கு யோசனையாக இருந்தது. எதற்காக அழைப்பான் மனிதன்? துக்கம் விசாரிக்க அழைப்பானா அல்லது அவனும் மற்றவர் களைக் கெணக்காவே தன்மேல் குற்றம் சுமத்திக் கொத்தி எடுக்க அழைப் பானா? மதில்மேல் பூனையைக்கெணக்கா அவனின் சிந்தனை அந்தரத் தில் நின்று தடுமாறியது. எத்தனை வருடங்கள் பண்ணையானுக்கு விசுவாசமான அடியானாய் இருந்திருக்கிறார் அப்பா! அப்பாவின் திடீர் மறைவு பண்ணையானையும் மனங்கலங்க வைத்திருப்பது நியாமானதுதானே.

அம்மா முன்னறை முக்கில் குதங்கிக்கொண்டு கிடந்திருந்தாள். அழுது அழுது சோர்ந்துபோயிருக்கவேண்டும் அவள். செல்லத்தாய் அணக்கம் இல்லை... முற்றத்தில் எங்கேயாவது முடங்கிக்கொண்டு கிடக்கலாம். இழவு வீட்டின் சவக்களை மாறாமல் அங்கங்கே கண்ணீர்த் துளிகள் பிசிறல்களாக ஒட்டிக்கொண்டுதானிருந்தன. வீட்டுக்குள் பிசிறல்கள்... தரையில் பிசிறல்கள்... சுவர்களில் பிசிறல்கள்... நடை வாசலில் பிசிறல்கள்... முற்றத்தில் பிசிறல்கள். அந்தப் பிசிறல்கள் காய்ந்து சருகுகளாகி மறைவதற்குள்ளே சம்பிரதாயத்தை மீறுவது சாமிக் குத்தமாக ஆகிவிடக்கூடாது என்ற பயம் இருந்தது அவனுக்கு. ஆனாலும் தட்டிக்கழிக்க முடியாது, பண்ணையாரின் அழைப்பை. தட்டிக்கழித் தால் நாளைக் காலம்பறை சரவணனைக் கூப்பிட்டுவிட்டுத் தோலை உரித்துவிடுவார் அவர்.

எழுந்து, சந்தடி செய்யாமல் புறவாசலுக்குப் போனான். திசைகள் இருட்டில் தொலைந்திருந்தன. தடம்பார்த்து வெளியே வந்து தெருவில் கால்களைப் பதித்துக்கொண்டான். மாரிமுத்து முன்னக்கூட் டிப் போய்க்கொண்டிருந்தது நிழல் உருவமாய் தெரிந்தது. மேக்குடி மனிதர்களைக் கெணக்கா அவர்களின் வீட்டுச் சுவர்களும் வெள்ளையும் சள்ளையுமாய் விறைப்பாகவே நின்றிருந்தன. தெருவின் கிழக்கு அற்றத்தில் ஒதுக்கியிருந்த பண்ணையாரின் வீட்டை சரவணன் நெருங்கியபோது, இருள் நன்றாக முறுகிவிட்டிருந்தது. மேனியில் முண்டாப் பனியனோடும், இடுப்பில் பச்சை கருப்பு நிறங்களில் கட்டங்கள் போட்ட லுங்கியுடனும் முன்னறை வராந் தாவில் ஈச்சரில் சரிந்திருந்தார் பண்ணையார். உலக்கைகளை எடுத்து ஒட்டியது கெணக்கா தடித்தக் கைகளும் கால்களும் பருத்தத் தேகத் தில் கொளகொளத்துத் தொங்கின. வழுக்கையிலிருந்த தலை, பளபளப் பாய் மின்னியது. பாளைஅரிவாளாய் தடித்து முறுகியிருந்த மீசை, நரையில் வெளுத்திருந்தது. பனங்காய் முகம். ஆந்தைக் கண்கள்... தூரத்திலிருந்தாலும் கொள்ளிக்கட்டைகளாய் மினுங்குவது தெரிந்தது சரவணனுக்கு. வயது எழுபதுக்குமேல் ஏறி நின்றிருந்தாலும் தேகம் மெட்டுவிடாமல் துடிப்பாய் இருந்தார். அவரின் தேக உறுப்புகளை எல்லாம் சிறிதாகக் காட்டிவிட்டு வயிறு மட்டும் கவிழ்த்திவைத்தப் பானையைக் கெணக்கா பெரிதாக உயர்ந்திருந்தது தெரிந்தது.

வாசலுக்கு வெளியே பணிவாக நின்றுகொண்டான் சரவணன். அவனின் தெரு ஆட்களுக்கு அதுதான் அனுமதிக்கப்பட்ட இடமாக இருந்ததை அவன் தெரிந்திருந்தான். மாரிமுத்து விரைசலாக நடந்துபோய் அவருக்குமுன் பணிவாக நின்றதும், சரவணன் வந்திருந்ததை அவர் தெளிச்சலாகப் புரிந்திருக்கவேண்டும். விறைப்பாக நிமிர்ந்து உட்கார்ந்துகொண்டு அலட்சியமாக வாசலைப் பார்த்தார். அவரின் பார்வைப் பட்டதும் தொட்டால் சுருங்கியாய் உடல் குறுகிப்போனது சரவணனுக்கு. தன் அப்பாவின் மரணத்திற்குக் காரணத்தைக் கேட்டால் என்னப் பதில் சொல்வது என்பதை நினைக்க, பதைபதைப்பு முண்டியது. ஒருவேளை அவரும் அவனைத்தான் குற்றவாளிக் கூண்டில் நிறுத்திவைத்து வசைப்பாடப் போகிறாரோ என்று நினைத்து வெப்புராளப் பட்டான்.

பணிவாகக் குனிந்து நின்ற அவன் தன் கைகளைக்குவித்துக்கொண்டு அவருக்கு ‘‘வணக்கம்’’ போட்டான். அவனைப்போல கைகளைக் குவித்து வேண்டாம்... வாயினாலும்கூடப் பதிலுக்கு வணக்கம் சொல்லவில்லை அவர். பழக்கப்பட்டிருந்ததால் அவனும் அதனால் ஏமாற்றம் அடையவில்லை.

‘‘வேலப்பன் மொவந்தானல?’’ உக்கிரத்தில் வெளிப்பட்டுச் சிதறின அவரின் அதட்டலான வார்த்தைகள்.

‘‘ஆமாய்யா’’

‘‘ஒரு பொம்பளப்புள்ளயப் போட்டா எடுத்ததுக்கு செயிலுக்குப் போயிட்டு வந்தியே...அவன்தான?’’

‘மனிதனுக்கு எது நியாபகம் இருக்கிறது? கிராதகன்.’ ‘‘ஆமாய்யா’’

‘‘ஓம் மனசுல என்னல நெனச்சிக்கிட்டிருக்க? தோட்டக்காட்டுல வாழ எல்லாம் நெற சூலியா கொலதள்ளிக் கெடக்கு. திருட்டுப் பயலுவளும் பெரும்போக்கா அலையுதானுவ. நேத்து ராக்காவலுக்கு யாரும் போவாம திருட்டுப் பயலுவ எத்தன வாழக்கொலைய வெட்டிட்டுப் போயிருக்கானுவ தெரியுமால? ஒங்கப்பன் மண்டையப் போட்டுட்டா, முழுமாடு மாரி நீ இருக்கியே...நீ போவதுக்கென்ன? ம்? மரியாதையா இன்னிக்கு ராத்திரி காவலுக்குப் போயிரு. இல்லன்னா ஒரு சுடுகுஞ்சுகளும் ஊர்ல இருந்துக்கிற முடியாது... பாத்துக்க. நாளையிலருந்து தோட்டத்து வேலகளையும் பகல்ல நீதான் வந்து பாக்கணும்... சரியால?’’

வார்த்தை ஒவ்வொன்றும் இடிமுழக்கமாய் அவரிடமிருந்து வெளிவந்து விழுந்திருந்தது. தன் அதிகாரத்தைக் காட்டுகிறார் பண்ணையார். அவர் நினைத்தால் அவன் தெருவில் எல்லோரையும் அடித்து விரட்டிவிடுகிற அளவுக்கு அதிகாரப் பலம்கொண்டவர். பூமி குலுங்கியதோ என்னவோ, அவன் அதிரடியாய் குலுங்கிப்போனான். தாக்காட்டிக்கொள்ளமுடியாமல் அவன் தேகம் தரியாட்டம்போடத்

துவங்கியிருந்தது. "சரிய்யா..." என்று சொல்வதைத் தவிர வேறு வழியில்லை அவனுக்கு.

"போ... மரியாதையா ராக்காவலுக்குப் போயிரு"

மீண்டும் அவன் அவரைக் கும்பிட்டுவிட்டு விலகிப்போனான். ஆமை ஊர்வது கெணக்கா நகர்ந்துகொண்டு தெருவில் கால்பதித்தான். தெருவிளக்கின் பிரகாசத்தில் வீடுகள் துல்லிசமாகத் தெரிந்தாலும் பாதை இருளடைந்துகிடப்பதாகவே தோன்றியது அவனுக்கு... மனப் பிராந்தியோ என்னவோ! அப்பாவின் மரணத்தைப் பற்றி பண்ணையார் எதுவும் ஏடாகூடமாகக் கேட்டு தன்னை நோகடிக்கவில்லை என்பது அவனுக்கு ஆறுதலைத் தந்திருந்தாலும், அதைப்பற்றி அவனிடம் அவர் சிறிதளவும் விசாரிக்கக்கூடவில்லையே என்பதை நினைத்தபோது அவன் மனம் சங்கடப்படத்தான் செய்தது.